ஒரு நடுப்பகல் மரணம்

கிழக்கு பதிப்பக வெளியீடுகளாக சுஜாதாவின் புத்தகங்கள்

21ம் விளிம்பு
24 ரூபாய் தீவு
6961
அப்பா, அன்புள்ள அப்பா
அப்ஸரா
அனிதா - இளம் மனைவி
அனிதாவின் காதல்கள்
அனுமதி
ஆ..!
ஆட்டக்காரன் சிறுகதைகள்
ஆதனிலால் காதல் செய்வீர்
ஆயிரத்தில் இருவர்
ஆர்யபட்டா
ஆழ்வார்கள்:ஓர் எளிய அறிமுகம்
ஆஸ்டின் இல்லம்
இதன் பெயரும் கொலை
இரண்டாவது காதல் கதை
இருள் வரும் நேரம்
இளமையில் கொல்
இன்னும் ஒரு பெண்
உள்ளம் துறந்தவன்
ஊஞ்சல்
எதையும் ஒரு முறை
என் இனிய இயந்திரா
என்றாவது ஒரு நாள்
ஐந்தாவது அத்தியாயம்
ஒரு நடுப்பகல் மரணம்
ஒரே ஒரு துரோகம்
ஓடாதே
ஓரிரவில் ஒரு ரயிலில்
ஓரிரு எண்ணங்கள்
ஓலைப்பட்டாசு
கடவுள் வந்திருந்தார்
கமிஷனருக்குக் கடிதம்
கம்ப்யூட்டரே ஒரு கதை சொல்லு
கம்ப்யூட்டர் கிராமம்
கரையெல்லாம் செண்பகப்பூ
கற்பனைக்கும் அப்பால்
கனவுத் தொழிற்சாலை
காயத்ரி
குருபிரசாத்தின் கடைசி தினம்
கை
கொலை அரங்கம்
சிங்கமய்யங்கார் பேரன்
சில வித்தியாசங்கள்
சிவந்த கைகள்
சிறுகதை எழுதுவது எப்படி?
சின்னச் சின்னக் கட்டுரைகள்
சொர்க்கத் தீவு
டாக்டர் நரேந்திரனின் வினோத வழக்கு
தங்க முடிச்சு
தப்பித்தால் தப்பில்லை
திசை கண்டேன் வான் கண்டேன்
தீண்டும் இன்பம்
தூண்டில் கதைகள்
தேடாதே
தோரணத்து மாவிலைகள்
நகரம் சிறுகதைகள்
நிர்வாண நகரம்
நில் கவனி தாக்கு
நில்லுங்கள் ராஜாவே
நிறமற்ற வானவில்
நிஜத்தைத் தேடி
நைலான் கயிறு
பதினாலு நாள்கள்
பத்து செகண்ட் முத்தம்
பாதி ராஜ்யம்
பாரதி இருந்த வீடு
பிரிவோம் சந்திப்போம்
ப்ரியா
மண்மகன்
மத்யமர்
மலை மாளிகை
மனைவி கிடைத்தாள்
மாயா
மிஸ் தமிழ்தாயே நமஸ்காரம்
மீண்டும் ஒரு குற்றம்
மீண்டும் தூண்டில் கதைகள்
மீண்டும் ஜீனோ
முதல் நாடகம் - நாடகங்கள்
மூன்றுநாள் சொர்க்கம்
மெரீனா
மேகத்தைத் துரத்தியவன்
மேலும் ஒரு குற்றம்
மேற்கே ஒரு குற்றம்
ரயில் புன்னகை
ரோஜா
வசந்த காலக் குற்றங்கள்
வாய்மையே சில சமயம் வெல்லும்
வாரம் ஒரு பாசுரம்
வானத்தில் ஒரு மௌனத்தாரகை
விக்ரம்
விடிவதற்குள் வா
விபரீதக் கோட்பாடு
விருப்பமில்லா திருப்பங்கள்
விரும்பிச் சொன்ன பொய்கள்
விவாதங்கள் விமர்சனங்கள்
விழுந்த நட்சத்திரம்
வைரங்கள்
ஜன்னல் மலர்
ஜீனோம்
ஜோதி
ஸ்ரீரங்கத்து தேவதைகள்

ஒரு நடுப்பகல் மரணம்

சுஜாதா

கிழக்கு

ஒரு நடுப்பகல் மரணம்
Oru Naduppagal Maranam
by Sujatha

Kizhakku First Edition: October 2010
280 Pages

ISBN: 978-81-8493-557-8
Title No. Kizhakku 553

Kizhakku Pathippagam
177/103, First Floor,
Ambal's Building, Lloyds Road,
Royapettah, Chennai 600 014.
Ph: +91-44-4200-9603

Email : support@nhm.in
Website : www.nhm.in

Cover Image : Shutterstock

Kizhakku Pathippagam is an imprint of New Horizon Media Private Limited

1

ரஞ்சனி, பாகேஸ்ரீ, கானடா, தேஷ் எல்லாவற்றையும் கலர் கலராகக் கலந்து ஏதோ ஒரு பெண் தெய்வத்தைப் பாடிவிட்டு வித்வான் மத்யமாவதித்து முடித்தார். குழந்தைகள் குறுக்கே ஓடின. மிருதங்கம் உறைக்குள் மறைய, வயலின் பெட்டிக்குள் கட்டுப்பட்டது. அப்பா கவரில் ஆயிரம் ரூபாய் வெற்றிலைப் பாக்குடன் தந்தார். 'தேவ கானமா இருந்தது. சாப்ட்டுட்டுப் போங்கோ.'

உமா மாலையைக் கழற்றினாள். கழுத்துப் பட்டை தாங்க்ஸ் என்றது. பக்கத்தில் நின்றுகொண்டிருந்த பத்து மணிநேரக் கணவனை மறுபடி மறுபடி பார்த்து, 'இவன் என் கணவன், இன்று எனக்குக் கல்யாணமாகி விட்டது' என்று நிச்சயப்படுத்திக் கொண்டாள். 'அப்பாடா, உக்காரலாம்' என்றான். அவளைப் பார்த்துச் சிரித்தான். சற்றே தவறின பல் வரிசை. அந்தச் சிரிப்பு எனக்கே சொந்தம் என்கிற எண்ண மின்னல் உமாவின் உடம்பில் ஒரு தடவை சந்தோஷமாக ஊடுருவியது.

'இருங்க இருங்க! லாஸ்ட்டா ஒரு போட்டோ ரெண்டு ஃபேமிலியையும் சேர்த்து எடுத்தாகணும். இல்லைன்னா அண்ணா கொன்னுடுவார்.'

உமா மறுபடி மாலையைப் போட்டுக்கொண்டாள். 'வா, உக்காரு' என்று பக்கத்தில் தட்டினான். அவள்

அவன் அருகில் உட்கார, மற்றவர்கள் அதே சோபாவில் நெருக்க, அவன் மேல் படவேண்டியிருந்தது. சந்தோஷமாக இருந்தது. அப்பா, அம்மா, மாமனார், மாமியார், இரண்டு பாட்டிகள், ஏழெட்டுக் குழந்தைகள், கைத்தடித் தாத்தாக்கள், 'நானு, நானு' என்று ஈரக் கையைத் துடைத்துக்கொண்டு வந்து போட்டோவின் ஓரத்தில் ஒட்டிக்கொண்ட அத்தை.

திவ்யா ஓரத்தில் நின்றுகொண்டிருந்தாள்.

'திவ்யா, நீயும் வாயேன்.'

'இல்லைம்மா, நான் இங்க இருந்துண்டே பாக்கறேன்.'

'சீ... கூப்ட்டா வா!'

'இல்லைம்மா.'

திவ்யாவைப் பார்த்தபோது வயிற்றில் கொஞ்ச நேரம் குற்ற உணர்வு சங்கடப்படுத்தியது.

'வாங்க ப்ளீஸ்!' என்றான் மாப்பிள்ளை.

'பாத்தியா! அவரே கூப்படறார் பாரு.'

உமா எழுந்து திவ்யாவைக் கையைப் பிடித்துத் தரதர என்று இழுத் துக்கொண்டுவந்து பக்கத்தில் உட்காரவைத்துக் கொண்டாள்.

'காரு எங்கடா?'

'ஸ்டேஷனுக்குப் போயிருக்கு அண்ணா.'

'வந்துருமோல்லியோ? ஏன்னா இவாளை ட்ராப் பண்ண அபிராம புரம் போகணும்.'

'கிருஷ்ணமூர்த்தி, சிரிங்க. பரவாயில்லை, சிரிக்கலாம். இன்னிக்குத்தானே கல்யாணம் ஆயிருக்கு?'

'என்ன போட்டோகிராபரே, கடிக்கிறீங்க!'

'தாத்தா! கொஞ்சம் இங்க பாருங்கோ. யாருய்யா கேஸ் லைட்டு? தள்ளி நில்லு.'

'ரெடி! ஸ்மைல்.'

பளிச்.

கண்ணை மூடிக்கொண்டுவிட்டேனோ!

'மாப்பிள்ளை வாங்கோ, வாடி உமா, சாப்பிடப் போகலாம். டயமாச்சு. இன்னும் ஏகப்பட்ட காரியம் இருக்கு.'

'இருங்க. சூட்டைக் கழட்டிட்டு, வேஷ்டி மாத்திண்டு வந்துட றேன்.'

'அப்படியே செய்யுங்க கிருஷ்ணமூர்த்தி.'

'கிருஷ்ணமூர்த்தி! என் கணவன் பெயர் கிருஷ்ணமூர்த்தி! அதோ முழுசாக நடந்து போகிறானே, அவன் என் கணவன். 'நானும் புடைவை மாத்திண்டு வந்துடறேம்மா. திவ்யா, இந்த பிரஸண்ட்ஸ் எல்லாத்தையும் கொஞ்சம் அவருது, என்னுதுன்னு தனித் தனியாப் பிரிச்சு வெச்சிடு.'

அவர்! புதிய அவர்.

உமா நேராக நடந்து இடது ஓரத்தில் இருந்த அறைக்குள் நுழைந்து, 'கொஞ்சம் எல்லாரும் வெளில போங்கோ, புடைவை கட்டிக்கணும்' என்றாள். புடைவையை உதறிக் களைந்தாள். தலைக் கொண்டையின் ஊசிகளை விடுவித்து பன்னைக் கீழே எறிந்தாள். 'எதுக்குத்தான் இந்தக் கொண்டையைப் போட்டுண் டேனோ! போர்ட்டர் மாதிரி சுமை!' தன் அத்தனை கூந்தலையும் விடுவித்து 'அப்பாடா!' என்றாள். அம்மா பச்சைப் பெட்டிக்குள் அடுக்கிக்கொண்டிருந்தாள். 'நகையெல்லாம் என்னம்மா பண்றது?'

'கழட்டிக்கொடுத்திடு. சிம்பிளா ஒரு வளையல் போதும்.'

'இருக்கட்டும்மா! அவா ஏதாவது சந்தேகப்படப்போறா.'

'வாயில் புடைவை உடுத்திக்கோ. சீக்கிரம் சாப்பிட்டுட்டுக் கிளம் பணும் பாரு!'

'எங்கம்மா?'

'அவர் வீட்டுக்குத்தான்.'

'எதுக்கும்மா?'

‘என்னடி! தெரியாத மாதிரி கேக்கறே? இன்னிக்கு சாந்தி உனக்கு!’

‘என்னது! இன்னிக்கேவா!’ அவள் பசி அந்த நிமிஷமே திசை மாறிவிட்டது. அதற்குப் பதில் அதென்ன பயமா! இன்றிரவே! இன்றிரவே! அவளுக்குள் ரகளையாக எஸ்ட்ரோஜன்கள் ஊற, நெஞ்சு அடித்துக்கொண்டது.

‘எதுக்குமா இவ்வளவு அவசரம்?’

‘என்னவோ அவாத்திலதாம்மா கேட்டா! நாள் நன்னாருக்கு, இன்னிக்கே ராத்திரி வெச்சுக்கலாம்னு, அவசர அவசரமா மணி பாவம், கட்டிலுக்கு அலையா அலைஞ்சு கொண்டு போட்டுட் டான். ஏண்டி, என்னிக்கு நாள் உனக்கு?’

‘கணக்கே மறந்து போச்சும்மா.’

‘என்னிக்குக் குளிச்சே?’

‘செவ்வாய்க்கிழமைன்னு ஞாபகம்.’

‘செவ்வாயோட செவ்வா எட்டு. புதன் ஒம்பது, பரவாயில்லை அப்படியே ஆனாத்தான் என்ன!’

உமா தன்னைக் கண்ணாடியில் பார்த்துக்கொண்டாள்.

‘எல்லாம் தெரியுமோல்லியோ?’

‘ஒரு எழவும் தெரியாதும்மா.’

‘சுபகாரியத்துக்கு எழவு சொல்லாதே! ஏண்டி, எத்தனை புஸ்தகம் படிச்சிருக்கே?’

‘நான் அந்தக் கண்றாவிப் புஸ்தகமெல்லாம் படிச்சது கிடை யாதம்மா.’

‘சொல்லட்டுமா?’

‘வேண்டாம்மா.’

‘உமா, மாப்பிள்ளை காத்துண்டிருக்கார், சாப்பிட வா!’

‘அக்கா! ரோஸ்வுட் கட்டிலுக்கு நான் பட்ட பாடு! ஷ், அப்பாடா! அப்புறம் இலவம் பஞ்சு மெத்தை? ம்ஹூம்! எவனைப்

பார்த்தாலும் கழுதைப் பஞ்சுதான் வெச்சிருக்கான். ஸ்பெஷலா ஆர்டர் கொடுத்து, வில்லடிக்க வெச்சு, அஞ்சு மணிக்குள்ள கொண்டுவந்து போட்டுட்டேனே!'

'சமத்துடா மணி!'

'உமா! என்னைத்தான் கல்யாணம் பண்ணிக்கமாட்டேன்னுட்டே! ஹூம்!'

'கவலைப்படாதடா! உனக்கு நல்ல பொண்ணாப் பாத்து நானே கல்யாணம் பண்ணி வைக்கறேண்டா.'

'என்ன இருந்தாலும் உமா மாதிரி வருமா அக்கா! உங்கிட்ட ஃப்ராங்கா சொல்லிடறேன். எனக்கு ஏமாத்தம்தான்.'

உமா சிரித்து, 'மணி... மணி...' என்றாள்.

'என் ஜாதகத்தைப் பாரு! கல்யாணம் பண்ணிக்கலாம்னு நினைச்சு சப்புக் கொட்டிண்டிருந்தேன். உன்னோட சாந்தி கல்யாணத்துக்கு மெத்தையும் கட்டிலும் வாங்கிப் போடவேண்டிய டூட்டி எனக்கு வந்து சேர்ந்தது!'

உமாவுக்காகக் காத்திருந்தான் அவள் கணவன். இலை பரிமாறப் பட்டு, சின்னச் சின்னதாகக் கறியும் ஸாலடும் வறுவலும் பழத் துண்டுகளும் காத்திருந்தன. உமாவுக்குப் பசி எப்போதோ டாட்டா காட்டிப் போயிருந்தது. பதிலாக எதிர்பார்ப்பு, ஜுரம், ஆவேசம், சந்தோஷம், தயக்கம் எல்லாவற்றையும் பொன்னிறத் தில் கலக்கி மண்டையைத் திறந்து நிரப்பப்பட்டிருந்தவள் போல உணர்ந்தாள்.

'அடுத்த இலையிலிருந்து கொஞ்சூண்டு எச்சிலாவது சாப்பிட ணும்!' என்று பாதி கடித்த லாடு இடம் மாறியது சற்று அருவருப் பாக இருந்தது.

'ஜாஸ்தி சாப்பிடாதே! அப்புறம் தூக்கம் வந்துடும்.'

புதிய வாட்ச், புதிய மோதிரம் பளபளக்க கிருஷ்ணமூர்த்தி கருத் தாகச் சாப்பிட்டுக்கொண்டிருந்தான். உமா கொரித்தாள்.

'மாப்பிள்ளை, எப்படி இருக்கா பாருங்கோ எங்க வீட்டுப் பொண்ணு!' என்று திவ்யா விசாரித்தாள்.

பதிலுக்குப் புன்சிரிப்பு.

'நன்னா படம் போடுவா தெரியுமா!'

'அப்படியா?'

'திவ்யா! போயேன்.'

'இரு உமா! உன்னைப் பத்தி அவர் எல்லாம் தெரிஞ்சுக்க வேண்டாமா?'

'சீக்கிரம் சாப்பிடுங்கோ. நாழியாறது. நிறையக் காரியம் இருக்கு பாருங்கோ.'

'மணி! நீ சும்மா இருக்கப் போறியா, இல்லையா?'

இரண்டு காரில் எல்லோரும் அங்கே போனார்கள். மாடி வீடு. 'வாம்மா' என்று ஆரத்தி எடுத்தார்கள். 'இனிமே நீ இந்த வீட்டுப் பொண்ணு.'

மாடிப்படி தெரிந்தது. மாடி அறையில்தான் இருக்கும். படி ஏறிப் போகும்போது எதிர் வீட்டில் தெரியும் விளக்கை அணைப்பார்கள் என்று நினைத்தாள்.

ஹாலில் ஜமக்காளம் போட்டிருந்தது. டிவி, ஃப்ரிட்ஜ் எல்லாம் ஒதுங்கியிருந்தன. சாஸ்திரிகள் தேங்காய்த் தலைக் குடத்துடன் காத்திருந்தார். உள்ளே நுழைந்தாள். திடுக்கிட்டாள். வாசலை ஒட்டின அறையிலேயே இரண்டு புதுப்படுக்கைகளும் தெரிந்தன. பளிச் என்று நூறு வாட் பல்ப் எரிய, குழந்தைகள் குதித்து விளையாடிக் கொண்டிருந்தார்கள். இங்கேயா!

'ஔபாஸனம் ஆய்டட்டும்! விக்னேச பூஜை ஆய்டட்டும்! எனக்கு திரும்பிப் போறதுக்கு அப்புறம் பஸ் கிடைக்காது. ஸ்வாமி, கொஞ்சம் க்ஷீரான்னம் வேணும்!'

'மூர்த்தி, ஜரிகை வேஷ்டி கட்டிக்கக் கூடாதோ?'

'நல்ல தேக்கு சார்.'

'வாம்மா! சேவிச்சுட்டு உக்காரும்மா! பர்த்தா எங்கே?'

'நாம் பலசாலிகளாக இருந்து வெகு காலம் நீடித்திருக்கும் பிரஜைகளை உண்டுபண்ணுவோம். பரமாத்மாவின் அம்சமான

நான் பித்ருக்களின் நன்மையை நாடி, சத்புத்திரனை உண்டு பண்ணுகிறேன். பூமி மழையால் பயிர்களை உண்டு பண்ணுவது போல் நீ நற்குழந்தையைப் பெறு. பூமி அக்னியையும், த்யு லோகம் இந்திரனையும் கருவில் வைத்திருப்பதுபோல் நீ கருவைத் தரி. ஹே, மனைவியே! நீ எனது சக்தியை ஏற்று, பத்து மாதம் கர்ப்பம் தரித்து நற்குழந்தையைப் பெறு!'

பத்தரை மணிக்கு உள்ளே போனாள். அவன் படுக்கைமேல் புஸ்தகம் படித்துக்கொண்டிருந்தான். வளையல் சப்தம் வெட்க மாக இருந்தது. பேசாமல் நின்றாள்.

'உக்காரு!' எதற்காக இப்படி இரைந்து பேசுகிறார்! ஜன்னல் களைப் பார்த்துக்கொண்டாள். திறந்திருந்ததை மூடினாள். 'கொஞ்சம் டார்க் ஸாரியாகக் கட்டிக்கோ. எதுக்கும் மாத்துப் புடைவை எடுத்துண்டு போ. பயப்படாதே, எதைப் பார்த்தாலும் பயப்படாதே!' அம்மாவின் கடைசி நிமிஷ உபதேசங்கள்.

'தே மேக் இட் வெரி ஆப்வியஸ், இல்லே' என்றான்.

'ம்!'

'நான் இப்ப வேண்டாம்னுதான் அம்மாகிட்ட சொன்னேன். ஓல்டு பீப்பிள்! ஏதோ ஒரு சென்ட்டிமெண்ட். எனக்கென்னவோ எல்லா ரிச்சுவலும் அபத்தமா... க்ரூடாக்கூட இருந்தது.'

'ம்.'

'இப்படி உம் உம்னுதான் ராத்திரி பூரா சொல்லிண்டிருக்கப் போறியா?'

'ம்.'

சிரித்தான்.

'உக்காரேன் உமா.'

உமா! முதல் தடவையாக அது? இதற்குமுன் எப்போது தன் பெயரைச் சொன்னான்?

'கல்யாணத்தில் உன் கையைப் பிடிச்சபோது உன் கையில் எழுதி னேன், ஞாபகம் இருக்கா?'

'ம்.'

'என்ன எழுதினேன்?'

மெல்ல பதிலளித்தாள். 'முதல்ல ஐ போட்டிங்க. அப்புறம் ஓ, அப்புறம் யூ.'

'என்ன அர்த்தம்?'

'தெரியும்.'

'நீ என்ன ஹைட்டு?'

'ஃபைவ் த்ரீ.'

'வெய்ட்டு?'

'நூத்திப் பத்து.'

'உக்காரமாட்டியா? உன்னை இழுத்துப் புடிச்சு உக்கார வைக்கணுமா?'

'சத்தம் போட்டுப் பேசவேண்டாம். அவாள்ளாம் முழிச்சுண்டு இருப்பா.'

'ஏதாவது கேளேன்.'

'என்னைப் பிடிச்சிருக்கா?'

'பிடிக்காமயா? திவ்யா எதாவது சொன்னாளா? எனக்குக் கொஞ்சம் கில்ட்டியாக்கூட இருந்தது.'

'எனக்கும்!'

'இப்ப அதைப்பத்தி என்ன பேச்சு. உன்கிட்ட ஒண்ணு சொல்லணும். எனக்கு சில விஷயங்களில் நீ பாடம் கத்துத் தரணும்.'

'என்ன?'

'எனக்கு ஒண்ணுமே தெரியாது.'

'எனக்கும்.'

'நிஜமா?'

'நிஜமா!'

'தொட்டதுகூட இல்லை!'

'பொய்.'

'சத்தியமா! உன் கை பாரு எவ்வளவு மிருதுவா இருக்கு. இதுவே எனக்கு முதல் முறை! எனக்குப் பெண்களைப் பத்தி ஒண்ணுமே தெரியாது. சிலதெல்லாம் எங்க இருக்கும், தொட்டுப் பார்த்தா எப்படி இருக்கும்... எதுவுமே தெரியாது! தேடப்போறேன் இன்னிக்கு.'

'நீங்க என்ன வெய்ட்?'

'முதல்ல தேடிட்டு அப்புறம் சொல்றேன்!' சற்றும் எதிர்பாராத தருணத்தில் அவளைத் தன்மேல் இழுத்துக்கொண்டு கன்னத்தில் மூக்கால் உரசினான்.

மெலிதாகத் திமிறினாள்.

'ரவிக்கைக்கு பட்டன் எங்க வெச்சிருப்பான்னுகூட எனக்குத் தெரியாது! சொன்னா நம்பமாட்டே.'

அவள் மார்புச் சீலையை விலக்கித் தொட்டான்.

'வேண்டாம் வேண்டாம். விளக்கை அணைச்சுடலாம்.'

'விளக்கு இருக்கட்டும்! எனக்குப் பார்க்கணும்.'

'ப்ளீஸ்!'

'ப்ளீஸ்!'

2

‘வெக்கமா இருக்கு.’

‘எனக்கு ஆசையா இருக்கு.’

‘அய்யோ அய்யோ, இரையாதீங்க.’

‘எனக்கு ஆசையா இருக்கு’ என்றான் குரலை அடக்கி.

‘என்ன ஆசை?’

‘உள்ளுக்குள்ள நீ எப்படி இருப்பேன்னு தெரிஞ்சுக்க. பாக்க.’

‘தெரியாதா? சினிமா பாத்ததில்லையா? கதைகள்ல படிச்சதில்லையா?’

‘எல்லாம் ரவிக்கை பாடி உள் பாவாடையோட நின்னுடுவா.’

‘அவ்வளவுதான்.’

‘அதுக்கப்புறம்.’

‘சொல்லமாட்டேன். அய்யோ! அக்கிரமம் பண்றிங்க.’

அவன் விடுவித்த பித்தான்களை மறுபடி அவசரமாகப் போட்டுக் கொண்டதை மறுபடி விடுவித்த அவன் கைகளைப் பிறாண்டிப் பிடுங்கினாள்.

'ஸ்! ஆ! ராட்சசி! ஏன் கீர்றே!'

'ஸாரி!'

'பரவாயில்லை. கீறு! வலிச்சாலும் சுகமா இருக்கு.'

'அய்யய்யோ ரத்தம் வரது.'

'வா உங்கப்பாகிட்ட சொல்றேன். 'இத பாருங்க சார், உங்க டாட்டர் சும்மா மார்ல தொட்டதுக்கு எப்படிக் கீறியிருக்கா பாருங்கோ...'

'ப்ளீஸ் சொல்லிடாதீங்க.'

'சொல்லத்தான் போறேன்.'

'வேண்டாம். வேண்டாம்!'

'நிச்சயம் சொல்வேன்.'

என்ன ஒரு இன்பமான பாசாங்கு!

'போனாப் போறது, தொட்டுக்கலாம்.'

'அப்படி வா வழிக்கு.'

யோசித்துப் பார்த்தால் இதுவரை யாரும் தொட்டிராத, குளிக்கும் போதுகூடத் தேவைக்கு மட்டும் தொட்டுக்கொண்ட ராஜ்ஜி யத்தை இப்போது சர்வாதிகாரத்தனமாக அரசாண்டான்.

'வேண்டாம், வேண்டாம் ப்ளீஸ்! கெஞ்சிக் கேட்டுக்கறேன்! நான் பாக்கமாட்டேன்.'

'ஏன்?'

'விளக்கணைச்சாத்தான், விளக்கணைச்சாத்தான், இந்த ஆராய்ச்சி எல்லாம். வெளியூருக்குப் போறோமே, அங்க வெச்சுக்கலாம். இப்பப் பேசலாம். பேசலாம்!'

'நீ பாட்டுக்குப் பேசு. நான் பாட்டுக்கு உன்னை வாசனை பாத் துண்டு இருக்கேன்.'

'அய்யோ குறுகுறுங்கறது. என்னால் பேசமுடியாது! உங்க ளுக்கு-விடுங்கோ-எவ்வளவு-வேண்டாம்-சம்பளம்?'

'இதுக்கு அறுநூறு, இதுக்கு அறுநூறு!'

அயர்ந்திருந்த ஒரு கணத்தில், பிடுங்கிக்கொண்டு பாய்ந்து சென்று விளக்கை அணைத்தாள்.

'எங்கே இருக்கே!'

'நான் கேக்கற கேள்விக்குப் பதில் சொன்னாத்தான் கிட்ட வருவேன்.'

'கேளு சீக்கிரம்!'

'எத்தனை மணிக்கு ஆபீஸ் போவீங்க?'

'பத்து மணிக்கு! சட்!'

'எத்தனை நாள் லீவு?'

'பத்து நாள்! ஏற்கெனவே ரெண்டு நாள் வேஸ்ட் ஆயிடுத்து.'

'ரிசப்ஷனுக்கு சேப்பா உயரமா பாப் தலை வெட்டிண்டு ஒருத்தி வந்தாளே! உங்க கையைக் குலுக்கினாளே, அவ யாரு?'

'ஸ்டெனோ' என்று சிரித்தான்.

'அழகா இருந்தா இல்லை?'

'இப்ப நீ ஒருத்திதான் அழகாயிருக்கே. எத்தனை தடவை உன்னைக் கல்யாணத்தின்போது பாத்துட்டேன் தெரியுமா? இன்னமும் சரியாப் பாக்கலை.'

'நான்கூட உங்களை நிறைய தடவை பார்த்தேன்.'

'எப்ப?'

'நீங்க பார்க்காதபோது.'

'என்ன நினைச்சே?'

'நினைக்க முடியலை, திகட்டித்து. நாம் எங்கெல்லாம் போறோம்?'

'ஹனிமூன் ரூட்! பங்களூர், ஊட்டி, கோயமுத்தூர், பழனி, கோடை. உமா! வா!'

மெல்லச் சென்று அவனருகில் உட்கார, உடனே கவரப்பட்டு, பறிக்கப்பட்டு, வீழ்த்தப்பட்டாள்.

இருளில் எதிர்பாராமல் எதிர்பாராமல் கைகள் அவளை அணைத்தன. இங்கே என்றால் அங்கே. அங்கே என்றால் இங்கே. தங்க ரோஜா மூச்சு முட்டியது. கொஞ்சம் கொஞ்சம் வானவில், கொஞ்சம் முறுக்கக் காய்ச்சிய பால், கொஞ்சம் கன்றுக் குட்டியின் கழுத்துத் தடவல், கொஞ்சம் காவேரி வெள்ளம், கொஞ்சம் நிலா முற்றத் தனிமை, இறுக்கம், ஈரம், மூச்சு, வேதனை, மத்தாப்பூ, உதட்டைக் கடித்துக்கொண்டு... நெஞ்சில் கனல் மணக்கும் பூக்கள். உமாவும் கிருஷ்ணமூர்த்தியும் சேர்ந்த முதல் இரவு அது.

இன்னும் ஒரே ஒரு இரவுதான் அவர்களுக்கு மிச்சமிருக்கிறது.

அதிகாலையில், அவர்கள் எல்லோரும் எழுந்திருப்பதற்குள் அறையை விட்டு வெளியே வந்துவிடவேண்டும் என்கிற நினைப்பிலேயே எழுந்துவிட்டாள்.

சத்...ம் போடாமல் கதவுத் தாழ்ப்பாளை விடுவித்தாள். ஒரு முறை அவனைத் திரும்பிப் பார்த்தாள். 'எங்க போறே?'

'போச்சுடா.'

'என்னது! இப்பவே டா போட்டுப் பேசறே? வா, சின்னதா ஒரு முத்தம் கொடுத்துட்டுப் போயிடு.'

'நான் வரமாட்டேன். அதோட நிக்காது.'

'வான்னா.'

'வரமாட்டேன். நிச்சயம் வரமாட்டேன். சத்தியமா வரவே மாட்டேன். ஆனாலும் நீங்க ரொம்ப மோசம். நான் வரலை, வரலை' என்று அவன்பால் மெல்ல மெல்லச் சென்றாள்.

'வாடி கன்னுக்குட்டி.'

வெட்கத்துடன் வெளிவந்தாள். ஹால் பூரா உறவுக்காரர்கள் படுத்திருந்தார்கள். நாணம் உடம்பு முழுவதும் பரவியது. நேற்று பேசினதெல்லாம் கேட்டிருக்குமோ? சே! என்ன அநாகரிகமான சடங்கு இது. உள்ளே இரண்டு பேரையும் இழுத்துப் பூட்டிவிட்டு வெளியே பத்துப்பேர் படுத்துக்கொள்ள, அதைப் பற்றி

நினைக்கவே சுருங்கினாள். போதாக் குறைக்கு ஓரத்தில் ஒரு பாவாடை தாவணிப் பெண் வேறு!

சமையலறையில் மாமியார், காப்பி போட்டுக் கொண்டிருந் தவள், நிமிர்ந்து பார்த்தாள்.

'வாம்மா. எப்பவுமே சீக்கிரமே எழுந்துடுவியா? உக்காரு. இல்லை... போய் பல் தேய்ச்சுட்டு வா.'

'காப்பி நான் போடறேம்மா.'

'இருக்கட்டும். ஊருக்கு போய்ட்டு வந்தப்புறம் அந்த டூட்டி எல்லாம் பாத்துக்கலாம். இந்தா, இந்தக் காப்பியைக் கொண்டு போய் வாசல்ல அப்பா உக்காந்திருப்பார், குடுத்திட்டு வந்துடு. நாலரை மணிக்கே எழுந்து காத்திண்டிருக்கார். காப்பி உள்ளே போனாத்தான் அவருக்கு உசிரே வரும்.'

காப்பிஃய எடுத்துக்கொள்ள, 'முத தடவையா மாமனாருக்குக் காப்பி கொடுக்கறே. ஒரு தடவை சேவிச்சுட்டுக் கொடு.'

'சரிம்மா! உங்களையும் சேவிக்கறேம்மா.'

'எனக்கென்ன?' நமஸ்காரம் பண்ணியவளை, 'தீர்க்க சுமங்கலியா இரு' என்று வாழ்த்தினாள்.

வாசலில் இன்னும் இருட்டாக இருந்தது. பெரியவர் தலைமேல் கை கட்டிக்கொண்டு சாய்ந்து உட்கார்ந்திருந்தார். 'அப்பா, காப்பி.'

'யாருடி இது, புதுசா இருக்கு?'

'நான்தான்ப்பா உமா.'

'உமாவா... ஓ நீயா? அதுக்குள்ள எழுந்துட்டியா!'

'சேவிக்கிறேன் அப்பா.'

'இதெல்லாம் எதுக்கு? அட! தீர்க்காயுசா இரும்மா.' காப்பியை வாங்கிக்கொண்டு அதை சூடாகச் சீப்பிவிட்டு 'ஹ' என்று மூச்சிழுத்துக்கொண்டு, 'யு ஆர் லக்கி மை கேர்ள்! மூர்த்தி, நான் சொல்லக்கூடாது, தங்கமான பையன். ஒரு பேட் ஹேபிட் கிடையாது. அவன் எஜுகேஷனைப் பத்தியோ வேலையைப் பத்தியோ எனக்கு ஒரு கவலை வைக்கலை. படிச்சான். பாஸ்

பண்ணான். வேலைக்குப் போனான். யோக ஜாதகம்மா அவன்து! தனரேகை அந்த மாதிரி பார்த்ததில்லைன்னு ஜோஸ்யன் சொன்னான். அடுத்த வருஷம் நிச்சயம் வெளிநாட்டுக்குப் போகப் போறான்னு அடிச்சுச் சொன்னான். உங்காத்தில ஜாதகம் ஜோஸ்யம் பார்க்கறது உண்டா?'

'அவ்வளவா இல்லைப்பா.'

'உமா! உமா!'

'அம்மா கூப்படறா, வரேன்ப்பா.'

'போய்ட்டு வாம்மா.'

'என்னம்மா?'

அம்மாவுக்குப் பக்கத்தில் வயசான அம்மாள் கரிய மூக்கில் வைரம் ஜொலிக்க உட்கார்ந்து கொண்டிருந்தாள். 'பெரியத்தை யையும் சேவி.'

'எதுக்குடி சின்னு காலங்கார்த்தாலை?'

'இருக்கட்டும்மா. நீங்க வீட்டுக்குப் பெரியவா இல்லையா!' நமஸ்கரித்தாள்.

'சீக்கிரமே ஒரு புள்ளைக் குழந்தையைப் பெத்துக் கொடு. கன்னா பின்னா மாத்திரையெல்லாம் சாப்பிடாதே. சின்னு! உன் நாட்டுப் பெண் அப்படியே நம்ம மாலுவை உரிச்சு வெச்சிருக்காடி. அவளும் அப்படித்தான் புக்காத்துக்குப் போன தேசாலம் அந்த நிமிஷமே, அனுசரிச்சுண்டு மாமியாருக்கு மாத்திரை எடுத்துத் தரதும், மாமனாரை கொல்லைப் பக்கம் அழைச்சுண்டு போறதும்...'

'மாலுவுக்குச் சொல்லியா தரணும் அக்கா.'

'இதுவும் ஒட்டிண்டிடும் பாரு.'

'எல்லாம் ஈஸ்வரன் கிருபையில நன்னாத்தான் நடந்துண்டு வரது. நீ போய் மூஞ்சி அலம்பிண்டு வாம்மா குழந்தே. மூர்த்தியை எழுப்பி காப்பி கொடு. ரயிலுக்குப் போகணும் பாரு.'

'அவர் எப்பவும் எத்தனை மணிக்கு எழுந்திருப்பார்மா?'

‘ஏழாகும். இன்னிக்கு எழுப்பிடு.’

அங்கே போக வெட்கப்பட்டாள். கொட்டைப் பாக்கு மாதிரி விழித்துக் கொண்டிருப்பான். குளிக்கும் வரை அவன் கண்ணில் அகப்படாமல் பாவலா காட்டிவிடவேண்டும்.

‘இதப் பாரு! நீ ஒண்ணும் செய்யவேண்டாம். நான் எல்லா மாமியாரையும் போல இல்லை. ஆத்துக்கு ஒரு பொண்ணு வந்ததாத்தான் நினைச்சுண்டிருக்கேன். மாடிக்குப் போய் ரயில் பிரயாணத்துக்கு வேண்டிய சாமான் எல்லாம் எடுத்து வெச்சுக்கோ.’

‘இது என்னடி பொண்ணே, தங்கத்தில பண்ணதா?’

‘ஆமா அத்தை.’

‘திருமாங்கல்யம் கூட ஆப்படப் பண்ணிருக்கா. பாத்திரத்தை எல்லாம் கொண்டு வந்திட்டியா?’

‘இன்னும் இல்லை அத்தை.’

‘சுரேஷ் அழறான் பாரு. என்னன்னு விசாரி. படுக்கைல மூத்திரம் போயிருப்பான்.’

அவள் ஹால் பக்கம் கிளம்ப, ‘வரப்ப பச்சைப் பொட்டியில என் கண்ணாடி இருக்கு எடுத்துண்டு வா, ஆனந்த விகடத்தை வாசிச்சாகணும்.’

ஹாலில் அழும் சுரேஷ் யார் என்று தெரியவில்லை. ஓரத்தில் டிரான்சிஸ்டரில் நியூசிலாந்தில் நடக்கும் கிரிக்கெட். ‘சுந்தரி ஸ்ட்ரோக்’ என்று இந்தியில் கேட்டுக்கொண்டிருந்தது. அதைக் காதில் ஒட்ட வைத்துக்கொண்டு, அவன் கிருஷ்ணமூர்த்தியின் தம்பி என்று தோன்றியது, கவலை படர்ந்த முகத்துடன் கேட்டுக் கொண்டிருந்தான்.

‘ஸ்கோர் என்ன?’ என்றாள்.

‘பார்டன்?’

‘ஸ்கோர்? ஸ்கோர்?’

அவன் டிரான்சிஸ்டரை அடக்கிவிட்டு ‘உங்களுக்கு கிரிக்கெட்டில் இன்ட்ரஸ்ட்டா?’ என்றான்.

‘உண்டு.’

‘அட! கை கொடுங்க.’ என்று கை நீட்டி, ‘ஸாரி! மன்னி இல்லை நீங்க! பர்மிஷன் இல்லாம கை கொடுக்கக் கூடாதில்லை?’

‘ஸ்கோர் என்னன்னேன்?’

‘அதையேன் கேக்கறீங்க. கவாஸ்கர் அவுட்டு. விஸ்வநாத் அவுட்டு. ஹோப்பே இல்லை. டி. ஈ. சீனிவாசனுக்கு சான்ஸ் குடுத்தா என்னவாம்? யோகராஜ் சிங் போகராஜ் சிங்குன்னு கண்ட பசங்களை எல்லாம் போடறியா இல்லையா? அதில்லை மன்னி, சீனிவாசன் கவாஸ்கரை எதுத்துண்ட்டான். நான் பதினேழு அடிச்சேங்கறியே, நீ எவ்வளவுய்யா அடிச்சே, என்ன கிழிச் சேன்னு பளிச்சுன்னு கேட்டுட்டானாம்... அதான் கோபம்!’

‘அட இவன்கிட்ட மாட்டிண்டியா உமா? ரொம்பக் கடிப்பானே.’

‘அண்ணா, முத தடவையா இந்த வீட்டில் கிரிக்கெட் பிரக்ஞை உள்ள பிரஜை உள்ள நுழையறது. இந்த மூர்த்தி இருக்கானே மன்னி, ஞானசூன்யம்!’

‘உனக்கு கிரிக்கெட்டில் இன்ட்ரெஸ்ட்டா உமா?’

‘காலேஜுக்கு ஆடிருக்கேன்.’

‘அடி சக்கை!’

‘உங்க அப்பா அம்மா அலவ் பண்ணாளா? பரவாயில்லையே!’

‘கிரிக்கெட் ஆடினா தப்பா?’

‘சேச்சே, எனக்கு பெண்கள் வாலிபால் ஆடினாத்தான் பிடிக்கும்.’

உமா அவனை முறைத்தாள்.

‘அண்ணா, உங்கிட்ட பர்மிஷன் வேணும்.’

‘எதுக்கு?’

‘உமா கையைக் குலுக்கறதுக்கு.’

‘கோ அஹெட்.’

‘என் பேர் ஆனந்த்! பி.காம். செகண்ட் இயர். கிரிக்கெட்டுக்காக உங்க கையைக் குலுக்கறேன்.’

அவன் கை குலுக்கல் ஆரோக்கியமாக, பிடிப்பாக, சினேகிதமாக இருந்தது.

‘உமா மாடிக்கு வா, பெட்டி படுக்கை எல்லாம் எடுத்து வைக்கணும்.’

‘ரெயில் எப்ப?’

‘ஏழரை மணிக்கு பிருந்தாவன்ல போறோம். வா, வா, சீக்கிரம் குளிச்சுட்டு தயாராகணும். உங்க வீட்டுக்குப் போகறதுக்கு டயம் இருக்காதுன்னு நினைக்கிறேன்.’

‘வேண்டாம்! அப்பா, அம்மா, மணி எல்லாரும் ஸ்டேஷனுக்கு வரேன்னு சொல்லிருக்கா.’

‘வெரிகுட்.’

பிருந்தாவன் எக்ஸ்பிரஸின் கம்பார்ட்மெண்டைக் கண்டுபிடிக்க நீள நடந்து செல்லும்போது, கணவனின் பின் நடக்கும்போது, அவன் அவ்வப்போது தயங்கித் தயங்கி அவளுக்காகக் காத் திருக்கும்போது...

3

அப்பா, அம்மா, மணி, பத்து, பக்கத்து வீட்டு ராவ் எல்லோரும் காத்திருந்தார்கள்.

'என்னது? வழி அனுப்பறவா முன்னால வந்துட் டோம். பிரயாணப்படறவா லேட்டா வராங்களே?'

மணி கையில் சின்னதாகப் பெட்டி வைத்திருந்தான். அம்மா பெரிய தூக்கில் வழியில் தின்றுகொண்டே போக ஏகப்பட்ட பண்டங்கள் கொண்டு வந்திருந் தாள்.

'கல்யாண சந்தடியில், உன் ஹஸ்பெண்டை சரியாவே எனக்கு அறிமுகம் செஞ்சு வெக்கலையே உமா' என்றான் மணி.

'இது மணி, என் மாமா.'

'மாமான்னா?'

'என் அம்மாவுக்குத் தம்பி. கல்யாணத்தில் எல்லா ஏற்பாடும் இவன்தான்!'

'நீங்க எங்காத்து பொண்ணைக் கல்யாணம் பண் ணிக்க முந்திண்டுட்டிங்க மாப்பிளே!'

'அப்படியா!' என்று சிரித்தான் மூர்த்தி. உமாவைப் பார்த்தான். அவள் மணியை அதட்டினாள்.

‘நான்கூட பங்களூர் வரேன். ஜி. கம்பார்ட்மெண்ட்டில் இருக்கேன்’ என்றான் மணி.

‘எதுக்குடா?’ என்றாள் உமா.

‘ஆபீஸ்ல ஆடிட் வேலை இருக்கு. பயப்படாதீங்க, தொந்தரவு பண்ணமாட்டேன். ஹனிமூன் போறவாளைத் துரத்தித் துரத்தி அடிக்கிறானேன்னு நினைச்சுக்காதீங்க.’

‘மணி! மணி!’ என்று அதட்டினாள். எதை எந்தச் சந்தர்ப்பத்தில் சொல்லுவது என்று தெரியாதா, அசடு. அம்மா அவள் அருகில் வந்து ‘எல்லாம் கட்டிக் கொடுத்திருக்கேன். வழியில் கண்டதைத் தின்னாதீங்கோ. உடம்பை ஜாக்கிரதையாப் பாத்துக்கோ. எப்படி இருக்கா மனுஷா?’

‘அவாளைச் சந்திக்கறதுக்கே சமயமில்லை. உன் மாப்பிள் ளையைத்தான் பார்த்தேன்.’

‘அது யாரு, மச்சினந்தானே?’

‘ஆமாம்மா! நல்ல பையனா இருக்கான். பி.காம் வாசிக்கிறானாம்.’

ஆனந்த் காதில் கிரிக்கெட் அணிந்துகொண்டிருந்தான். ‘கிர் மானியும் சாஸ்திரியும் ஆடிண்டிருக்காங்க. இருநூத்தம்பது ரன்! இந்த கவாஸ்கர் மட்டும் ஒரு நாப்பது போட்டு விசு ஒரு முப்பது போட்டிருந்தா இன்னேரத்துக்கு ஜெயிச்சிருக்கலாம். சேச்சே!’ என்று சொந்தத்தில் துக்கம் நிகழ்ந்ததுபோல் முகத்தை வைத்துக் கொண்டிருந்தான்.

‘போடா, நீயும் உன் கிரிக்கெட்டும்!’

‘மணி, நீ என்னிக்குத் திரும்பி வருவே?’

‘ரெண்டு நாள் அக்கா.’

அப்பா கூடை நிறையப் பழங்களைக் கொடுத்தார். ‘பச்சை விளக்கு போட்டுட்டான். ஏறிக்கோ.’

‘அதோ! அங்க போறது திவ்யாவா?’ என்று கேட்டாள் உமா.

‘எங்கே?’ இப்போது அவள் காட்டின திசையில் ஜனக்கூட்டம் மறைத்துவிட்டது.

‘திவ்யாவா! அவ எங்கே?’

‘யாரோ போனா. திவ்யா மாதிரி இருந்தது.’

‘சரி சரி, நீங்க ஏறிக்கோங்கோ. ரயில் புறப்படப் போறது.’

‘வா உமா’ என்று அவன் அவள் தோளில் அணைத்து அழைத்துச் சென்றது உமாவுக்கு வெட்கமாகவே இருந்தது. ஒரு நாளில் என்ன பெரிய மாற்றம்! நேராக அப்பா அம்மாவின் முன்னிலையில் அழுத்தி அணைத்துக்கொண்டு போகும் அந்தஸ்த்து அந்த ஒரு நாள் சடங்கினால் ஏற்பட்டுவிட்டது. அணைக்கவில்லை என்றால்தான் இப்போது கவலைப்படுவார்கள். ஒரே ஒரு தங்கத் தொங்கலுக்குத்தான் எத்தனை மதிப்பு!

‘நான் உங்களை அப்புறம் பாக்கறேன். ட்ரெயின்ல வந்து அறுக்கலாமா?’ என்று மணி கேட்க, மாப்பிள்ளை ‘தாராளமா’ என்றார்.

‘போச்சு! நியூ பாலை எடுத்துட்டான். ஹாட்லி போடப்போறான்!’

‘உமா! போய்ட்டு சௌக்கியமா வந்து சேரும்மா. திரும்பி வந்த உடனே மாப்பிள்ளை நம்மாத்தில வந்து நாலு நாளாவது இருக்கணும்னு சொல்லு.’

‘சரிம்மா.’

‘ப்ரெக்ஃபாஸ்ட் எப்போதும் இட்லி சாப்பிடுங்கோ. அதான் வயத்தைக் கெடுக்காது.’

‘சரி சார்! நான் வரட்டுமா? வரட்டுமா மணி?’

‘வரட்டுமா என்ன? நானும்தான் கூட வரேன். ஜி. கம்பார்ட்மெண்ட்!’

‘ஆனந்த்! வரேன்’ என்றாள்.

ஆனந்த் ஒரு நிமிஷம் டிரான்சிஸ்டரைக் கழற்றிவிட்டு ‘கிர்மானி ஃபோர் அடிச்சான்’ என்றான். கம்பார்ட்மெண்டுக்குள் நுழையும்போது அம்மா புடைவைத் தலைப்பால் கண்ணைத் துடைத்துக்கொள்வதைப் பார்த்து உமாவுக்கு ஏனோ நெஞ்சில் ஒரு டன் துக்கம் ஏறிக்கொண்டது. எதற்காக இந்தத் துக்கம்? சதா பிரிவதைப் போல் அல்லவா துக்கம்! பதினைந்து நாளில் திரும்பி வந்துவிடப் போகிறேன். பின் ஏன் இந்த இனம் புரியாத பரபரப்பு. மனச்சுமை? எதற்காக?

பிளாட்பாரத்தில் அவர்கள் எல்லோரும் நாசூக்காக டாட்டா காட்டத் தெரியாத மிடில் கிளாஸ் பிரஜைகளாக நின்றபடியே பின்னால் போய்க்கொண்டிருந்தார்கள்.

ஏர் கண்டிஷன் செய்யப்பட்டு சௌகரிய சாய்மான சீட்டுகள் அமைக்கப்பட்ட கம்பார்ட்மெண்ட்டில் ஓரத்து சீட்டை அவளுக்கு என்று விட்டுவைத்துக் கணவன் காத்திருந்தான். அவள் தன்னைத் திணித்துக்கொண்டு உட்காரும்போது வேண்டும் என்றே அவளை முழங்காலால் நிரடினான். அவசரமாகப் பச்சைக் கண்ணாடி வழியே பார்த்து அம்மாவைத் தேடினாள். அதற்குள் எக்ஸ்பிரஸ் வேகம் பிடித்து பிளாட்பாரத்தைச் சாப்பிட்டுவிட்டது. சப்தமில்லாத மெத்தை சௌகரியம். உள்ளே பார்த்தாள். அந்தப் பக்கம் மூன்றாவது சீட்டில் வயசானவர் ஒருவர் உட்கார்ந்திருந்தார். எல்லாவற்றையும் பார்த்துவிட்டுக் கணவனுக்கு வந்தாள். அவன் கிட்டத்தில், ரொம்பக் கிட்டத்தில் அவளை ஆராய்ந்து கொண்டிருந்தான்.

'என்ன அப்படிப் பாக்கறீங்க?'

'ரிவிஷன்! எப்படி இருந்தது?'

'என்ன எப்படி இருந்தது?'

'நேத்து ராத்திரி.'

'தூ!'

'இன்னும் அஞ்சு மணி நேரத்தில் பங்களூர் போயிடும்.'

'நல்ல ஃபாஸ்ட் ட்ரெய்ன் இல்ல? இது ஃபர்ஸ்ட் கிளாஸான்னா?'

'இதப் பாரு, இந்த 'ன்னா'வெல்லாம் வேண்டாம்.'

'பின்ன எப்படிக் கூப்பிடறது?'

'பேர் சொல்லி.'

'அய்யோ, நான் மாட்டேன்பா.'

'எங்க, மறுபடி சொல்லு, நா மாடேபா.'

'பேர் வெச்சு எப்படிக் கூப்பிடறதாம்?'

‘வீட்ல என் செல்லப்பேர் என்ன தெரியுமா? பாப்ஜி!’

‘பாப்ஜி!’ என்று சொல்லிப் பார்த்துச் சிரித்துக்கொண்டாள்.

‘உனக்குச் செல்லப்பேர் கிடையாதா?’

‘எம் பேரே சின்னதுதானே! மணிதான் சிலவேளையில் ‘உமி’ன்னு கூப்பிடுவான்.’

‘மணியை நீ கல்யாணம் பண்ணிக்கிறதா இருந்தியா?’

‘ஒரு சமயம் அந்த மாதிரிப் பேச்சு இருந்தது.’

‘ஏன் நின்னு போச்சு?’

‘நின்னு போகலை. அப்பாதான் இவ்வளவு கிட்டத்துல வேண்டாம் னுட்டா. தாத்தாவே மாமனார். வேடிக்கை! ஒரு விதத்தில் வருத்தம் தான். ஆனா உங்களைப் பார்த்ததும் எல்லாம் சரியாப் போச்சு.’

‘எப்படி?’

‘உங்களைப் பாத்து எங்க ஆத்தில எல்லாருமே மோகிச்சுப் போய்ட்டா. அவ்வளவு அழகாம் நீங்க.’

‘மணிக்கு ஏமாத்தம்தானே?’

‘ஏமாத்தம்தான்! ஆனா மணி எதுக்குமே கவலைப்படமாட்டான். எதையும் சீரியஸா எடுத்துக்க மாட்டான்.’

‘மணிகூட சின்ன வயசில விளையாடி இருக்கியா?’

‘தூ’ என்று அவன் தோளில் குத்தினாள்.

‘நான் என்ன சொன்னேன்? பல்லாங்குழி, பாண்டி, இதெல்லாம் விளையாடி இருக்கியான்னுதானே?’

‘புத்தி போறது பாரு! நான் உங்ககூட பேசவே போறதில்லை. பாப்ஜி, பூப்ஜி!’ பொய்க் கோபத்துடன் வெளியே திரும்பிக் கொண்டாள்.

‘பெங்களூர் போனதும் மாட்டினி!’

‘என்ன படம்?’

‘சொந்தப் படம், ஓட்டலல்லயே!’

'தத்!' அவள் முகம் ரத்தச் சிவப்பாகி ஜன்னலுக்குமேல் முகத்தை அழுத்திக்கொண்டாள்.

அவன் சிரித்து 'உன் கையைக் காட்டு' என்றான்.

'ரேகை பார்க்கத் தெரியுமா?'

'எக்ஸ்பர்ட்.'

மருதோன்றி படிந்த விரல்களை ஒவ்வொன்றாகப் பிடித்துப் பிடித்துப் பார்த்தான்.

'இதுதான் ரேகை பாக்கறதா?'

'முதல்ல விரலைப் பாக்கணும்னு கிரியோ சொல்லியிருக்கார். இது தனரேகை; இது ஸ்தன ரேகை; ரெண்டுமே ஸ்ட்ராங்கா இருக்கு!'

'சட்' என்று கையைப் பிடுங்கிக் கொண்டாள். பக்கத்திலிருந்த தாத்தா தாங்க முடியாமல் எழுந்து போனார். உடனே அவன் தைரியம் பெற்று ஜன்னலைத் திறக்க முயற்சிப்பதுபோல் அவள் மார்பை முழங்கையால் தேய்த்தான்.

'அய்யோ அய்யோ, எனக்கு அழுகை வரது. காட்டுமிராண்டி! அந்தத் தாத்தா என்ன நினைச்சுப்பார்.'

'அவர் செஞ்சதையெல்லாம்...'

'ஏதாவது பேசலாமே! ப்ளீஸ். பங்களூர் வந்ததும் நான் உங் களுக்கு ஃபுல் ஃப்ரீடம் கொடுத்திடறேன். அங்க வந்து அழிச் சாட்டியம் பண்ணுங்கோ, பப்ளிக் ட்ரெயின்ல வேண்டாம்.'

'சரி, பேசலாம். திவ்யாவை நீ ஸ்டேஷன்ல நிஜமா பாத்தியா?'

'எனக்கென்னவோ அசப்பில் திவ்யா மாதிரித்தான் இருந்தது.'

'அப்ப இந்த ட்ரெய்ன்ல நம்ம கல்யாணத்தால ஏமாத்தம் அடைஞ் சவா ரெண்டு பேர் இருக்கா. மணி, திவ்யா.'

'திவ்யாவை நீங்க பெண் பாத்திங்களா?'

'ஆமாம்.'

'என்னைப் பாக்கறதுக்கு முன்னால?'

'ஆமாம்.'

‘பாத்து?’

‘சம்மதம்ன்னும் சொல்லிட்டேன்.’

‘திவ்யாவை உங்களுக்குப் பிடிச்சிருந்ததா?’

‘அப்ப பிடிச்சிருந்தது.’

‘மோட்டார் சைக்கிள்ள பீச்சுக்கெல்லாம் அழைச்சுண்டு போனிங்களாமே?’

‘யார் சொன்னா?’

‘திவ்யாதான் சொன்னா.’

‘பீச் ரோடில் க்யூ.எம்.சி. பக்கத்தில பஸ் ஸ்டாண்டில நின்னுண்டிருந்த அவளைப் பார்த்தேன்...’

‘எனக்கு ஏன் லிஃப்ட் கொடுக்கலை?’

‘நீ எங்க க்யூ.எம்.சி.ல. காத்திண்டிருந்தே?’

‘இல்லை. எங்காத்துப் பக்கம் மோட்டார் சைக்கிள்ள வந்து உலாத்தறது?’

‘சரிதான், இப்ப திவ்யா மேல பொறாமையா?’

‘திவ்யாவும் நீங்களும்...’

‘திவ்யாவும் நானும்?’

‘விடுங்க.’

‘நானும் அவளும்? என்ன... என்ன கேக்க விரும்பறே? சரியாக் கேளு!’

‘அட விடுங்களேன். நான் ஏதோ உவ்வாக்கட்டிக்குக் கேட்டேன்.’

‘இல்லை, உனக்கு அந்தச் சந்தேகம் இருக்கு.’

‘பின்ன நீங்க மட்டும் மணியைப் பத்தி அப்படிக் கேக்கலாமோ?’

‘நான் கேட்டது என்ன? பல்லாங்குழி ஆடியிருக்கியான்னுதானே?’

‘நானும் அதான் கேட்டேன். ரெண்டு பேரும் கேரம் போர்டு ஆடி இருக்கிங்களான்னு.’

சற்றுத் தயங்கி இரண்டு பேரும் ஒரு சேரச் சிரித்தார்கள்.

'அது இருக்கட்டும். திவ்யாவை ஏன் நீங்க கடைசில கல்யாணம் பண்ணிக்கலை?'

'ஜாதகம் சரியில்லைன்னுட்டா. அவளுக்கு அங்கார தோஷமோ என்னவோ சொன்னா.'

'இதிலெல்லாம் நீங்க நம்பிக்கை வெச்சுண்டிருக்கீங்களா?'

'எனக்கு நம்பிக்கையில்லை. அம்மாதான் ஒரேயடியா மாட்டேன் னுட்டா.'

'ரொம்ப அம்மாக்கோண்டு போல இருக்கு நீங்க. சாந்தி கல் யாணம்கூட அம்மா வெச்சுக்கணும்னு சொன்னதாலதான் ஏற்பாடு பண்ணாப்பல இருக்கே?'

'ஏதோ அவ இருக்கிறவரைக்கும் அவளைத் திருப்திப் படுத்த லாமேன்னு... நாங்க சன்ஸ் எல்லாரும் அவகிட்ட ரொம்ப அட்டாச்மெண்ட்.'

'இருந்தாலும் திவ்யாவை யோசிச்சுப் பாருங்கோ. அவ மனசு எவ்வளவு புண்பட்டிருக்கும்?'

'என்ன பண்றது? இந்த சிஸ்டமே தப்பு. இந்த மாதிரி பெண் பாக்கறது, ஜாதகம் பாக்கறதுன்னு வெச்சா நிராகரிக்கறதும் அதனுடைய அம்சம்தானே.'

'முதல்ல ஜாதகத்தைப் பாக்கறது. பொருந்தினா அப்புறம் பொண் ணைப் போய்ப் பாக்கறது. திவ்யா இதுதான் என்னைக் கேட்டா...'

'அது என்னவோ, முதல்ல ஒரு ஆள் அரைகுறையாப் பாத்து... பொருந்தி இருக்குதுன்னு சொல்லிட்டான் போல இருக்கு. அப்புறம்தான் எங்க ஃபேமிலி ஜோஸ்யர் வந்து பாத்து பொருந்தலைனு சொன்னார். அதுக்குள்ள நான் திவ்யாவைப் போய்ப் பார்த்துட்டு... எதுக்கு அதெல்லாம், பழைய கதை!'

'அவளுக்கு வேற ஒருத்தன்னு தலைல எழுதி வெச்சிருக்கு போல. உங்களை என் தலைல எழுதி வெச்சிருக்கு! விதி!'

'விதி இவ்வளவு வாசனையா இருக்கும்னு நான் எதிர்பாக்கலை.'

'ஆரம்பிச்சாச்சா! நான் என்ன சொன்னேன்? பங்களூர் வரவரைக்கும் வாலைச் சுருட்டி வெச்சுண்டு சும்மா இருக்கணும்னு சொன்னேனா இல்லையா?'

'சுருட்டி பத்திரமா பொட்டிக்குள்ள வெச்சுடவா?'

அவன் எதற்குச் சிரிக்கிறான் என்று புரியாமல் பிளாட்பாரத்தில் வாங்கியிருந்த ஸ்டார்டஸ்ட்டைப் புரட்டி பொம்மை பார்த்தாள்.

'எனக்கு இந்த மாதிரி போல்க்கா டாட் ஸாரி வாங்கிக்கணும்னு ரொம்ப நாளா ஆசை.'

'எந்த மாதிரி? மறுபடி காட்டு' என்று அந்தப் பக்கத்தைப் புரட்டிப் பார்ப்பவன் போல் அவள் தொடையைக் கிள்ளினான்.

'எல்லாரும் பாக்கறா' என்றாள் மெதுவாக.

'ஒருத்தருக்கும் தெரியாதபடி செய்யறேன்! இதைவிடப் பெரிசா பத்திரிக்கை இருக்கா, ஃபெமினா அல்லது ஸ்க்ரீன்?'

'அய்யோ தெய்வமே' என்றாள்.

மணி அவளைக் காப்பாற்ற வந்தவன்போல் வந்து சேர்ந்தான்.

'என்ன? டிட்டியைத் தெரியும். இல்லாட்டி ஃபர்ஸ்ட் கிளாசில உலாத்த விடமாட்டான். எப்படி இருக்கேள்? மாப்பிளே, உமா எங்காத்துப் பொண்ணு. ஜெம்! அவளைக் கண் கலங்காம வெச்சுக்கவேண்டியது உங்க பொறுப்பு!'

'என்னது சிவாஜி கணேசன் பாசமலர்ல சொல்றாப்பல சொல்றேளே.'

மணி சட்டென்று, 'கேலி பண்ணாதிங்கோ. சீரியஸாத்தான் சொல்றேன்.'

'சரி, சீரியஸ்!'

'இனிமே அவ எனக்குத் தங்கை மாதிரிதான்.'

'சந்தோஷம்! காப்பி சாப்பிடறேளா?'

அப்போது உமாவுக்குத் திடீர் என்று அந்தக் காட்சி மனத்தில் விரிந்தது.

4

ஒரு கணம், ஏன், ஒரு கணத்தின் பிரிவு என்று கூடச் சொல்லலாம். உமாவுக்கு அந்த ரயிலே வேறு ரயிலாக இருந்தது. வேறு தினம், வேறு பிரயாணிகள், பக்கத்தில் கணவன் இல்லை. ஒரு பிரபஞ்ச அளவுக்குத் துக்கம் நெஞ்சில் கனக்க அழுதுகொண் டிருந்தாள். எல்லாமே ஒரு கண நேரப் 'பளிச்'தான்.

சீ! என்ன விசித்திரமான பகல் கனவு. பகல் கனவா? இல்லை, ப்ரிமானிஷன். இல்லை, இல்லை, கனவுதான்! விழித்துக் கொண்டிருக்கும்போது கனவாவது? பின் இது என்னவாம்? அசதியாலும் சற்றே அஜீரணத்தாலும் வந்த வினை. நேற்றும் இன்றும் நடந்தது ஒரு நாளைக்கு அபரிமிதமான நிகழ்ச்சிகள்! சந்தோஷத்தின் எல்லைக்கோடுகளைத் தொட்டுப் பார்த்து முடிந்த கையோடு பிரிவு, அப்பா அம்மாவிடமிருந்து விலகி சாஸ்வதமாக மற்றொரு வீட்டுப் பெண்ணாகக் கிளம்பிவிட்ட பிரிவு, எல்லாம் சேர்ந்துகொண்டு மனசை நிதானம் தவற வைத்திருக்கிறது.

தலையைச் சிலிர்த்துக்கொண்டாள். ஜன்னலுக்கு வெளியே பஞ்சு ஒத்தட தடக் தடக் கேட்டது. பக் கத்து இருப்புப் பாதை விடாமுயற்சியாகத் தீற்றிக் கொண்டே கூட வந்தது. மனத்தை ஸ்திரப்படுத்திக் கொண்டாள்.

மணி இன்னும் பேசிக்கொண்டிருந்தான். அவன் கேள்விகளுக் கெல்லாம் பாப்ஜி அரை வார்த்தைகளிலும் தலையாட்டலிலும் தான் பதில் அளித்துக்கொண்டிருந்தான். எப்போது எங்களைத் தனியாக விடப் போகிறாய் என்று கேட்காமல் கேட்டுக் கொண்டிருந்தான்.

'நம்ம தேசத்தில் எல்லாக் கெடுதலுக்குக் காரணம் என்ன தெரியுமோ மாப்பிள்ளை? குடும்பங்கறது சிதறிப்போச்சு, தேசபக்தி இல்லாமப் போச்சு. சுயநலம்தான் தலைவிரிச்சு ஆடறது' என்று சொந்த வேதாந்தம் பேசிக்கொண்டிருந்த மணி திடீரென்று தன் பிரசன்னம் அங்கு தேவையில்லை என்பதை உணர்ந்துகொண்டவன்போல், 'நான் வரட்டுமா? உங்களை இன்னும் அறுக்க விரும்பலை. அப்புறம் பார்க்கலாம்! வரேன் உமா!' என்றான்.

'உமின்னு தானே கூப்பிடுவீங்க?'

'இனிமே உமி இல்லை அவ உமா! வேத்து மனுஷியாய்ட்டா.'

அவன் சென்றதும் 'பெக்யூலியர் சாப்' என்றான்.

'ஏன்?'

'ஒரு சப்ஜெக்ட்டில ஸ்திரமா இருக்க மாட்டேங்கறான்.'

'என்ன பேசினான்னு நான் கேக்கவே இல்லை.'

'ஜே. கிருஷ்ணமூர்த்திங்கறான், ஐன்ஸ்டைங்கறான். புரியவே இல்லை. நீ என்ன பண்ணிண்டிருந்தே?'

'என்னமோ குருட்டு யோசனை!' அவன் தோளைக் கட்டிக் கொண்டு, 'என்னை விட்டுட்டு எங்கயும் போய்டாதீங்க' என்றாள்.

'கவலையே படாதே. ஆபீஸ் போறப்பகூட சின்னதா ஒரு கூடையில தூக்கிண்டு போய்டறேன். இதுக்கு முன்னாடி பங்க ளூர் வந்திருக்கியா?'

'ம், ஃப்ரண்ட்ஸ்கூட ஒரு தடவை கிரிக்கெட் மாட்ச் ஆட வந் திருக்கேன். இதே பிருந்தாவன்ல பதினைஞ்சு பேர் வந்தோம். ஒரே கலாட்டாவும், ஆட்டமும், பாட்டுமா. அப்பல்லாம் சட்டை, பாண்ட்டுதான். எத்தனையோ பசங்க எங்க கம்பார்ட் மெண்டிலேயே சுத்திண்டிருந்தாங்க, 'ஹாய் ஐ'ம் ராகேஷ்'னு ஒரு

பையன் எங்கிட்ட தைரியமா அறிமுகப்படுத்திண்டான். சிரிப்பா வந்தது!'

'எனக்கு சிரிப்பு வரலை. அவன்கூடப் பேசினியா?'

'ஹாய்னேன். அவ்வளவுதான். பெங்களூரில் நாங்க ஆடின அத்தனை மேட்சுக்கும் வந்து டாண்ணு உட்காந்துட்டான். நல்ல விசுவாசம்.'

'எங்க தங்கியிருந்தீங்க?'

'கே.எஸ்.சி.ஏ ஸ்டேடியத்தில். வி ஹாட் எ லவ்லி டைம்.'

இப்போது மறுபடி பங்களூர்! மாணவியாக இல்லை. மனைவி யாக. புடைவை கட்டிக்கொண்டு, பக்கத்தில் கணவனுடன். அதனால் வந்த அந்தஸ்து, தைரியத்துடன். வேறு வேஷத்தில், எதையோ கொஞ்சம் இழந்து, தளர்ந்து...

பங்களூர் வந்தாச்சு...

சற்று அவசரமாகத் தன் புதிய மேக்-அப் பெட்டியை உப யோகிக்க வேண்டுமே என்ற கவலையில் அதைத் திறந்து சின்னக் கண்ணாடிக்கு முன் பவுடர் தீற்றிக்கொண்டு தலையைக் கோதிக் கொண்டாள்.

உறுத்தாத வெயில். பார்த்தவுடன் கொஞ்சம் சுத்தத்துக்குக் கவலைப்படும் நகரம் என்று தெரிகிறது. ஆட்டோ ரிக்ஷாக்கள் கருப்பு மஞ்சள் பூச்சிகளாகப் பறந்துகொண்டிருக்க புதுக் கணவன், புதுப்பெட்டி, ஏன், போர்ட்டர் கூடப் புதிதாக வில்லை அணிந்திருந்தான்.

'மிஸ்டர் அண்ட் மிஸஸ் கிருஷ்ணமூர்த்தி!'

'ஒரு நிமிஷம்!'

ரிசப்ஷனிஸ்ட் ரிசர்வேஷன் சார்ட்டைப் பார்த்துக்கொண்டிருக்க உமா சுற்றிலும் பார்த்தவள், ஐந்து நிமிஷத்தில் மூன்று புதுமண ஜோடிகளைக் கண்டாள்.

ஹனிமூன் ஹோட்டல் போலும் இது.

‘சரியாப் பாருங்க சார். மணிங்கறவர் ரிசர்வேஷன் பண்ணி யிருக்கார்.’

‘ஜஸ்ட் எ செக்கண்ட்; அட்வான்ஸ் அனுப்பிச்சிருந்தீங்களா?’

‘என்ன உமா?’

‘எனக்குத் தெரியாதே. அப்பாதான் மணிகிட்ட சொல்லியிருந்தார்.’

‘காட் இட்! உங்களுக்கு ரூம் ரிசர்வேஷன் ஆயிருக்கு. ரூம் நம்பர் 424. லிஃப்ட்ல போங்க.’

‘காட்டேஜ் இல்லையா?’

‘ஸாரி சார்’ எல்லாம் ஓவர் புக்ட். ரெண்டு நாள் கழிச்சி காலி ஆகும். அப்ப மாத்திக்கங்க.’

‘ரூம்ல ஏசி இருக்குமா?’

‘பெங்களூர்ல எதுக்கு சார் ஏசி?’

‘எல்லாத்துக்கும் ஸ்மார்ட்டா ஒரு பதில் வெச்சிருங்க! வா உமா!’

அந்த ரிசப்ஷன் இளைஞன் உமாவைப் பார்த்து ஒரு மாதிரியாகச் சிரித்தான்.

அறைக்குள் நுழைந்ததும் உமாவை மறுபடி ஜுரம் ஆட் கொண்டது. தனிக்காட்டு ராஜாவாக இந்த மனுஷனை விட் டாயிற்று. கொட்டம் அடிக்கப் போகிறார். இரண்டு படுக்கைகள் விரித்து, சுத்தமாகத் தயாராக இருப்பதிலேயே லேசான விரசமும் சரசமும் மறைந்திருக்கிறது. பெட்டியைத் தூக்கி எறிந்தான். உமா பால்கனியைத் திறந்து பார்த்தாள். பங்களூரின் ஒரு சின்ன விள்ளல் தெரிந்தது. தூரத்தில் ஸ்டேடியம் தெரிந்தது.

‘வா உமா’ என்று படுக்கை அருகே தட்டினான்.

‘முதல்ல சாப்பிடலாம்.’

‘மை காட்!’ அத்தனை இட்லி தின்ன பிற்பாடும் உனக்குப் பசிக்கிறதா!’

‘ஆமாம்! ஆனா ஒரு சாப்பாடு ஆர்டர் பண்ணுங்க, போதும். ரெண்டு பேரும் ஷேர் பண்ணிக்கலாம்.’

‘ஓக்கே மஹாராணி!’ சுவரிலிருந்த ஸ்விட்சை அழுத்தினான். ‘அவன் வரத்துக்குள்ள ஒரு கிஸ்?’

‘எல்லாம் அப்புறம். இப்ப சாப்பிடறோம். உடனே கிளம்பி ஷாப்பிங் போறோம்.’

‘ஷாப்பிங் பண்றதுக்கா கல்யாணம் பண்ணிக்கிட்டோம். எல்லாத் துக்கும் ஒரு டயம் இருக்கு!’

சின்னப் பையன் கதவை ஒருமுறை தட்டிவிட்டு உள்ளே வந்தான். ‘என்ன வேணும்?’ என்று வேறெங்கோ பார்த்துக் கொண்டு காத்திருந்தான்.

‘ஒரு பாம்பே மீல்ஸ் கொண்டு வாப்பா.’

‘ஒரு மீல்ஸ்’ என்று கேட்டுக்கொண்டான் பையன். சிவப்பாக இருந்தான்.

‘ஸ்வீட்டு என்ன இருக்கு?’

‘பாஸந்தி, ஜாங்கிரி...’ அவன் பட்டியலிட ‘பாஸந்தி’ என்றான்.

பையன் சென்றதும் படுக்கைக்கு எதிரே இருந்த ஆளுயரக் கண் ணாடியில் இருவரும் தெரிவதைப் பார்த்து திடுக்கிட்டாள். ‘அய்யோ, இது வேறயா?’

‘நாமளே நம்மை டிவில பார்க்கப் போறோம்.’

‘செத்தாலும் முடியாது.’

கொண்டு வந்த சாப்பாட்டை ஏதோ கொறித்தார்கள். அலம்பின கையோடு தட்டை எடுத்து கதவுக்கு வெளியே வைத்துவிட்டு உள்பக்கம் தாளிட்டுக்கொண்டு படுக்கையில் உட்கார்ந்தான். அவள், அவன் கழற்றிப் போட்டிருந்த பாண்ட்டை மடித்து ஹாங்கரில் மாட்டி கப் போர்ட்டில் நிதானமாகத் தொங்க விட்டாள்.

‘அதெல்லாம் அப்புறம் பாத்துக்கலாம் உமி.’

‘நானும் அதையேதான் சொல்றேன் பாப்ஜி! பாப்ஜி!’

‘இப்ப வரப்போறயா இல்லையா?’

'இந்தக் கண்ணாடி இருக்கற வரைக்கும் நான் வரப்போற தில்லை.'

'ஆல்ரைட். அதுக்குமேல ஒரு திரை போட்டுடு.'

'என்ன திரை?'

'உன் புடைவையை அவுத்துத் திரையாப் போட்டுடு. எதுக்கும் கழட்டவேண்டியதுதானே. இதுக்காக எதுக்கு இன்னொரு புடைவை வேஸ்ட்!'

'இந்த மாதிரி எல்லாம் அசிங்கமாகப் பேசினா நான் ஆட்டத்துக்கு வரலை.'

'வா, சிக்ஸர் அடிக்கறேன் வா.'

உடலோடு உடலோடு உடலாகப் புரண்டபோது பளிச்சென்று எதிரே மற்றொரு ஜோடி சரசமாடுவதைப் பார்த்து திடுக்கிட்டுத் திரும்பி நின்றாள். காலால் கண்ணாடியை மறைத்த திரையைச் சாமர்த்தியமாக நீக்கியிருந்தான். 'கண்ணாடி! அய்யோ கண்ணாடி!'

'அது பாட்டுக்கு இருந்துட்டுப் போறது.'

எதிர்க்கவோ திமிறவோ சக்தியில்லாமல் அவளுக்குள் மூர்த்தி நிரம்பியிருந்தான்.

சாயங்காலம்தான் ஹோட்டல் அறையை விட்டு வெளியே வந்தார்கள். நீள நடந்து கப்பன் பார்க்கில் அலைந்தார்கள். ராஜா சிலை, டென்னிஸ் ஸ்டேடியம், குழந்தை ரயில், சோளக் கொண்டை, பாப் கார்ன்...

அமெச்சூர் போட்டோக்காரன் 'எக்ஸ்யூஸ் மி' என்றான். 'உட் யு மைண்ட் இஃப் ஐ டேக் எ பிக்சர்?'

மூர்த்தி அவளை ஒரு முறை பார்த்துப் புன்னகைத்து, 'நாட் அட் ஆல்!' என்றான்.

க்ளிக்! 'தாங்க் யூ.'

ஸ்டேடியத்தைக் கடக்கும்போது, 'இங்க நான் ஆடியிருக்கேன்' என்றாள்.

‘எத்தனை ரன் அடிச்சே?’

‘எட்டு.’

‘வெரிகுட்.’

‘என்ன வெரிகுட்? எட்டு ரன்னுன்னா ரொம்ப மோசம்னு அர்த்தம். கிரிக்கெட்டே தெரியாதா?’

‘எனக்குத் தெரிஞ்ச ஒரே ஒரு ஆட்டம் கைப்பந்தாட்டம், ஹாண்ட்பால்.’

‘போச்சுறா! டிவோர்ஸ் பண்ணிடவேண்டியதுதான்!’

‘யுவர் ஆனர்! இந்தப் பெண் எப்போது பார்த்தாலும் கிரிக்கெட் கிரிக்கெட் என்று அறுக்கிறாள். இவளுடைய பழைய கிரிக்கெட் சிநேகிதர்களின் தொந்தரவு தாங்கவில்லை. இப்போது பிரதி வாதியின் வாதங்கள்...’

‘யுவர் ஆனர்! இந்த ஆள் ராப்பகலாக, நேரம் பொழுது இல்லாமல் தொந்தரவு செய்கிறார். செய்வதைக் கண்ணாடியில் வேறு பார்க்க வேண்டும் என்கிறார். இடுப்பு, கைகால் மூட்டுக்கள் எல்லாம் தளர்ந்துபோய் ஒரே வலி. எந்த இடத்தில்தான் என்று விவஸ்தை இல்லாமல் கடிப்பது இவர் வழக்கமாக இருக்கிறது. நான் என்ன பெண்ணா, இல்லை ப்ளம் கேக்கா?’

‘அப்ஜக்ஷன்! வழக்கு கிரிக்கெட்டைப் பற்றியது. எனக்குமுன் இத்தனை அழகாக இருந்து இத்தனை அருகில் இருந்தால் ஒரு ஆசாமி என்னதான் செய்வான்?’

‘பிரிகேட் ரோடில் நடக்கும்போது ஒரு மஞ்சள் புடைவை வெள் ளைக்காரி வந்து, ‘நீங்க உங்கள் வாழ்க்கையில் க்ர்ஸ்னாவைச் சந்தித்திருக்கிறீர்களா? இந்த வண்ண வண்ணப் புத்தகங்கள் உங்களுக்கு அவனைக் கண்டுகொள்ள உதவும். வாங்கிப் பார்க்கிறீர்களா?’ என்று அமெரிக்காவில் அச்சாகியிருந்த காளிய மர்த்தனத்தை அவர்கள் முன் நீட்டினாள்.

‘லேடி! என் மனைவி இவளை முதலில் கண்டுகொள்கிறேன். அப்புறம் கிருஷ்ணா!’ என்று நடந்தான். இரானியர்கள் மோட்டார் சைக்கிளில் தடதடத்துக்கொண்டு செல்ல, சந்தன வாசனை அரசாங்கக் கடையில், அவனுக்கு உமா ஒரு கீ செய்ன்

வாங்கிக் கொடுத்தாள். வீடியோ கேம்ஸ் விளையாடினார்கள். ரெக்ஸ் தியேட்டரில் பாப்பியான் ஓடிக்கொண்டிருந்தது.

'எனக்கு டஸ்டின் ஹாஃப்மன் பிடிக்கும்.'

'அவன் ஒரு பொட்டை. எனக்கு ஸ்டீவ் மக்வின்தான் பிடிக்கும்.'

'பாவம். செத்துப் போய்ட்டான் இல்ல? கான்ஸர்!'

'இண்டர்ஃபெரானைப் பத்தி 'டைம்'ல வந்திருந்ததே. படிச்சிங்களா?'

'நான் டைம் எல்லாம் படிக்கிறதில்லைம்மா. எனக்குப் புரியவும் புரியாது!'

'பின்ன என்னதான் படிப்பிங்க?'

'பிஸினஸ் வீக், எக்னாமிக் டைம்ஸ்! கொஞ்சம் ஷேர்ல விளை யாடுவேன். அதில கொஞ்சம் நேக்கா இருந்தா பணம் பண்ண லாம். அதைப் பத்தி எது வேணாக் கேளு, சொல்றேன். இன்னித் தேதிக்கு ஏசிசி 132 ரூபாய். போதார் 12.65. சென்சுரி 694...'

'நீங்க என்ன சொல்றிங்கன்னே புரியலை. ஆனா முதல் தடவையா உங்களைப் பத்தி ஒரு தகவல் கிடைக்கிறது எனக்கு. இது வரைக்கும் நம்ம ரெண்டு பேரும் உடல் சம்பந்தமாத்தான் பரிச் சயம் ஆகியிருக்கோம்!'

'கவலைப்படாதே. நிறைய டைம் இருக்கு. என்னைப் பத்தி எல்லாமே சொல்றேன். பாப்பியான் போகலாமா?'

'தியேட்டர்ல படம் பார்க்க விடறதா இருந்தா வரேன்.'

மாடிக்கு நடக்கும்போது இருவரையும் கண்ணாடியில் பார்த்துக் கொண்டு சற்று நேரம் உமா பிரமித்தாள். விளம்பரப் படங்களில் வரும் கணவன் - மனைவி மாதிரி தோன்றினார்கள். உயரம், வயசு, நிறம் எல்லாமே கச்சிதமாக அமைந்திருப்பதைக் கவனித்தாள்.

நான் அவ்வளவு அதிர்ஷ்டக்காரி!

தியேட்டரிலிருந்து திரும்பியபோது எதிரே திவ்யாவை அவள்தான் முதலில் பார்த்தாள். 'ஹலோ திவ்யா! பாத்திங்களா,

நான் சொல்லலை, பிருந்தாவன்ல திவ்யாவைப் பார்த்தேன்னு? என்ன திவ்யா, பங்களூருக்கு... எப்படி...'

'எங்க அக்கா இங்க இருக்கா. ஒத்தாசைக்கு வான்னா.' திவ்யா கொஞ்சம் முகம் வெளிறிப் போயிருந்தாள். கொஞ்சம் அவசரத்தில் இருந்தாள். அவளருகில் வாட்ட சாட்டமாக ஒரு இளைஞன் நின்றுகொண்டிருந்தான். மௌனமாக இருந்தான். 'ஹாய் திவ்யா' என்றான் மூர்த்தி.

'உமா, இது என் கஸின் பிரதர். இது உமா. இது கிருஷ்ணமூர்த்தி.'

'ஹாய்!'

'வரட்டுமா! ஹேவ் எ நைஸ் டைம்!' அவள் விருட்டென்று சென்றாள்.

'கஸினாவது! பிரதராவது, ஏதோ கேஸு! இது நான் முன்னமேயே கேள்விப்பட்டேன். நான் இவளைக் கல்யாணம் பண்ணிக்க மறுத்ததுக்கு இதுதான் உண்மையான காரணம்! செகண்ட் ஹாண்ட்.'

ஹோட்டல் அறையில் அவர்கள் இரண்டாம் இரவில் பிரமிப்பு கொஞ்சம் விலகியிருந்தது. அசைவுகள் பழகிவிட்டன. ரொம்ப நேரம் விழித்திருந்தார்கள். மறுபடி மறுபடி தூங்கினாலும், எழுந்து ஒருவருக்கொருவர் தொட்டுப் பார்த்துக்கொண்டு ஊர்ஜிதப்படுத்திக் கொண்டார்கள். நிஜமாகவே தூங்க மூன்று மணி ஆகிவிட்டது.

காலை ஒன்பதுக்குத்தான் எழுந்தார்கள். படுக்கையிலேயே காப்பி சாப்பிட்டுவிட்டு மறுபடி தூங்கப் போனான். அவளும் கொஞ்சம் படுத்துக்கொண்டிருந்துவிட்டு, இட்லி சாப்பிடலாமா என்று அவனைக் கேட்டுவிட்டு, அவன் திரும்பிப் படுத்துக் கொள்ள, எழுந்து பால்கனியிலிருந்து சற்றுநேரம் வேடிக்கை பார்த்துவிட்டு, பல்தேய்த்துக் குளித்துவிட்டு, சற்று நேரம் உறங்கும் கணவனையே உற்றுப் பார்த்துக் கொண்டிருந்துவிட்டு அவனை எழுப்பி 'கதவைச் சாத்திக்கங்க. நான் கீழபோய் புக்ஷாப்பில் ஏதாவது வாங்கிண்டு வரேன்' என்றாள்.

அவன் அரைத் தூக்கத்தில் 'ம்! சரி' என்றான்.

கீழே வந்தாள். லவுஞ்சில் இருந்த புத்தகக் கடையில் சற்று நேரம் ஆழ்ந்தாள். ஆக்டன் நாஷ் அவளுக்குப் பிடிக்கும். படித்துப் படித்துச் சிரித்துக்கொண்டாள்.

A mighty creature is the germ
Though smaller than the pachyderm
His customary dwelling place
Is deep within the human race
His childish pride he often pleases
By giving people strange diseases
Do you, dear reader, feel infirm?
You probably contain a germ.

மணி பார்த்தாள். நடுப்பகல். இந்நேரம் எழுந்திருப்பான். திரும்ப மாடிக்கு வந்து கதவைத் திறக்கையில்...

கதவடியில் சின்னதாக ரத்தக்கோடு தெரிந்தது.

5

முதலில் அந்த ரத்தத் தீற்றலின் முழு அர்த்தமும் அவளுக்குத் தோன்றவில்லை. 'என்ன இது?' என்கிற லேசான குழப்பம்தான் ஏற்பட்டது. ஏதாவது பூச்சி கதவிடுக்கில் மாட்டிக்கொண்டு விட்டதா? தயக்கமில்லாமல் கதவைத் தட்டினாள். மூர்த்தி கதவை உட்பக்கம் தாளிட்டுக்கொண்டிருப்பான் என்று எதிர்பார்த்தாள். பதிலாக கதவு அவள் தட்டின தில் திறந்து கொண்டது. உள்ளே நுழைந்தாள்.

மூர்த்தி படுக்கையில் இல்லை. 'எழுந்திட்டிங்களா பாப்ஜி!' இப்போது மூர்த்தியின் கையைப் பார்த்தாள். படுக்கை மேல் இருந்தது. 'என்ன தூக்கமோ! கீழே நழுவி விழுந்ததுகூடத் தெரியாம' என்று அருகில் சென்றாள்.

மூர்த்தி படுக்கையில் உட்கார்ந்திருக்கிறானா, படுத் திருக்கிறானா என்று சொல்ல முடியாதபடி இரண் டுங்கெட்டான் நிலையில் சற்றே தலை சாய்த்து படுக்கையின் மத்தியப் பகுதியில் எதையோ உற்றுப் பார்க்கிறவன் போலச் சற்றே வாய் திறந்து...

உமாவின் உடல் எங்கும் அட்ரினலின் அதிவேகத்தில் பாய்ந்து பரவ 'அய்யோ! அய்யய்யோ! தெய்வமே. தெய்வமே. என்ன இது!' என்று உரக்கக் கத்தினாள்.

மூர்த்தியின் கழுத்தில் ஒரு ரத்த வெட்டு தெரிந்தது. அதிலிருந்து இன்னும் ரத்தம் வடிந்துகொண்

டிருந்தது. காதோரத்தில் ரத்தம் வழிந்துகொண்டிருந்தது. உதட்டோரம் வேறு தனிப்பட்டு ரத்தம் தெரிந்தது. உமா என்ன செய்கிறோம் என்று பிரக்ஞை இன்றி மூர்த்தியின் உடம்பைத் தொடப் போக முதல் தடவையாக அவன் மார்பைப் பார்த்தாள். அவன் போட்டிருந்த வெளிர் நீலச் சட்டை முழுவதும் நிறம் மாறி ரத்தச் சேற்றில் தோய்ந்ததுபோல இருந்தது.

உமா அறைக்கு வெளியே பீறிட்டு ஓடினாள். உரத்த குரலில் தெளிவில்லாமல் கத்திக்கொண்டே காரிடாரில் ஓடி, மாடிப் படிகளில் அவசரமாக இறங்கி, தடுமாறி ரிசப்ஷன் பகுதிக்கு வருவதற்கு முன்னமே கண்கள் இருண்டு, படிகளின் முடிவில் அரை மயக்க நிலையில் விழுந்தாள்.

ரிசப்ஷன் இளைஞன் அவளை நோக்கி ஓடிவர, நாம் சற்று நேரம் மூர்த்தி கிடந்த அந்த அறைக்குச் சென்று அதன் அமைப்பைக் கவனிக்கலாம். அறைக்கு வாடகை, தினத்துக்கு தொண்ணூறு ரூபாய். காற்றோட்டமான அறை. இப்போதுகூட வெளிர்பச்சை திரைச்சீலைகள் மென்காற்றில் அசைகின்றன. அதே வெளிர் பச்சை நிறத்தில் டிஸ்டெம்பர் அடித்த சுவர்கள். இரட்டைக் கட்டில். அதன் எதிர்ச்சுவரில் நாம் சென்ற அத்தியாயத்தில் பார்த்த பெரிய கண்ணாடி. அதை ஒட்டி சுவருடன் சாமர்த்தியமாகப் பதிக்கப்பட்டு நீட்டிக்கொண்டிருக்கும் ஒப்பனை மேஜை. அதில் மூர்த்தியின் டிஜிட்டல் கடிகாரம் (கல்யாணத்துக்கு வாங்கிக் கொடுத்தது). அதில் 12.27 என்று மணிக்கும் நிமிஷத்துக்கும் இடையே ஒரு இரட்டைப் புள்ளி கண் சிமிட்டிக்கொண்டிருந்தது. அருகே உமாவின் புருவ அலங்காரப் பென்சில் கிடந்தது. பாத்ரூம் வாசல் திறந்திருந்தது. வினைல் சதுரங்கள் பதிக்கப்பட்டு சுத்தமாக இருந்தது. அறைகூடச் சுத்தமாகத்தான் இருந்தது. மூர்த்தி கிடந்த இடத்துக்கு அருகே இருந்த சுவரில் மட்டும் ரத்தம் தெறித்ததால் கறைபட்டிருந்தது. அந்தக் கண்ணாடியில் ஆங்கிலத்தில் மயா அல்லது மாயா என்று அவசரமாகக் கிறுக்கியிருந்தது. அறையில் ஜன்னல் கதவு காற்றில் முன்னும் பின்னும் ஆடிக்கொண்டிருந்தது.

உமா அலறிக்கொண்டே சென்றபோது அந்த மாடியில் பெரும்பாலான அறைகள் பூட்டப்பட்டிருந்தன. மூர்த்தி கிடந்த அறை எண் 424. அதை அடுத்து 425-ல் எல்லாக் கதவுகளையும் சாத்திக் கொண்டு உள்ளே இருந்த மற்றொரு புதுமண ஜோடியில் பெண் ‘என்ன சப்தம்’ என்று கேட்க, ‘என்னவோ சப்தம்! வா, வந்து படு’

என்றான் ஆண். 426-ம் எண் அறைக்கு ஆர்டர் செய்திருந்த மசால் தோசையை எடுத்துச் சென்றுகொண்டிருந்த ஹோட்டல் பணி யாளன் இந்த அறைக் கதவு திறந்திருப்பதைப் பார்த்தான். கீழே தெரிந்த ரத்தத்தைப் பார்க்கவில்லை. உள்ளே மூர்த்தி படுத்திருந்த நிலையும் அவனுக்குச் சரியாகத் தெரியாததால், போகிற போக்கில் அந்த அறைக் கதவின் குமிழைப் பற்றி 'சே! தொறந்து வெச்சிட்டுப் போயிடறாங்க!' என்று மூடினான்.

இந்தச் செயல் அறியாத செயல், பிற்பாடு இது ஏற்படுத்தப் போகும் குழப்பம் கணிசமானது.

மூர்த்தி கிடந்த நிலை பற்றியும் அந்த அறையின் மேலும் நுணுக்க மான வர்ணனையும் போலீஸ் வந்ததும் நமக்குக் கிடைக்கும்.

போலீஸைக் கூப்பிடுவதற்கு யாரும் முயற்சிப்பதாகத் தெரிய வில்லை. கீழே வரவேற்புப் பகுதியை அடுத்த மாடிப்படிகளின் படியில் உமா மயங்கிய நிலையில் இருக்க, அந்தப் பக்கம் வந்துகொண்டிருந்த ஒரு நடுத்தர வயதுப் பெண் அவள் அருகே வந்து, 'என்னம்மா ஆச்சு? என்ன பண்றது?' என்று கேட்டாள். ரிசப்ஷன் இளைஞனும் உபரி சிப்பந்திகளும் அவளைச் சுற்றிக் கொண்டனர்.

'வாட் ஹாப்பண்ட்?'

'வந்துக்கிட்டே இருந்தாங்க. திடீர்னு மயக்கமா விழுந்துட் டாங்க.'

'சோடா! சோடா!'

'ஹோட்டல்ல டாக்டர் இல்லையா?'

'காத்து விடுங்கப்பா. கும்பல் போடாதீங்க' அந்தப் பெண் உமாவின் மார்புப் புடைவையைச் சரி செய்தாள்.

'மயக்கம்தான்.'

'கண்ணு கொஞ்சம் திறக்குதே?'

'தண்ணி கொண்டாங்க முதல்ல.'

உமா கண் திறந்தாள். 'ஏம்மா, என்னம்மா பண்ணுது உனக்கு?'

உமாவின் உள்ளுக்குள் ரத்த ரத்தத் திட்டுக்கள் நீந்தின. நூறு வாக்கியங்கள் பேசி அவர்களை அவசரப்படுத்த வேண்டும் போல இச்சை இருந்தது. எதற்கோ அழவேண்டும் போல் இருந்தது. ஏதோ தந்தியடிக்க வேண்டும்! எங்கோ ஓடவேண்டும். எழுந்திருக்க முடியவில்லை. பேச நினைத்து, முடியவில்லை. 'அங்க! அங்க! ரூம்ல! ரூம்ல! என்... என்... பாப்ஜி பாப்ஜி?...'

'என்னம்மா வேணும்? இந்தா தண்ணி சாப்பிடு.'

'பாப்ஜி ரத்தம்!'

'இந்தப் பொண்ணை யாருக்காவது தெரியுமா?'

'வெயிட் எ மினிட், இவங்க ஏதோ ரூம்ல இருந்தாங்கன்னு நினைக்கிறேன். ஹியர் இஸ் த டாக்டர்.'

'என்னப்பா விஷயம்? ஒதுங்குங்க...' ஹோட்டல் டாக்டர் குனிந்து உட்கார்ந்து அவளை நாடி பிடித்துப் பார்த்தார்.

'ஐ திங் ஷி இஸ் ப்ரெக்னன்ட் டாக்டர்' என்றாள் உதவிக்கு வந்த பெண்.

'லெட் மீ ஸீ.'

'ரூம் நம்பர்? ஒரு நிமிஷம்...'

'நத்திங் ராங் வித் ஹர்! இந்தப் பெண்கூட யாரும் இல்லையா?'

தாலி தொங்குவதைப் பார்த்து, 'ஹஸ்பண்டு இருக்காங்க போலிருக்கே.'

'ஆ! இப்ப ஞாபகம் வந்தது. இவங்க 424-ல் புக் ஆகியிருக்காங்க!'

'யாராவது அந்த ரூமுக்குப் போய் இந்தம்மா புருஷன் இருந்தா கையோட கூட்டிவாங்க.'

நான்காவது மாடியை பிளாஸ்டிக் பக்கெட்டுடன் ஒருத்தன் பாடிக்கொண்டே தரையைத் துடைத்துக்கொண்டே 424-ம் எண் அறைக்கு வரும்போது அவன் நனைத்த துணியின் விசிறலில் கதவோரத்தில் இருந்த ரத்தக் கறை சற்றே அம்பலப்பட்டது. புருஷனைக் கையோடு கூட்டிவர வந்தவன், கதவருகில் நின்று அழைப்பு மணியின் பொத்தானை அழுத்திவிட்டு, கீழே

துடைத்துக்கொண்டிருந்தவனுடன், 'என்னம்மா? பிக்சர் பாத்தியா?' என்றான்.

'எங்க? நாளைக்குத்தான் மாட்டினி போகலாம்னு இருக்கேன். நீ பாத்துட்டியா.'

'ஓ! முதல் ஷோ.'

'படம் எப்படி?'

'பரவாயில்லை. ஒரு தபா பாக்கலாம். என்னது?' மறுபடி மணி யடித்தான்.

'உள்ளே ஒருத்தரும் இல்லை போல இருக்கு.'

'அதுதானே!' என்று அந்தக் கதவைத் திறக்க முயற்சிக்காமல் மறுபடியும் லிஃப்ட்டுக்குக் கீழிறிங்கி 'ரூம்ல ஒருத்தரும் இல்லிங்க' என்றான்.

உமா இப்போது ஒரு சோபாவில் உட்கார வைக்கப்பட் டிருந்தாள். பாப்ஜி பாப்ஜி என்றுதான் ஸ்மரித்துக் கொண் டிருந்தாள்.

'என்ன சொல்றாங்க? ஏம்மா, உங்க ஹஸ்பண்டு எங்க போயிருக் காரம்மா?'

'என் கணவன்! என் கணவன்!' என்று அழ ஆரம்பித்தாள்.

'விட்டுட்டுப் போயிட்டாரா?'

உமா தன் தாலியைப் பார்த்துக்கொண்டு அதைத் தேர்ந்தெடுத்து 'அய்யோ' என்றாள். என்னவோ சண்டை போலிருக்கிறது என்று ஒரு முட்டாள் அனுதாபித்தான். உமா தண்ணீர் அருந்தினாள். 'போலீஸ்! போலீஸ் கூப்பிடுங்க.'

இதற்குள் ரிசப்ஷன் ஆசாமி போர்டில் சாவி இல்லாததைப் பார்த்து 'டேய்! என்னடா பார்த்திருக்கே. சாவி எடுத்துட்டுப் போயிருக்கு. ஆள் இருக்காங்க!'

'கதவைத் தட்டினேங்க, சத்தமே இல்லை.'

'ஆள் தூங்கிட்டு இருக்கானோ என்னவோ!'

'நீங்கதான் போய்ப் பார்த்துட்டு வாங்களேன்?'

இப்போது தரை துடைப்பவன் உறைந்திருந்த ரத்தக் கறையைக் கவனித்துவிட்டான். கொஞ்சம் தயக்கத்துடன் 'சார்' என்று கதவைத் தட்டினான். கதவின் குமிழை முயன்று பார்த்தான். திறந்துகொள்ள, உள்ளே 'சார்' என்று சொல்லிக்கொண்டே எட்டிப் பார்த்தான். அதே சமயத்தில் ரிசப்ஷன் ஆசாமியும் வந்துவிட 'என்னய்யா, உள்ள ஆள் இருக்காரா இல்லையா?'

'கீள படுத்திருக்கார்.'

'சார்' என்று அருகே செல்ல...

மணி சரியாக ஒன்று ஐந்து.

'சீக்கிரம்! வாங்க! உடல், உடம்பு, பாடி, ரத்தம்!' என்று வெளியே ஓடினான். 'ஓ, மை காட்! போலீஸ்! டெலிபோன்! ரத்தம்!'

இன்ஸ்பெக்டர் மாதவராவ்தான் முதலில் வந்தார். 100 எண்ணுக்கு போன் கிடைத்து, கண்ட்ரோல் ரூமிலிருந்து செய்தி அனுப்பப்பட்டு வி.எச்.எஃப். ரேடியோ மூலம் தொடர்பு கொண்டு உடனே அனுப்பப்பட்ட ஜீப்பில் வந்து இறங்கினார்.

நேராக நடந்து 'எங்க?' என்றார்.

'நாலாவது மாடியில சார். இவங்கதான் ஒய்ஃப்.'

மாதவராவ் பிரமித்துப் பார்த்துக்கொண்டிருந்த உமாவை ஒரு கணம் நோக்கிவிட்டு, 'முதல்ல அங்க போகலாம். லிஃப்ட் வேலை செய்யுதா?'

காத்திருந்த லிஃப்டில் கான்ஸ்டபிள்களுடன் மேலே சென்று வேகமாக நடந்தார். ஒரு முறை தன் கைக்கடிகாரத்தைப் பார்த்துக் கொண்டார். 1:37.

'இந்த ரூம்தானா?'

'ஆமா சார்.'

'முதல்ல எல்லோரும் விலகறீங்களா! நீங்க போய் உங்க ரிஜிஸ் டரைக் கொண்டு வாங்க.' கதவைத் திறந்தார். மிக ஜாக்கிரதை யாக, ஏதேனும் காலடிச் சுவடுகள் இருந்தால் கலைந்து

விடாதபடி, உள்ளே சென்றார். 'ஒருத்தரும் வரவேண்டாம்.' ஒரு ஓரத்தில் நின்றுகொண்டு அறையை நிதானமாகப் பார்த்தார்.

'இந்த ஆள் யாருன்னு தெரியுமில்லே?'

'தெரியும் சார்! பேரு கிருஷ்ணமூர்த்தி. ஹோட்டல்ல தங்க வந்தவர்.'

'திம்மப்பா! நீங்க உடனே ஸ்டேஷனுக்கு போன் பண்ணி ஒரு ஒன் ஃபார்ட்டி டூ ஏ ஃபில் அப் பண்ணி இன்க்வெஸ்ட்டுக்கு ஏற்பாடு பண்ணச் சொல்லுங்க. அப்புறம் சி.ஓ.டீக்கு சொல்லி போட்டோ எடுக்கணும். அதுவரைக்கும் டிஸ்டர்ப் பண்ணாம காத்திருக்காங் கன்னு வரச் சொல்லுங்க. மறுபடியும் கூட்டம் போடறீங்களே! யோவ், கோர்ட்டுக்கு வரயா சாட்சி சொல்ல?' கூட்டம் விலகியது.

மாதவராவ் கண்ணாடியைப் பார்த்தார். மாயா.

'சம்சாரம் பேர் என்னங்க?'

'தெரியாது சார். மிஸ்டர் அண்ட் மிஸஸ்னுதான் புக் பண்ணி இருக்காங்க.'

'யாராவது போய் அந்தம்மா பேர் விசாரிச்சுட்டு வாங்க.'

'கூட்டி வரலாங்களா?'

'வேண்டாம்! அங்கேயே இருக்கட்டும். முதல்ல பார்த்தது யாரு?'

'அந்தப் பொண்ணுதான் பார்த்திருக்குபோல இருக்குங்க. கீழே ஓடிவந்தது. மயக்கம் போட்டு விழுந்திட்டுது. என்னன்னு கேட்டா சொல்லத் தெரியலை. அப்புறம் உடனே நான் வந்து பார்த்தா...'

மாதவராவ் மறுபடி எச்சரிக்கையாக உள்ளே நுழைந்து கீழே பார்த்தார். நிச்சயமாக மூர்த்தி இறந்திருந்தான். பாத்ரூமைக் கை கட்டிக்கொண்டு எட்டிப் பார்த்தார். சுவரிலிருந்த ரத்தக் கறையைப் பார்த்தார். அந்தக் கண்ணாடியை உன்னிப்பாகப் பார்த்தார். மூர்த்தியைப் பார்த்தார்.

உடல் படுக்கையிலிருந்து சரிந்ததுபோல் இருக்கிறது. தொட்டால் முழுவதுமாக தரையில் சரிந்துவிடும். காயங்கள் நிறைய, பிரதானமாக கழுத்தில் வெட்டு, மார்பில் ரத்தவிரிப்பு,

மீண்டும் மீண்டும் கத்தி கொண்டு குத்தினது போல மொத்தம் பத்து காயங்களாவது இருக்கும் போலத் தெரிந்தது. உடலைப் புரட்டினால் இன்னும் கிடைக்கலாம். ஊமைக்காயங்கள் வேறு. காதோரத்தில் ரத்தம், வாயில் ரத்த உறைவு, இரண்டு மணி நேரமாவது இருக்கும். இவ்வளவு நேரம் என்ன செய்தார்கள்? தலை கலைந்திருக்கிறது. சமீபத்தில் முடி வெட்டிக் கொண்டதாகத் தெரியவில்லை. காலையில் ஷேவ் பண்ணவில்லை என்று தெரிகிறது. சின்ன வயசில் காது குத்தியிருக்க வேண்டும். படுக்கையில் கிடந்த கையின் மணிக்கட்டில் மஞ்சள் கயிறு, விரலில் புதிய மோதிரம். பர்ஸ் இருக்கிறதா என்று பார்க்க வேண்டும். ஏறக்குறைய ஐந்தடி எட்டு அங்குலம் உயரம் இருப்பான் என்று தோன்றுகிறது. திறந்த வாயில் சீரான பல்வரிசை. வாய் திறந்திருந்த விதம் கொஞ்சம் விநோதமாக இருந்தது. என்னவோ சொல்ல வந்து, பாதியில் நிறுத்திவிட்டதுபோல.

கோர் ஆஃப் டிட்டெக்ட்டிவ்ஸிலிருந்து நீலநிற வண்டி வந்து நின்றது. பெட்டிகளுடன் கேமராவுடனும் நால்வர் மாடிப்படியை நோக்கிச் செல்ல உமாவைச் சுற்றிலும் சிலர் மௌனமாக வேடிக்கை பார்த்துக்கொண்டிருந்தார்கள். முடிச்சு முடிச்சாகப் பேசிக்கொண்டிருந்தார்கள். வெள்ளை உடை சிப்பந்திகள் கடமைகளைத் துறந்து மாடிக்குப் போக ஆவலாக இருந்தார்கள். உமா அப்படியே எதையும் நோக்காமல் உட்கார்ந்திருந்தாள். அவள் தலை கலைந்திருந்தது. மூக்கில் நீர் ஒழுகியது.

‘நாலாவது மாடி! போங்க.’

‘நீ பாத்தியாடா?’

‘இல்லை, நம்ம சோமு பார்த்துட்டான். ரெண்டு நாளைக்கு சோறு வேண்டியிருக்காது.’

போட்டோக்காரர்கள் மேலே சென்றார்கள்.

‘போங்கப்பா! போங்கப்பா! வேலையைப் பாருங்க!’

‘நாய் வருமில்லை?’

‘மாடிக்கு எப்படிப் போகும்? மாடி பூரா சீல் பண்ணிட்டாங்க. ஒருத்தரும் தப்பிக்க முடியாது.’

நம்பர் என்ன, நம்பர் என்ன? மணி எங்கே இருக்கிறான்? அவன் ஆபீஸ்? அய்யோ, அப்பா கேட்டா துடிச்சுப் போயிடுவாரே! அம்மா? பாப்ஜி... பாப்ஜி...

உமா என்ன நினைப்பது, என்ன அழுவது, எப்படி அழுவது எங்கே செய்தி சொல்வது என ஒன்றும் புரியாமல் பரிதவித்திருந்தாள்.

இன்ஸ்பெக்டர் மாதவராவ் லிஃப்ட்டிலிருந்து வெளிப்பட்டு அவளருகே வந்தார்.

'மிஸஸ் மூர்த்தி?'

உமா நிமிர்ந்தாள்.

'ஏன் இங்கேயே உக்காண்டிருக்கிங்க. வாங்க போகலாம்!'

உமா இயந்திரம்போல அவரைப் பின்தொடர்ந்தாள்.

6

உமா போலீஸ் அதிகாரியின் பின் தன் நினைவோ குறிக்கோளோ இல்லாமல் நடந்தாள். அதிகமாக துக்கத்தின் மரப்பில் ஒரு ஓரத்தில் சிரிப்புகூட வந்தது, *'பாப்ஜி, பூப்ஜி' 'இதுக்கு அறுநூறு அதுக்கு அறுநூறு!'*

ரிசப்ஷனுக்கு அருகே இருந்த அறைக்கு அழைத்துச் செல்லப்பட்டாள். அறை வாசலில் யாரோ கேமராக்களுடன் நின்றுகொண்டிருந்தார்கள். 'இப்ப பிரஸ்ஸுக்கு ஒண்ணும் இல்லிங்க. ப்ளீஸ் தொந்தரவு செய்யாதீங்க! நீங்க வாங்கம்மா... ஃபேனைப் போடுய்யா கொஞ்சம். மிஸஸ் மூர்த்தி! உக்காருங்க. ஜஸ்ட் ரிலாக்ஸ்!'

உட்கார்ந்த உடனே அழ ஆரம்பித்தாள். ஒவ்வொரு முறையும் இடம் மாறும்போதுகூட புதியதொரு துக்க அலை தாக்க இன்னொரு பாட்டம் அழ வேண்டும் போல் இருந்தது! இரண்டு கைகளாலும் தலையைப் பிடித்துக்கொண்டு தன்னுள் இருந்து கொண்டு வெளிவர மறுக்கும் துக்க கோளத்தைத் துப்ப வேண்டும்போல்.

'மிஸஸ் மூர்த்தி! ப்ளீஸ், கொஞ்சம் கண்ட்ரோல் பண்ணிக்கங்க. உங்களைத் தேவைக்கு அதிகமாக இந்தச் சமயத்தில் தொந்தரவு செய்ய விரும்பவில்லை நாங்க. மினிமம் க்வஸ்சன்ஸ், இதைப்

பத்தி. நடந்த இந்தச் சம்பவத்தைப் பத்தி உங்க உறவுக்காரங்களுக்குத் தெரிவிக்கணும் இல்லையா?'

'அம்மா! அப்பா!' என்றாள்.

'விலாசம் சொல்லுங்க.'

யோசித்து யோசித்துப் பேசினாள்.

'அப்பா பேரு ராமச்சந்திரன். இருக்கிற இடம்...' மெல்ல மெல்லச் சொன்னாள்.

'டெலிபோன் இருக்கா?'

'பக்கத்து வீட்டில.'

'நம்பர் சொல்லுங்க.'

'தெரியாது.'

'பரவாயில்லை. நாங்க மெஸேஜ் கொடுத்து அவங்க சாயங்கால ப்ளைட்டுக்குள் வரும்படியா ஏற்பாடு பண்ணிடறோம். பங்களூர்ல தெரிஞ்சவங்க இருக்காங்களா?'

'மணி'

'மணி யாரு?'

'மணி.'

'மணி எங்க இருக்காரு?'

'வந்திருக்கான். கம்பெனி பேரு நார்த்... என்னவோ வரும்?'

'பரவாயில்லை! அப்பறம் பார்த்துக்கலாம் மிஸஸ் மூர்த்தி. உங்க பேரு என்ன!'

'உமா!'

'மாயான்னு யாரையும் தெரியுமா?'

'மாயா?'

'ஓ.கே. உமா! நீங்க கணவரை வந்து அடையாளம் காட்டக்கூடிய நிலையில் இருக்கிங்களா?'

'எங்க?'

'மாடிக்குத்தான்! அங்க பிரிண்ட்ஸ் எடுத்திட்டிருக்காங்க. ஜஸ்ட் முகத்தைப் பார்த்து அடையாளம் காட்டிட்டாப் போதும்.'

'அங்க வரமாட்டேன்.'

'மாதவராவுக்கு அருகே இருந்த இன்ஸ்பெக்டர் 'லெட்ஸ் வெய்ட்' என்றார்.

யார் இவர்கள்? என்ன கேட்கிறார்கள்?

டாக்டர், 'இந்த மாத்திரையைக் கொஞ்சம் சாப்பிடம்மா?' என்று கொடுக்க அதை வாங்கி உடனே சாப்பிட்டாள்.

'என்ன, மாத்திரை?' என்றார் மாதவராவ்.

'டிராங்க்விலைஸர்.'

'மணிகிட்ட சொல்லிட்டிங்களா?'

'கம்பெனி பேர் சரியாத் தெரியணும்மா.'

'நார்த்... நார்த்...'

'மணி யாருன்னு கொஞ்சம் சொல்லுங்க...'

'மணி.'

டாக்டர், 'நீங்க உடனே மெட்ராஸுக்குத் தகவல் கொடுத்து அவங்க பேரண்ட்ஸைப் பிடிங்க. கால் மணில அவங்க கூடப் பேசிடலாம். இவங்க டிரவ்மால இருக்காங்க.'

உமா தன்னைச் சுற்றிலும் நடப்பதில் கவனமே இன்றி உட்கார்ந் திருந்தாள்.

'கான்ஸ்டபிள்! பாத்துக்குங்கய்யா!' - மாதவராவ் புறப்பட்டார்.

மறுபடி நான்காவது மாடியின் அந்த அறைக்கு வந்தபோது லாப் ஆசாமிகள் சுறுசுறுப்பாக அறையைத் திட்டவட்டமாக ஆராய்ந்து கொண்டிருந்தார்கள். இன்ஸ்பெக்டர் கோபிநாத்தைப் பார்த்ததும் மாதவராவ், 'ஹலோ, நீங்க வந்திருக்கிங்களா! எப்படிப் போய்க்கிட்டிருக்கு இன்வெஸ்டிகேஷன்?'

‘நிறைய லேட்டன்ட் பிரிண்ட்ஸ். நிலைக் கண்ணாடில வி பிக் அப் ய பியூட்டி!’

அங்கிருந்து சேகரித்த சின்னச் சின்ன பாக்கெட்டுகளை ஒருவர் வரிசைப்படுத்திக்கொண்டிருந்தார்.

‘எல்லாத்துக்கும் டாக் போடணும். மிக்ஸ் பண்ணிடாதீங்க.’

‘போஸ்ட்மார்ட்டம் எப்ப அனுப்பலாம்?’

‘இதோ அரை மணில! நீங்க விசாரிக்க ஆரம்பிச்சுட்டிங்களா?’

‘ஆரம்பிச்சுட்டேன். முதல்ல ரிஜிஸ்டரைக் கேட்டிருக்கேன்.’

‘யாராவது புது ஆள் நடமாட்டம்?’

‘தெரியலை, இன்னம் தெரியலை. ஏரியாவை லேசா கவர் பண்ணி வெச்சிருக்கேன். வந்த உடனே செய்துட்டேன். கொஞ்சம் சந்தே கத்துக்கு இடமா யாராவது உலாத்தினாங்கன்னா இண்டராகேட் பண்ண... என்ன, ஏதாவது தெரியுதா.’

‘நிறைய தடயங்கள்.’ இருவரும் இயல்பாக அந்தக் கண்ணாடி யைப் பார்த்தார்கள்.

மாயா... அந்தக் கிறுக்கலில் அவசரம் இருந்தது. எம். எழுத்து சற்று குறைக்கப்பட்டு ஒவ்வொரு எழுத்தும் பெரிசு பெரிசாக... ‘என்னை நினைக்கிறீர்கள்?’

‘இதிலிருந்து எதுவும் சொல்ல முடியாது. ஆனால் இறந்திருக்கிற விதம்! அப்பா எத்தனை குத்துக் காயங்கள், எத்தனை அடி, கழுத்து இறுக்கம். மூன்று பேரைக் கொல்வதற்கான ஆத்திரம் இந்தச் செயலில் தெரிகிறது. இந்த ஆளை இவ்வளவு தூரம் வெறுப்பவன் யார்? அதை முதலில் கண்டுபிடியுங்கள்.’ மூர்த்தியின் ரத்தம் தோய்ந்த சட்டையிலிருந்து சாம்பிள் எடுத்துக் கொண்டிருந்தவரிடம் இன்ஸ்பெக்டர் கோபிநாத் சென்று ‘கொஞ்சம் எடுத்துக்க போதும். கட்டி தட்டி ஸ்டிஃபா இருக் கிறதா எடுத்துக்க. ஒரு கிரெய்ன் போதும். ஃபில்டர் பேப்பர்ல க்வார்ட்டர் சிசி ரத்தக் கட்டி எடுத்துக்க. அப்புறம் ஸீரம் ஸாம்பிள் கிடைக்குமா?’

‘சந்தேகம் சார்.’

'அப்ப ஒரு காரியம் பண்ணு. ஒரு துளி தனியா எடுத்துக்கிட்டு காய வை. இத பாரு. சுவத்தில் ரத்தம் தெரியுது. இதை அப்படியே சுரண்டி எடு. கூடவே கொஞ்சம் காரையையும் எடுத்துக்க. இல்லைன்னா ப்ரஸிப்பிட்டின் டெஸ்ட் சரியா வராது.'

'பிரிண்ட்ஸ் ஏதாவது லிஃப்ட் பண்ணப் போறிங்களா?' என்று மாதவராவ் கேட்டார்.

'நிறைய எடுக்கப் போறோம். நீங்க சீக்கிரம் பஞ்சாயத்தைக் கூட்டி வாங்க.'

'ஓட்டல் மேனேஜர் எங்க? அவரைக் கொஞ்சம் அழைச்சுட்டு வாங்க.'

'படுக்கைக்கு அடியில் கத்தி கிடைச்சுது சார்.'

'ஏகப்பட்ட பிரிண்ட் இருக்கும்! அப்படியே டிஸ்டர்ப் பண்ணாம பேக் பண்ணுங்க. கிளாஸ் டம்ளர் எல்லாத்தையும் பாத்துருங்க. வாசக் கதவடியில ரத்தம் பாருங்க, அதையும் சாம்பிள் எடுத் துருங்க.'

அறையை வரி வரியாகப் படித்தார்கள்.

'ஃபோலியன் பேப்பர் கொண்டுவந்திருக்கிங்களா?'

'சார்! பாடியை மூடிடலாமா?'

'போஸ்ட்மார்ட்டம் ரெக்வெஸ்ட்ல பிளட் குரூப் சாம்பிளிங்கைத் தவறாமக் கேட்டு வைங்க. சில சமயம் விட்டுப் போயிருது.'

'ஃபுட் பிரிண்ட்ஸ் கூட இருக்குது. அப்படி ஒண்ணும் தடயங்களை மறைக்க முயற்சி பண்ணினாப்பல தெரியலை நம்ம மாயா?'

'அல்லது மயா!'

'ஐப்ரோ பென்சில்லதான் எழுதிருக்கான் இல்ல?'

'ஆமா! இந்தக் கேள்வியை சரியாக் கேக்கணும்னா, ஐப்ரோ பென்சில் உபயோகப்படுத்தப்பட்டிருக்கு, இல்ல?'

'பொம்பளை செஞ்ச காரியமா இருக்குமா இது?'

'நீங்க ஷாரன் டேட் கேஸ் படிச்சிருப்பீங்க?'

'அது அமெரிக்கா! அந்தப் பொம்பளைங்க வேறமாதிரி.'

'மாதவராவ்! நாம கேஸ்ல ரொம்ப ஆரம்பத்தில இருக்கோம். இப்பவே உலக ஜனத்தொகையில பாதிப்பேரை சௌகரியமா எலிமினேட் பண்ண விரும்பறிங்க நீங்க. நான் சொல்றது 'இல்லை! இன்னும் இல்லை!' என்னய்யா. மேனேஜர் வந்தாரா?'

போலீஸின் திறமையான ஆனால் மிக மிக மெதுவான இயந்திரம் இயங்க ஆரம்பித்தது.

ஹோட்டல் மேனேஜர் மற்றும் தங்குபவர்களிலிருந்து தேர்ந்தெடுக்கப்பட்ட மூவரின் முன்னிலையில் அந்த அறையில் தெரிந்த, மற்றும் பொதிந்திருந்த கைரேகை அடையாளங்கள் எடுக்கப்பட்டன. கண்ணாடி டம்ளர்கள் பிளைவுட் பலகையில் ஆணியடித்து அதில் பொருந்துமாறு கவனமாகக் கவிழ்க்கப்பட்டன. மனுக்கள் நிரப்பப்பட்டன.

மூர்த்தி இப்போது நிறம் மாறிவிட்டான். 'அந்தம்மாவைக் கூட்டிட்டு ஒரு தடவை ஐடெண்டிஃபை செய்துர்றது நல்லது. உடலை முழுக்க மூடிடாதிங்க.'

'கொஞ்சம் தெளிஞ்சிருப்பாங்கன்னு நினைக்கிறேன்.'

'மேனேஜர் சார்! டிரங்க்கால் ஏதாவது வந்ததா?'

'எதிர்பார்த்துக்கிட்டிருக்கோம் சார். போஸ்ட் ஆபீஸ்ல ஆளைக் கூட்டிவரச் சொல்லியிருக்கோம். வந்தா உடனே அடுத்த ரூம். 425-ல் குடுக்கச் சொல்லியிருக்கோம்.'

'இந்தக் கதவுக் குமிழ்லயும் பார்த்துருங்க தனராஜ்.'

உமா திடீர் என்று தீர்மானித்தாள். 'என்னம்மா' என்றாள் அவள் அருகில் இருந்த பெண்.

'நான் போறேன். என் பாப்ஜியைப் பார்க்கணும். நான் போறேன்.'

'அவங்க கூப்பிடுவாங்கம்மா.'

'இல்லை. நான் மூஞ்சியைப் பார்க்கணும். போகணும். மறந்துரும், மறந்துரும்!'

உமா பொம்மைத்தனமாகச் சற்று வேகமாக மாடிப் படியை அடைய, அதே சமயம் மாதவராவ் அங்கு வந்துவிட்டார். 'எங்க போறீங்க?'

'மாடிக்கு.'

'நான் அழைச்சுட்டுப் போறேன். வாங்க.'

தடுமாறித் தடுமாறி நடந்து வந்தாள். அதே 424 கதவருகே.

-'ஒண்ணு நீங்க திறக்கணும்! இல்லை நான்! இப்படி திறக்கறதுக் குள்ள... அய்யோ என்னது விஷமம்.'

நெருங்கினாள்.

'ஒதுங்குய்யா, ஒதுங்குய்யா.'

பிரமித்து நின்றாள். மூர்த்தியைக் கிடத்தியிருந்தார்கள். கழுத்து வரை துணி மூடியிருந்தது. காது ரத்தத்துடன் மயிர்க்கற்றை ஒட்டியிருந்தது. வாய் திறந்து கண்கள் பார்வையற்று நோக்கின.

'உமா, லெட் மி மேக் இட் ஷார்ட். இதுதானே உன் கணவன்?'

உமா தலையசைத்தாள். 'எதுக்காகக் கொன்னா? எதுக்காகக் காயம்? எதுக்காக ரத்தம்? என்ன செஞ்சார்? என்ன செஞ்சார்? எதுக்காக, எதுக்காக சொல்லுங்கோ?'

'வி வில் ஃபைண்ட் அவுட் உமா.'

உமா அவன் அருகில் உட்கார்ந்தாள். மிக மெதுவாகத் தன் கையை நீட்டி மூர்த்தியின் கன்னத்தில் வைத்து 'பாப்ஜி! பாப்ஜி' என்று கூப்பிட்டாள். கன்னத்தில் லேசாகத் தட்டினாள். அதற் கேற்பத் தலை அசைந்தது. 'ஏன், பாப்ஜி, அது யாரு பாப்ஜி?'

'உமா எழுந்திருங்க.'

உமா நிமிர்ந்து, எதற்காக என்னைக் கூப்பிடுகிறாய் என்பது போலப் பார்த்தாள்.

'சார்! மெட்ராஸ் கால். மிஸ்டர் ராமச்சந்திரன்.'

'உமா, உங்கப்பாகூடப் பேசறியா?'

உமா எழுந்திருந்தாள்.

அடுத்த அறைக்குச் சென்று டெலிபோனைக் காதில் வாங்கி,

'உமா! நான்தான் அப்பா பேசறேன்.'

'என்னம்மா ஆச்சு?'

'அப்பா! அப்பா!' விசித்து அழுதாள்.

'பாரு உமா, நான் சாயங்காலம் ஏழு மணிக்குள்ள அங்க வந்துர்றேன். அங்கயே அப்படியே இரும்மா. உமா, என் கண்ணில்ல! கொஞ்சம் தைரியமா இரு. நான் ஓடி வந்துர்றேன். மணிக்கு போன் பண்ணியிருக்கேன். அவன் உடனே அங்க வந்துருவான். உமா என் கண்ணே, நாங்க எல்லாரும் உனக்கு இருக்கோம். நடந்தது ஒரு சொப்பனம் மாதிரி நினைச்சுக்கோ. துர் சொப்பனம். ஹோட்டல் மேனேஜர் சொன்னான். விஷயம் தெரிஞ்சது. நாங்க ஓடிவந்துடறோம். கண்ணே, இதோ இந்த க்ஷணமே வரோம்.'

'அப்பா, அப்பா, ஏன்ப்பா? ஏன்? ஏன்?'

'என்னத்தைச் சொல்றதும்மா? விதி! நம்ம தலைவிதி, அவன் விதி!'

'ஜாதகம் எல்லாம் பார்த்தாங்களேப்பா. பொருத்தம் எல்லாம் பாத்தாங்களேப்பா.' மூக்கை முழங்கையால் துடைத்துக்கொண்டு அழுதுகொண்டே தொடர்ந்தாள். 'நூறு பெரியவா தீர்க்க சுமங்கலியா இருன்னு ஆசீர்வாதம் பண்ணிங்களே. எதுக்குப்பா இவ்வளவு செலவழிச்சே! ரெண்டு நாளில் பெங்களூருக்கு வந்து இருக்கிற ரத்தத்தையெல்லாம் கொட்டறதுக்கா? மார் பூரா ரத்தம்ப்பா! கழுத்தில, காதில, ஏன்ப்பா? ஏன்?'

உமா அப்படியே தரையில் உட்கார்ந்துகொண்டு அந்த டெலிபோனை தன் தந்தையாகக் கொண்டு அதைக் கட்டிக்கொண்டு 'அப்பா, அப்பா' என்று அழுதாள்.

டெலிபோன் நழுவி விழுந்தது. மாதவராவ் அதை எடுத்து, 'மிஸ்டர் ராமச்சந்திரன், எப்ப வரீங்க?'

'ஃப்ளைட்டில் சாயங்காலம் வந்துர்றேன் சார். ப்ளீஸ் டெக் கேர் ஆஃப் மை டாட்டர்.'

‘அஃப் கோர்ஸ்! பையனோட பேரண்ட்ஸ்க்கு தகவல் சொல்லிட் டிங்களா?’

‘சொல்லிட்டேன் சார். என் பிரதர்-இன்-லா மணின்னு நார்த் ஸைட் இண்டஸ்ரிஸ்ல ஆடிட்டுக்கு வந்திருக்கான். அவனுக்கும் தகவல் சொல்லிருக்கேன். அவன் வந்துட்டா அவளைப் பார்த் துப்பான். என்ன சார் ஆச்சு?’

‘அதைத்தான் கண்டுபிடிச்சுக்கிட்டிருக்கோம்.’

‘பெயர். வி. கிருஷ்ணமூர்த்தி. வயது சுமார் 26, உயரம்...’ கர் நாடக மாநில போலீஸ் பாரம் நம்பர் 14-ல் நிரப்பப்பட்ட எழுத்து களாக மாறினான் மூர்த்தி.

மாலைக்குள் அவன் உடல் விக்டோரியா ஆஸ்பத்திரிக்குக் கொண்டுசெல்லப்பட்டு மெடிக்கல் ஆபீஸர் அதைத் தொட்டுப் பார்க்கப் போகிறார். துணிகள் அனைத்தையும் விலக்கி அவன் காயங்களை ஒவ்வொன்றாகக் கணக்கெடுத்துக் குறிப்பிடப் போகிறார். எலும்பு முறிவுகளைத் தேடப் போகிறார். கண் இரப்பைகளை விலக்கி பாப்பாக்களின் திறப்பை அளவிடப் போகிறார். மண்டையின் மேற்பாதியை ரம்பம் கொண்டு அறுத்துத் திறக்கப் போகிறார். கீழுதட்டிலிருந்து தொடங்கி அடி வயிறு வரை கத்திக்கீறல் செய்து கவனமாக அவன் உடலைப் பிரிக்கப் போகிறார்.

மூர்த்தியின் மூடிய உடல் ஸ்ட்ரெச்சரில் வைத்து எடுத்துச் செல்லப்பட்டபோது மணி வந்தான்.

7

மணி பிரமிப்புடன் கனவில் நடப்பவன் போல், செலுத்தப்பட்டவன் போல், உமாவை நோக்கி வந்து, 'என்ன ஆச்சு உமா?' என்றான்.

முதல் முறையாக ஒரு பரிச்சய முகத்தைப் பார்த்ததும் உமா மிச்சமிருந்த துக்கம் அனைத்தையும் கண்ணீராக்க வேண்டும் போல் அவசரத்தில் பெரிதாக அழுதாள். 'மணி வந்து பாரு! பாரு! என்ன ஆயிருக்கு பாரு. எத்தனை ரத்தம்? பாரு! எப்படி அடிச்சுப் போட்டிருக்கா பாரு? எப்படிப் படுத்துண்டிருக்கார் பாரு! நம்மாத்து மாப்பிள்ளை. எதுக்காக மணி? எதுக்காக இந்த வதம்? எதுக்காக மணி? புரியவே இல்லயே! சொல்லுப்பா சொல்லு. இதப் பார், மூடி வெச்சிருக்கா. சார், திறந்து காட்டுங்கோ. மணி பார்க்கட்டும். திறங்கோ, திறங்கோ!' என்று அடித்தொண்டையில் வெறித்தனமாகக் கத்தினாள்.

'மணி, நீங்க இவங்களுக்கு உறவா?'

'ஆமா சார், நான் இவளுக்கு மாமா.' மணி கீழே பார்த்தான். 'அடப்பாவி! அடப்பாவி!' மணி முகத்தை விகாரப்படுத்திக் கொண்டு நின்றவாக்கிலேயே அழுதான்.

'மணி, கேன் யு டேக் கேர் ஆஃப் ஹர்?'

'நிச்சயம் சார்! என்ன சார் ஆச்சு?' என்றான் விசும்பல்களுக்கு இடையில்.

'புஸ்தகம் பாக்கலாம்னு அரைமணி போயிருந்தேண்டா, அதுக் குள்ள, அதுக்குள்ள...'

'உமா சும்மா இரு! பயப்படாதே உமா. நான் வந்துட்டேன். நான் பாத்துக்கறேன். நான் இனிமே பாத்துக்கிறேன். நீ இனிமே இங்க இருக்கக் கூடாது. எங்கூட வந்துடு உமி. என்கூட வா. சார், நான் இவளை அழைச்சுட்டுப் போயிடறேன்.'

'ரிலேட்டிவ்ஸ் வந்தா, அவங்களை அழைச்சுட்டு விக்டோரியா ஆஸ்பிட்டல் வாங்க. நாங்க அங்க எடுத்துட்டுப் போறோம். இன்க்வெஸ்ட் நடத்திட்டு போஸ்ட்மார்ட்டம் பண்ணப் போறோம்.'

'சார், கமிஷனர் வரார்.'

உயர் போலீஸ் அதிகாரி வர, அங்கிருந்த அதிகாரிகள் அனை வரும் சுறுசுறுப்பாக, 'ஒதுங்கப்பா, என்ன வேடிக்கை?'

'உமா வா!'

மணியைப் பின்பற்றித் தள்ளிப்போய் காரிடாரில் நின்றாள். போலீஸ் அதிகாரிகள் அறையை மொய்த்தார்கள். உமா சுற்றுப் புறத்தைப் பார்க்காமல் அந்த இடத்தில் தரையில் உட்கார்ந்தாள்.

'என்ன பண்றதும்மா, தலை சுத்தறதா?'

'இல்லை' என்று தலையசைத்து அழுகையைத் தொடர்ந்தாள்.

'வா உமா! எழுந்திரு. கீழ போய்டலாம். இந்தப் பாழாப் போற ஓட்டல் வேண்டாம். இந்த இடமே வேண்டாம். இந்த ஊரே வேண்டாம்.'

'மணி, பாத்தியா? சரியாப் பாத்தியா?'

'அதைப் பத்திப் பேசாதே.'

உள்பக்கத்திலிருந்து குரல்கள் கேட்டன.

'மாதவராவ், நீங்க எதுக்கும் சி.ஓ.டி.க்கு ஒரு ரெக்விஸிஷனுக்கு ஏற்பாடு செய்யச் சொல்லிடுங்க. ஏகப்பட்ட க்ளூ இருக்கு. ஃபுட் பிரிண்ட்ஸ் பாருங்க. கிளியரா இருக்குது.'

'ஆமா சார்.'

'மாயாவா? இது என்னது? யாராவது மாயான்னு தெரிஞ்ச பொம்பளைங்க இருக்காங்களா?'

'விசாரிக்கணும் சார்.'

'மார்ஃபாலாஜிக்கல் எக்ஸாம் பண்ணச் சொல்லிடுங்க. ஆள் எப்படி?'

'ஒரு கணவன்! அவ்வளவுதான் தெரியும் சார்.'

'நல்ல ஆரம்பம்! மனைவி பேர் என்ன?'

'உமா.'

'பிரிண்ட்ஸ் நிறையக் கிடைக்குதா?'

'ஆமா சார்.'

'பணம் எதாவது மிஸ்ஸிங்கா? பணம், நகை?'

'கேக்கணும் சார்.'

'இன்னும் கேக்கலியா?'

'ரொம்ப அழுதுக்கிட்டு இருக்காங்க. பதில் சொல்ற நிலையில் இல்லை.'

'இதெல்லாம் சூட்டோட சூடா முடிச்சுறணும். பத்து நாள் அழுதுகிட்டுத்தான் இருப்பாங்க. எங்க அவங்க? நான் பேசறேன்.'

'வெளியில இருக்காங்க.'

கமிஷனர் வெளியே வந்தார். அவருக்கு நாற்பத்து ஐந்து வயசிருக்கலாம். பார்த்த காட்சி அவரை எந்த விதத்திலும் பாதித்ததாகத் தெரியவில்லை. கூர்மையான கண்களால் சுற்றுப் பட்டவர்களைக் கவனித்துக்கொண்டே ஒரு வித அலட்சியத்துடன் உமாவை அணுகி மணியைச் சற்றுச் சந்தேகத்துடன் பார்த்து, 'ஏம்மா உக்காந்துட்டிங்க?' என்றார்.

உமா நிமிர்ந்து பார்த்தாள்.

'இவருதான் கமிஷனர்மா.'

எழுந்து நிற்க முயற்சித்தாள். 'பரவாயில்லை! அப்படியே இருங்க. ஐம் ஸாரி உமா. உங்களுக்கு இப்படி ஒரு ஷாக் கிடைச்சிருக்கு. அழாதீங்க. அழறதினால பிரயோசனம் இல்லை.'

'எதுக்காக சார்? எதுக்காக?'

'என்ன எதுக்காக?'

'எதுக்காக அவரைக் கொன்னாங்க?'

'கொன்னாங்கன்னா? நீங்க இது இரண்டு மூணுபேர் வேலையா இருக்கும்னு நினைக்கிறீங்களா?'

'எனக்கு ஒண்ணும் சொல்லத் தெரியலையே. எதுக்காக? எதுக்காக?'

'அதை நீங்கதாம்மா சொல்லணும். பணத்துக்காகவா, நகைக்காகவா, விரோதமா? நிறையப் பணம் வெச்சிருந்தீங்களாம்மா?'

'வழிச் செலவுக்கு வெச்சிருந்தோம். ஹனிமூன்!' சிரித்தாள்.

'எத்தனம்மா?'

'தெரியாது! பெட்டிலதான் வெச்சிருந்தார்.'

'பாத்துருங்க மாதவராவ். உங்க நகைகள் எல்லாம் ஒண்ணும் கொண்டுவரலையே?'

'உடம்பில் இருக்கிறதோடு சரி! அவருக்குத்தான் நகை போட்டாச்சு. பாப்ஜிக்கு ரத்தத்தில்!'

ஸ்ட்ரெச்சரில் அந்த உடல் மூடி எடுத்துச் செல்லப்படும்போது ஆடியது. அவள் எழுந்து 'நானும் போறேன். நானும் கூடப் போறேன்' என்றாள்.

'உமா, இதப் பாரம்மா. அப்பா அம்மா எல்லாரும் வருவா, சாயங்காலம் போகலாம்.'

'சார், இந்தக் கேள்வியை எல்லாம் கொஞ்ச நேரம் கழிச்சு வெச்சுக்கலாமா. ஷி இஸ் நாட் ஃபுல்லி ஹர்ஸல்ஃப்.'

'நீங்க யாரு?'

'என் பேர் மணி. நான் இவளுக்குச் சொந்த மாமா.'

கமிஷனர் சற்று யோசித்து 'சரி! அழைச்சுட்டுப் போங்க' என்று சொல்லிட்டு மறுபடி அந்த அறைக்குள் நுழைந்தார்.

'போறார் பாத்தியா மணி! போறார் பாத்தியா! இப்ப இவர் அப்பா அம்மா வந்து கேட்டா என்ன பதில் சொல்லுவேன்? 'ஏண்டி! எங்காத்துப் பையனை முழுசா உங்கூட அனுப்பி வெச்சேனே, என்னடி இப்படி ஆகும்படிப் பண்ணிட்டே, பாத்துக்கக் கூடாதா?'ன்னு கேட்டா என்ன பதில் சொல்லுவேன்? தூங்கிண்டிருந்தார்டா. டிஸ்டர்ப் பண்ணவேண்டாம்னு கீழ போய் புஸ்தகம் பாத்துட்டு வரலாம்னு போனேண்டா. அரை மணி அல்லது நாப்பது நிமிஷம். அதுக்குள்ள, அதுக்குள்ள...'

'அழாதே உமி. வா, இந்தப் பைத்தியக்கார இடத்தில் நாம இருக்க வேண்டாம். வேற எங்கயாவது போயிடலாம். வந்துரு.'

உமா உட்கார்ந்துகொண்டே இருக்க மணி அவளைத் தோளில் அணைத்து எழுந்திருக்க வைக்க முயற்சிக்க உமா இயல்பாக அவன் கையை அகற்றினாள். தானாக எழுந்திருந்து அவன் பின் நடந்தாள். 'எங்க போறது? எங்க எடுத்துண்டு போவா அவரை?'

'ஆஸ்பத்திரிக்குத்தான் வேற எங்க?'

'நாமளும் போலாம், வா மணி. இல்லாட்டா அவரைக் கிழிச்சுப் போட்டுடுவா, வா மணி.'

'போலாம், போலாம். எல்லாரும் வரட்டும். டெலிபோன்ல பேசினேன். ஃப்ளைட்ல வரா எல்லாரும்.'

'அவரைக் கிழிச்சுப் போட்டுருவா.'

'உமா, இப்ப அவர் முக்கியமில்லை! இறந்து போனவா முக்கிய மில்லை. இருக்கிறவாதான் முக்கியம்.' மெல்ல நடந்து வெளியே வந்து சற்று தூரத்தில் இருந்த ஒரு மரத்தடி ரெஸ்டாரண்டில் உட்கார்ந்துகொண்டு, 'காப்பி சாப்பிடறியா?'

'எனக்கு ஒண்ணும் வேண்டாம். வாந்தி வரும்போல இருக்கு.'

'மோர் எதாவது?'

‘ஒண்ணும் வேண்டாம்னா!’ என்று கோபித்துக்கொண்டாள்.

‘இப்படியே பட்டினியா இருப்பியா?’

‘கார்த்தாலை ரூம்ல வரவழைச்சு காப்பி சாப்பிட்டோம். பாப்ஜி சாப்ட்டுட்டு படுத்துண்டுடுத்து. ஒரே தூக்கம். பைத்தியக்காரி, நானும் பேசாம பக்கத்தில் படுத்துண்டிருந்திருக்கலாம். குத்தினா ரெண்டு பேரையும் குத்தியிருப்பாளோல்லியோ! பாவம், நல்ல அசதி! தூங்கிப் போயிடுத்து. ராத்திரி ரொம்ப நேரம் கண் முழிச்சிண்டிருந்தோம். என்ன என்னவோ பேசிண்டிருந்தோம். இப்ப பாப்ஜி நிஜமாகவே இல்லையா மணி? இது எதாவது கனான்னா எழுப்பு மணி, என்னை எழுப்பிடு!’

இரண்டு காப்பி ஆர்டர் செய்தான். ‘வேண்டாம்னு சொன்னேன்?’

மணி சற்று நேரம் யோசித்துக்கொண்டிருந்தான். உமா மறுபடி லேசாக அழ ஆரம்பித்தாள். எதிரே உட்காந்திருந்தவர்கள் வேடிக்கை பார்த்தார்கள்.

‘உமா அழக்கூடாது!’

‘மணி! இன்னும் எவ்வளவோ மனசில பாக்கியிருக்கே.’

‘அழாதம்மா! எல்லாரும் பாக்கறா.’

‘பாக்கட்டும்.’

‘உமா, உமா! ப்ளீஸ். நான் இருக்கேன். உனக்கு நான் இருக்கேன்.’

அரைமணி மேசை மேல் தலையைக் கவிழ்த்துக்கொண்டு லேசாகக் குலுங்கி அழுதுகொண்டிருக்க, மணி அவள் முதுகையே பார்த்துக்கொண்டிருந்தான். ‘உமா! உமா, நான் சொல்றதைக் கேள். மூர்த்தி செத்துப் போகலை! அவனை அழிக்கவே முடியாதுன்னு சாஸ்திரங்கள்ளாம் அதைத்தான் சொல்றது. எல்லாத்துக்கும் உள்ளேயும் வெளியிலேயும் கலந்து ஊடுருவி நிக்கற ஆத்மாவுக்கு நாசமில்லை. அதை யாராலயும் கொல்ல முடியாதுன்னு கீதைல சொல்லியிருக்கு. அது பிறப்பில்லாது. குறைவில்லாதது. என்னைக்கும் இருக்கிறது. நாசமில்லாதது. இதைத் தெரிஞ்சவன் யாரைக் கொல்றான். யாரைக் கொல்விக்கிறான்? இதைப் பத்தித் துக்கப்படவே நியாயமில்லை உமா...

அதை சைநம் நித்யஜாதம் நித்யம்
வா மன்யஸே ம்ருதம்
ததாபி த்வம் மஹாபாஹோ
நைம்நம் ஷோசிதுமர்ஹஸி

ஆத்மா எப்போதும் பிறக்கறது, எப்போதும் இறக்கறது. இதைப் பத்தி நீ இப்படித் துக்கப்பட நியாயமில்லைன்னு பகவானே சொல்லியிருக்கார் உமா. மூர்த்தி எங்க செத்துப் போனான்? ஒரு வஸ்திரத்தை விட்டுட்டு வேற வஸ்திரத்தைப் போட்டுண்டிருக் கான். அவ்வளவுதான். யாரும் சாகலை, யாரும் சாக அடிக்கப் படலை!'

உமா நிமிர்ந்து, 'மணி என்ன இருக்கும்?' என்றாள்.

'நாலரை ஆறது.'

'அப்பா எப்ப வருவார்?'

'சாயங்காலத்துக்குள்ள வந்துருவா.'

'அவா அப்பாவும் வராரா?'

'வரணும். தகவல் சொல்லியிருக்கு.'

'அவாளைப் போய் யாராவது அழைச்சுண்டு வரணும். நான் ஆஸ்பத்திரிக்குப் போறேன். பாப்ஜியை யாரும் சேதப்படுத் தாமல் பார்த்துக்கிறேன். நீ போய் அவாளைக் கூட்டிண்டு வந்துடு.'

'இல்லை உமா, நீ அங்க இப்ப போகக் கூடாது. அவா நேரா ஓட்டலுக்குத்தான் வருவா. அங்க போய்க் காத்துண்டு இருக்க லாம். உங்களோட சாமான்லாம் அங்கதானே இருக்கு?'

சிரித்தாள். கையில் இருந்த மருதோன்றிக் கறையைப் பார்த்துக் கொண்டாள். 'கல்யாணம்! அமோகமாகக் கல்யாணம்! ரிசப்ஷன்! சாந்தி முகூர்த்தம்! ரயில் பிரயாணம்! தாலி அறுத்தாச்சு...'

'உமா மற, மறந்துபோ. இனிமே இருக்கறவாதான் முக்கியம்.'

'என்ன ஆச்சு மணி அவருக்கு? ஏன் அவரை அப்படிக் கொன் னாச்சு? என்னாச்சு, கொன்னாச்சு, என்னாச்சு, கொன்னாச்சு.'

சிரிக்கத் தொடங்கினாள்.

'உமா ப்ளீஸ், கண்ட்ரோல் யுவர்செல்ஃப்.'

'எல்லாத்தையும் தெச்சுக் கொடுப்பாளோல்லியோ? அறுத்ததை அறுத்தபடியே விட்டுறமாட்டாளே?'

'உமா!' என்று அதட்டினான்.

'பொணத்தை மெட்ராஸ் தூக்கிண்டு போயிடலாமா? அதுக்கும் நீதான் ஏற்பாடு பண்ணணும் மணி. கல்யாணத்துக்கு எவ்வளவு ஒத்தாசை செஞ்சே? சத்திரத்துக்கு ஏற்பாடு பண்ணி, நாயனம் ஏற்பாடு பண்ணி, சாந்தி கல்யாணக் கட்டிலுக்கு ஏற்பாடு பண்ணி... எங்க வாங்கினே மணி? நல்ல ரோஸ் உட் கட்டில் இல்ல? அப்படியே புதுக்கருக்கு அழியாம இருக்கு. நல்ல விலைக்கு எடுத்துப்பா, இல்ல. ஒரே ஒரு நாள்தான் யூஸ் பண்ணது...'

'உமா, பைத்தியம் பைத்தியமாப் பேசாதே.'

'எவ்வளவு ரூபாய்க்கு வாங்கினே?'

'உமா ஆ... இப்ப அடிச்சுடுவேன் உன்னை! நான் சொல்றதைத் திருப்பிச் சொல்லு. வேற எதும் பேசாத, சொல்லு! லோகா பிராமம் ஸ்ரீராமம் பூயோ பூயோ நமாம்யஹம்...'

'லோகாபிராமம் ஸ்ரீராமம், ஏண்டா ராமா பாதகனே...'

'உமா!' என்று அவள் கரத்தைப் பிடித்தான்.

விருட்டென்று பிடுங்கிக்கொண்டு, 'சீ! இன்னொருத்தன் பொண்டாட்டி, கையைத் தொடாதே' என்றாள்.

ரூம் நம்பர் 424-ல் அளவெடுத்துக் கொண்டிருந்தவர்கள், கீழே பாலிஷ் தரையில் காலடி அடையாளங்கள் இரண்டு லேசாகத் தெரிய, அவற்றை ஒரு பிறந்த குழந்தையைப் போற்றிப் பாதுகாப்பது போல் எச்சரிக்கையாக அளவெடுத்து இடைவெளி, அழுத்தம், தேய்வு என்று நிறையக் குறிப்பெடுத்துக் கொண்டார்கள். மூர்த்தியின் பெட்டியைக் கவிழ்த்தார்கள். செண்டு பாட்டிலும், புத்தகங்களும், டிராவலர்ஸ் செக்குகளும், புதிய புதிய சட்டைகளும், உள்ளுடைகளும், சரிகை வேட்டிகளும் படுக்கையில் விரிந்தன. மிகப் பொறுமையுடன் ஒவ்வொன்றாக ஆராய்ந்

தார்கள். உமாவின் பெட்டியைக் கவிழ்த்தார்கள். அலமாரியில் மாட்டியிருந்த சட்டைக்குள் மணிபர்ஸில் ரூபாய் நோட்டுக்கள் இருப்பதைப் பார்த்தார்கள். பாத்ரூமில் சோப்பை முகர்ந்து பார்த்தார்கள். பிளேடுகளைப் பிரித்துப் பார்த்தார்கள். ஜன்னல் கதவுகளை எல்லாம் கைரேகைக்காக ஆராய்ந்தார்கள்.

‘என்ன, எடுத்துட்டிங்களா ஃபுட் பிரிண்ட்டு?’

‘கிளீன்! ஒவ்வொருத்தர் கிளாஸ் ஷீட்டில டிரேஸ் பண்ணுவாங்க. சரியா வராது. ப்ரோமைடு போடுவாங்க. நான் என்னன்னா ஹைப்போல ஃபிக்ஸ் பண்ணிட்டு ஒரு ஃபோட்டோ நெகட்டிவை எடுத்துட்டு லிஃப்ட் பண்ணிடுவேன். இந்த முறையைக் கண்டுபிடிச்சதுக்கே எனக்கு பிரமோஷன் கொடுக்கணுங்க. பாருங்க, என்ன கிளீனா வந்திருக்கு...’

அந்த நனைந்த பிரதியில் பூட்ஸ் கம்பெனியின் பெயர் இருந்தது.

8

அம்மாவும் அப்பாவும் வாழ்க்கையிலேயே முதல் விமானப் பயணமாக சாயங்காலம் வந்து சேர்ந் தார்கள். அம்மா உமாவைப் பார்த்ததும் ஓடிவந்து அணைத்துக்கொண்டாள்.

'என் செல்லமே, என்னடி பகவான் இப்படி சோதிக் கிறார் நம்மை!'

'அம்மா! அம்மா! ஏம்மா? ஒரே ரத்தம்மா, பாரும்மா. என் புடைவையெல்லாம் பாரும்மா. எனக்கு மட்டும் ஏம்மா இப்படி? மைசூர் போகக்கூடாதோ? நேரா ஊட்டிக்குப் போய் போட்டோ எடுத்துக்கக் கூடாதோ?'

'என் செல்லக்குட்டி, உனக்கு இப்படி ஆகணுமா?'

'அக்கா! ஜாஸ்தி பேசாதே, கொஞ்சம் ஹிஸ்ட்டரிக் கலா இருக்கா.'

'மணி! என்னடா ஆச்சு?'

'ஏதோ ஆச்சு! நடக்கவேண்டியதைப் பார்ப்பம். ஜாதகம் பார்த்து பொருத்தம் சொன்ன சும்பனைக் கூப்ட்டு விரட்டுங்க அத்திம்பேரே! ரெண்டு நாள் அல்பாயுசுன்னு குருட்டு ஜோஸ்யன் கூடச் சொல்லு வான். உமா! அழுதது போதும், நிறைய அழுதாச்சு.'

‘பாடி எங்க கொண்டு போயிருக்கா?’ என்று தயக்கத்துடன் கேட்டார் அப்பா.

‘விக்டோரியா ஆஸ்பிட்டலாம். போணுமா என்ன?’

‘போகாம பின்ன? நன்னாருக்கே!’

‘அவா அப்பா அம்மா எல்லாம் வராளா?’

‘கார்ல எல்லாம் வந்துண்டிருக்கா. ராத்திரியே முடிஞ்சா திரும்பி எடுத்துண்டு போயிடலாம்னுட்டு பிளான் போட்டிருக்காப்பல இருக்கு. மணி, இப்பவே நீ ஒரு டாக்ஸியைப் பார்த்து வெச்சுரு. ராத்திரி மெயிலுக்கு டிக்கெட் கிடைச்சாலும் பரவாயில்லை. அவளோட நாமும் பட்டணத்துக்குத் திரும்பிப்போக வேண்டி யிருக்கும்.’

‘மணி எல்லா ஏற்பாடும் செய்துடுவான்!’ என்றாள் உமா. ‘இல்லை மணி? அங்க போனா உடனே சுடுகாட்டுக்குப் போன் பண்ணிடு மணி! ஹலோ!’

‘பாத்தியா! இப்படித்தான் அரைமணியாப் பினாத்திண்டு இருக்கா. எனக்குக் கொஞ்சம் பயமாக்கூட இருந்தது. நீங்க வந்தப்புறம்தான் நிம்மதியாச்சு. இவளுக்கு வைத்தியம் பண்ணணும்.’

‘வா மணி, ஆஸ்பத்திரிக்குப் போயிடலாம். அவா நேரா அங்க போயிருக்கப் போறா.’

‘எத்தனை மணிக்கு மெட்ராஸை விட்டுக் கிளம்பினா?’

‘ரெண்டு மணியிருக்கும்.’

‘அப்ப இந்த நேரத்துக்கு வந்திருப்பா.’

‘சரி அந்த விக்டோரியாவுக்குத்தான் போகலாமே.’

‘அழாதேம்மா, அழாதேம்மா, கண்ணைத் துடைச்சுக்கோம்மா.’

மணி, ‘இரு அக்கா! ரெண்டு ஆட்டோ புடிச்சுண்டு வந்துடறேன். இந்தூர்ல டாக்ஸி கிடைக்கிறது கஷ்டம்.’

அவர்கள் விக்டோரியா ஆஸ்பத்திரியை அடைந்தபோது, மூர்த்தி யின் அப்பா, அம்மா, உடன்பிறந்தவர்கள், கல்யாணத்துக்கு

வந்தவர்கள் எல்லோரும் வந்து சேர்ந்துவிட்டார்கள். ஆர்க் வெளிச்சத்தில் மாமியாரைப் பார்த்தாள் உமா. தலை முடிச்சு அவிழ்ந்து தொங்கியது. தட்டி கட்டின மார்ச்சுவரியின் வாசலில் மூக்கில் தண்ணீர் ஒழுக, படியில் உட்கார்ந்துகொண்டு, 'என் புள்ளை போயிட்டான், என் புள்ளை போயிட்டான்' என்று அரற்றிக்கொண்டிருந்தாள். உமாவைப் பார்த்ததும் அவளை நோக்கி வந்து கட்டிக்கொண்டு இறுக்கி 'என் குழந்தே, என் குழந்தே, தோத்துட்டோமேடி' என்று அழுதாள்.

'மாமி, உங்களுக்கு நான் என்ன சொல்லுவேன்... தூங்கிண்டிருந் தார் மாமி, அவரைப் புடிச்சு இப்படி உருத்தெரியாம அடிச்சுப் போட்டு... யாரு மாமி? யாரு செஞ்சா? எதுக்காக, எதுக்காக...'

மற்றப்பேர் இருவரையும் பிரித்து அழைத்துச் சென்று, மரத்தடி யில் பெஞ்சு போட்டிருந்ததில் உட்கார வைத்தார்கள். மூர்த்தியின் அப்பா வாயில் துண்டை அடைத்துக்கொண்டு மௌனமாக அழுதுகொண்டிருந்தார். உமா அடித்தொண்டையில் அமா னுஷ்யமான குரலில் சற்று நேரம் அழுவதை பாட்டில்காரர்கள் வேடிக்கை பார்த்தார்கள். இன்ஸ்பெக்டர் மாதவராவ் வந்தார். மணி அவரிடம் 'பாடியை எப்பக் கொடுப்பாங்க சார்?' என்றான்.

'இன்னும் ஒன் அவர்ல கொடுத்துடுவோம். எடுத்துட்டுப் போயி டுவிங்களா?'

'ஆமா! அப்படித்தான் தோணுறது. பாய்ஸ் சைடில் அப்படித்தான் விரும்பறாங்க.'

அப்பா அருகே வந்து 'சார், நான் டாக்டரை அழைச்சுட்டுப் போகலாம் இல்லையா?'

'பையனுடைய ஃபாதர் எங்க? மணி அவரைக் கொஞ்சம் கூப்பிடறிங்களா... சார் நீங்க உங்க டாக்டரை அழைச்சுக்கிட்டுப் போகலாம். அதுக்கு முன்னால ஒரு அரை மணி அவங்ககூட பேச முடிஞ்சதுன்னா நல்லது.'

'பார்க்கலாம் சார்.'

மூர்த்தியின் அப்பா வந்தார். 'சார், உங்க பையனுக்குத் தெரிஞ்ச வங்கள்ள மாயான்னு யாராவது இருக்காங்களா?'

‘மாயாவா?’ அப்பா யோசித்தார். கண்களைத் துடைத்துக் கொண்டார். ‘அப்படி எனக்குத் தெரிஞ்சவரைக்கும் யாரும் இல்லையே.’

‘ஆபீஸ்ல நண்பர்கள் வட்டத்தில்?’

‘ஸாரி சார், அந்தப் பேரை நான் கேள்விப்பட்டதில்லை. ஏன்?’

‘ரூம் கண்ணாடில ‘மாயா’ன்னு ஒரு பேர் எழுதியிருந்தது. எதுக்கும் துப்புரவா விசாரிச்சுடுவோம். கவலைப்படாதீங்க. மணி, நீங்க போய் உமாவை அழைச்சுட்டு வரீங்களா.’

‘எதுக்கு சார்?’

‘கேள்வி கேக்க.’

‘இந்தச் சமயத்தில் போயி இதையெல்லாம் வெச்சுக்கலாமா?’

‘இல்லைன்னா அனாவசியத்துக்கு உங்களை எல்லாம் டிடெய்ன் பண்ணவேண்டி வரும். போங்க!’ உமா தயக்கத்துடன் அருகே வர ‘வாங்க, உமா, உங்களை நாங்க எந்தத் தொந்தரவும் செய்ய மாட்டோம். கொஞ்சம் நீங்கள்ளாம் அந்தாண்டை போறீங்களா?’

‘இப்ப போய் அவளை டிரபிள் பண்ணியே ஆகணுமா இன்ஸ்பெக்டர்.’

‘மணி, சும்மா இருக்கியா! சார்! நான் பதில் சொல்றேன் வாங்க’ என்றாள் உமா. இருவரும் சற்று தூரம் நடந்தார்கள். ஆஸ்பத்திரி, ராத்திரி அவலங்களுக்குத் தயாராகிக்கொண்டிருந்தது. கேட்டுகள் பெரும்பாலும் மூடப்பட்டுவிட்டன. மாதவராவ் உமாவை வெளிச்சமான, ஆள் நடமாட்டம் இல்லாத காரிடாருக்கு அழைத்துச் சென்றார்.

‘உக்காருங்க உமா, உங்களை உமான்னு கூப்பிடறதில் உங்களுக்கு ஆட்சேபணை இல்லையே?’

‘இல்லை.’

‘உமா எங்ககிட்ட புதுசா ஒரு மிஷின் இருக்கு. பாலிகிராஃப்னு பேரு அதுக்கு. அதை இப்பத்தான் ட்ரை பண்ணிக்கிட்டிருக்கோம். பொய் சொன்னாக் கண்டுபிடிச்சுடுமாம். என்னை மாதிரி பழைய ஆபீசருக்கெல்லாம் பாலிகிராஃப் தேவை

யில்லை. கண்ணைப் பார்த்தாலே பொய் சொல்றவங்களைக் கண்டுபிடிச்சிருவோம்.'

'சரி' என்றாள் உமா.

'உமா, மூர்த்தியை எப்ப முதல்ல சந்திச்சிங்க?'

'ரெண்டு மூணு மாசம் முன்னால, பெண் பார்க்க வரும்போது.'

'அதுக்கப்புறம்?'

'கல்யாணத்தின்போதுதான்.'

'கல்யாணம் எப்ப?'

'சரியா ரெண்டு நாள் ஆச்சு சார்.'

'ஐம் வெரி ஸாரி! உமா. என்னை நேராப் பார்த்து இந்தக் கேள்விக்குப் பதில் சொல்லுங்க. மூர்த்தியை நீங்க கொன்னிங்களா?'

உமா உடனே 'இல்லை' என்றாள்.

'இந்தக் கல்யாணத்தில எதாவது ஏமாற்றமா உங்களுக்கு?'

'இல்லை. இல்லவே இல்லை.'

'வேறே யாருக்காவது?'

'ஏமாற்றம்னா?'

'யாராவது உங்களைக் கல்யாணம் பண்ணிக்க நினைச்சிருந்தாங்களா?'

'ஒரு சமயம் என் மாமா மணிக்கே என்னைக் கொடுக்கறதா இருந்தது. அப்பா வேண்டாம்னுட்டார்!'

'உங்களுக்குக் கல்யாணம் ஆறதுக்கு முன்னாடி காதல் ஏதாவது உண்டா? ஃப்ராங்க்கா பதில் சொல்லுங்க.'

'இல்லை.'

'இந்த மணிகூட?'

'இல்லை சார்.'

'மூர்த்தி எப்படிப்பட்ட மனிதர்?'

'தெரியாது சார்.'

'தன்னைப் பத்தி ஒண்ணும் சொல்லலையா அவர்?'

'ரெண்டு நாள் சார்!'

'ரெண்டு நாளில நிறையப் பேசியிருப்பிங்களே?'

'ரெண்டு நாளில நாங்க ஒருத்தரை ஒருத்தர் உடலாலதான் தெரிஞ்சுண்டோம். அதிலதான் ஏதோ அவசரம் இருந்தது. உயிர் போற அவசரம்!' உமா சிரித்தாள். 'மூர்த்தி என்னைப் பொருத்த வரையிலும் பரிபூர்ணமாக அன்னியர்.'

'ஐ ஸீ! அவர் எப்படிக் கொலை செய்யப்பட்டிருக்கலாம்னு உங்களுக்கு எந்த விதமான தகவலும் தெரியாது.'

'தெரியாது. ஆனா தெரிஞ்சுக்க விரும்பறேன்.'

'இப்ப என் விருப்பமும் அதுதாம்மா! உமா, உங்க கைரேகையைப் பிரதி எடுக்கறதில உங்களுக்கு ஆட்சேபணை இருக்குமா?'

'இல்லை, நீங்க எடுத்துக்கலாம்.'

'நீங்க வேணும்னா ஒரு வக்கீலை கன்ஸல்ட் பண்ணிக்கலாம். உங்க உரிமையைத் தெரிஞ்சுக்கலாம்.'

'தேவையில்லை. நான் செய்யலை.'

'உமா, நல்லா யோசிச்சுப் பாருங்க. மூர்த்தியோட பழகின இந்த இரண்டு தினங்களில் கொஞ்சம் வித்தியாசமா. கொஞ்சம் நெருடலா, எதாவது, எதாவது நிகழ்ந்ததா?'

'இல்லை.'

'இருக்கு. உடனே பதில் சொல்லாதிங்க. யோசிச்சு சொல்லுங்க.'

'இல்லை சார். இரண்டு நாளும் உடல் உடல் உடல்தான்! ஒருத்தரை ஒருத்தர் கண்டுபிடிச்சிண்டுருந்தோம். அவ்வளவு தான்! மைகாட்! அவர் எப்படிப்பட்ட மனிதர், அவர் பழக்கங்கள் என்ன, கோபங்கள் என்ன, என்ன புஸ்தகம் படிப்பாரு, யாரைப் புடிக்கும், எதுக்குப் புடிக்கும், என்ன கலர் சட்டை அவருக்கு

இஷ்டம், எத்தனை சம்பளம், என்ன வேலை, எப்ப ஆபீஸ் போகணும், என்ன பிளட் குரூப், எதுவுமே தெரியாது சார்!'

'பிளட் குரூப் எங்களுக்குத் தெரியும்! இருக்கட்டும், மணி எப் படிப்பட்ட ஆள்?'

'நல்லவன். ரொம்ப ஒத்தாசை செய்வான். வெகுளி.'

'அப்படியா! திவ்யாங்கறது யாரு?'

'திவ்யா! அவளை எப்படி உங்களுக்குத் தெரியும்?'

'வந்திருந்தாங்களே. உங்க ஃபாதர்-இன்-லா கூட பேசிக்கிட் டிருந்தாங்களே?'

'திவ்யா, வந்து... வந்து...'

'சொல்லுங்க.'

'சே! அபத்தம் சார்.'

'அபத்தமா இருந்தாலும் சொல்லுங்க.'

'அவ மூர்த்தியைக் கல்யாணம் பண்ணிக்கிறதா இருந்தா. ஜாதகம் சரியா இல்லைன்னு வேண்டாம்னுட்டாங்க.'

'மணி, திவ்யா ரெண்டு பேரும் மெட்ராஸ்ல இருந்து இதுக்குன்னு வந்தாங்களா?'

'இல்லை, ரெண்டு பேரும் எங்ககூட பங்களூருக்கு அகஸ்மாத்தா வந்தாங்க.'

'அப்படியா! இன்ட்ரஸ்டிங்' என்றார் மாதவராவ்.

'மணி, திவ்யா, மாயா, மயா என்றார்.

'நீங்க என்ன சொல்றிங்க?'

'ஒண்ணும் இல்லை! ஸாரி, உங்களுக்கு ரொம்ப டிரபிள் கொடுத் துட்டேன். நீங்க போகலாம். பாடியை மெட்ராஸ் எடுத்துட்டுப் போறதாப் பேசிக்கிட்டாங்க. எவ்வளவு சீக்கிரம் முடியுமோ, பண்ணிக் கொடுக்கறேன்.'

'சார் ஒரு வேண்டுகோள்.'

‘என்ன?’

‘மூர்த்தியைக் கொன்னது யாருன்னு கண்டுபிடிப்பிங்கல்ல.’

‘வி ஹோப் ஸோ.’

‘எனக்குக் காட்டுங்க சார்.’

‘நிச்சயம் காட்டுறேன். உங்களுக்கு ஒரு சின்ன அட்வைஸ் கொடுக்கலாமா?’

‘சொல்லுங்க.’

‘ரொம்ப சின்ன வயது உங்களுக்கு. இத்தனை இளமையில் இவ்வளவு பெரிய அதிர்ச்சிகரமான அனுபவம் ஏற்பட்டிருக்கு உங்களுக்கு. இதை நீங்க மறக்க முடியாதுதான். மறக்கச் சொல்லலை நான். ஆனா உங்க எதிர்காலம் இன்னும் நிறைய இருக்கு. இந்தச் சம்பவத்தினால் உங்க சந்தோஷம், இப்ப இல்லை, எதிர்கால சந்தோஷம் பாதிக்கப்படாமப் பாத்துக்கங்க. வாழ்க்கை இன்னும் உங்களைப் புறக்கணிக்கலை. ஞாபகம் வெச்சுக்கங்க!’

‘தாங்ஸ் சார். ஆனா கொஞ்ச நாளைக்காவது என் எதிர்காலம் ஒரு கேள்வின்னு பதிலைத் தேடி அலைஞ்சுண்டிருக்கப் போறது. மூர்த்தி ஏன் சார் செத்தார்?’

‘பதில் அதிர்ச்சி தரக்கூடியதா இருக்கலாம். ஜாக்கிரதையா இருங்க.’

‘அதிர்ச்சியா! கிடைத்த அதிர்ச்சியைவிடவாப் பெரிசா வரப் போறது?’

‘வரலாம், வரலாம். நீங்க போயி மணியைக் கொஞ்சம் அனுப் புங்க.’

மூர்த்தியின் உடல் மார்ச்சுவரியிலிருந்து வெளிக்கொணரப்பட்டது. ஓலைப் பாயில் சுருட்டி வைத்திருந்தார்கள். முகம் மட்டும்தான் தெரிந்தது. காரின் பின் பக்கத்தில் ஏற்ற முயற்சித்துக் கொண்டி ருந்தார்கள். எல்லோரும் கூக்குரலாக அழுது கொண்டிருந்தார்கள். உமா மெஷின் போல அவர்களை நோக்கி நடந்தாள்.

‘மணி, உன்னை அவர் கூப்பிடறார்.’

'யாரு?'

'இன்ஸ்பெக்டர்! உன்னை ஏதோ கேக்கணுமாம். திவ்யா எப்ப வந்தே?'

திவ்யா அவளைப் பார்த்ததும் அழ ஆரம்பித்தாள். 'உமா! உமா! 'ஐம் ஸாரி உமா! ஐம் ஸாரி. என்ன ஒரு கொடுமை உமா! கடவுளுக்குக் கண்ணில்லை உமா. புத்தி இல்லை.'

'கடவுளே இல்லை' என்றாள் உமா.

'அப்படி எல்லாம் பேசக்கூடாது உமா' என்றான் மணி.

'சரிதான் போடா.'

மூர்த்தியின் தம்பி ஆனந்த் அவளருகில் வந்து மௌனமாக நின்றான்.

'என்ன ஆனந்த்! இண்டியா ஜெயிச்சுதா, நியூசிலாந்தா?'

ஆனந்த் நின்றவாக்கிலேயே அழ ஆரம்பித்தான். 'மன்னி, மன்னி, நீங்க ரொம்பச் சின்னவங்க. உங்களுக்கு இப்படி ஆனது அநியாயம்.'

'ஆனந்த். எனக்கு ஒரு ஒத்தாசை செய்வியா?'

'என்ன மன்னி, எது வேணாக் கேளுங்கோ.'

'ஆனந்த், நானும் நீயும் கண்டுபிடிக்கலாமா?'

'என்ன மன்னி?'

'உங்க அண்ணாவைக் கொன்னது யாருன்னு?'

9

ஆனந்த் உமாவைச் சற்றுக் கலவரத்துடன் பார்த் தான். 'மன்னி! எனக்கு ஒண்ணும் தெரியாது. நானும் மூர்த்தியும் தினம் சாப்பிடறபோது ஒரு தடவைதான் பாத்துப்போம்.'

'உங்கண்ணாவை அவ்வளவு தூரம் வெறுத்த ஆள் யாரு ஆனந்த்?'

'தெரியலையே மன்னி! தெரியலையே!'

கிட்டத்தில் மூர்த்தியின் உடல் தெரிந்தது. நெற்றி யெல்லாம் இது என்ன? காருக்குள் நுழைப்பது கஷ்டமாக இருந்தது. மணி, பாதி தூரம் போனவன். திரும்பி வந்து, 'ஒதுங்குங்கோ, நான் புடிக்கிறேன்' என்று மூர்த்தியை முரட்டுத்தனமாகப் பிடித்து உள்ளே திணித்தான். மணி எப்போதும் ஒத்தாசை! மணி- திவ்யா- மயா! எதற்காக இன்ஸ்பெக்டர் அப்படிச் சேர்த்துப் பார்த்தார்? திவ்யாவைப் பார்த்தாள். அவள் இன்னும் உதட்டைக் கடித்துக் கொண்டு மௌனமாக அழுதுகொண்டுதான் இருந்தாள். இரண்டு பேரும் ஒரே சமயத்தில் பங்களூருக்கு எப்படி?

சே! அபத்தமான கற்பனை.

'ஆனந்த்! அந்த சீட்டை கொஞ்சம் இழுத்து வாங் குப்பா' என்று மணி சொல்லிக்கொண்டிருந்தான்.

போஸ்ட்மார்ட்டம் ரிப்போர்ட்டை நிரப்பிவிட்டு கையைத் துப்புரவாகக் கழுவிக் கொண்டிருந்தார் டாக்டர். எத்தனை போஸ்ட்மார்ட்டம்கள் இதுவரை! என்ன செய்வது. யாராவது இந்த முக்கியமான ஆனால் கோரமான காரியத்தைச் செய்தாகவேண்டுமே. இன்றைக்குப் பரவாயில்லை. ஒன்றே ஒன்றுதான். சில தினங்கள் மூன்றுகூடச் செய்யவேண்டி யிருக்கும். மேஜை மேல் பற்பல ஆயுதங்கள் இருந்தன. பல அளவுகளில் ஸ்கால்ப்பெல்கள். அங்கங்களை வெட்டுவதற்கு ஆறிலிருந்து பத்து இஞ்ச் நீட்டமுள்ள கத்திகள், ரம்பங்கள், மரச்சுத்திகள், அளக்கும் டேப், ரப்பர் கையுறைகள், கண்ணாடி சீசாக்கள், பேசின், பஞ்சு, வயிற்றைத் திறந்ததும் வருவதை வாங்கிக்கொள்ள வாயகன்ற கண்ணாடி பாட்டில்கள் இரண்டு...

சற்று நேரம் முன்பு மூர்த்தி மேசைமேல் கிடத்தப்பட்டிருந்தான். உடைகள் அனைத்தும் நீக்கப்பட்டன. அவன் ஆசன துவாரத்தில் ஒரு தர்மாமீட்டர் சொருகப்பட்டது. உடல் அலம்பப்பட்டது. காது ரத்தமும் வாயிலிருந்து வழிந்திருந்த ரத்தமும் துடைக்கப் பட்டது. கண்கள் கூர்ந்துநோக்கப்பட்டன. காடவரிக் ஸ்பாஸம் என்கிற ரீதியில் மூர்த்தி உயிர் துறந்த அந்தக் கணத்தின் அதிர்ச்சி யில் மூடியிருந்த வலது கைவிரல்கள் நிதானமாகப் பிரிக்கப்பட் டன. நகத்தின் ஓரத்தில் ஒட்டிக்கொண்டிருந்த ஒரு நீண்ட தலை முடி மிக ஜாக்கிரதையாக ஃபோர்ஸப்ஸ் உதவி கொண்டு நீக்கப் பட்டது. ஒரு சின்னத் தீக்குச்சியின் உதவி கொண்டு நகக்கணுக் களின் இடுக்கில் இருக்கும் அழுக்குகூட ஒரு கவரில் பத்திரப் படுத்தப்பட்டது. உடலில் ஒவ்வொரு காயமும் பூதக்கண்ணாடி மூலம் ஆராயப்பட்டது. டேப் கொண்டு அளக்கப்பட்டது. குறித்துக்கொள்ளப்பட்டது. கத்தியை எடுத்து தலைப் பகுதியில் தொடங்கி காதிலிருந்து காதுவரை ஒரு வெட்டுத் திறப்பு! தோலை மடித்து உள்ளுக்குள் தெரிந்த மண்டை ஓட்டை லேசாகத் தட்டிப் பார்த்து, பின் மண்டை ஓட்டை ரம்பம் கொண்டு புருவங் களின் லெவலுக்குக் கொஞ்சம் மேலே சுற்றிலும் வட்டமாக வெட்டி, உள்ளுக்குள் மூளையை... (மன்னிக்கவும், இந்தப் பாராவை இதற்கு மேல் பிரசுரிக்க இயலவில்லை.)

உடல் குடும்பத்துக்கு ஒப்படைக்கப்பட்டபின் இரண்டு குடும்பங் களும் தனிக் கும்பல்களாகப் பிரிந்தார்கள். உமா நடுவில் நின்றாள். இங்கேயா அங்கேயா என்று தயங்கினாள். மணி உள்ளே சென்றவனை இன்னும் காணோம். அப்பா, அம்மா,

திவ்யா, பத்து எல்லோரும் ஒரு பக்கமாகவும் மூர்த்தியின் அப்பா, அம்மா, ஆனந்த், மற்ற மச்சினர்கள் (அவர்கள் பேர்கூட இன்னும் அவள் தெரிந்துகொள்ளவில்லை) மறுபக்கமாகவும் நின்றனர்.

'உமா, நீ இப்போது எந்தப் பக்கம்?' என்று இந்த இரண்டு குழுவிலும் கேட்காமல் கேட்பதுபோல இருந்தது. அவர்கள் யாரும் உமாவைக் கவனித்ததாகத் தெரியவில்லை. மாமியார் மட்டும் ஒரு தடவை அனுதாபமாக அவளுடன் ஒரு பாட்டம் அழுதுவிட்டு இப்போது பிரிந்துவிட்டாள். ஆனந்த் அங்கிருந்து இவளை இன்னும் அனுதாபத்துடன் பார்த்துக்கொண்டிருந்தான்.

'அவா ப்ளான் என்னன்னு தெரியலையே. ராத்திரியே எடுத்துண்டு போறாப்பலதான் தெரியறது. எங்க இந்த மணி? உமா, மணி எங்க போறேன்னு சொல்லிட்டுப்போனானா உங்கிட்ட?'

'இன்ஸ்பெக்டர் அவனை விசாரிச்சிட்டிருக்கார்ப்பா.'

ஆனந்த் அங்கிருந்து வந்து, 'மன்னி! நாங்க புறப்படப் போறோம்.'

'எங்கப்பா?'

'மெட்ராஸுக்கு.'

'ஏம்பா? உங்க பிளான் என்னன்னு ஒரு வார்த்தை எங்ககிட்ட சொல்லக்கூடாதா, இவ்வளவு பேர் நிக்கறமே?'

'என்ன பிளான் மாமா! ஏதோ வந்தோம், பாடியை எடுத்துண்டு கிளம்பறோம்.'

'அப்பா உமா உங்ககூட வரவேண்டாமா?'

'வரதா இருந்தா வரலாம். இல்லை நீங்க கூட்டிண்டு வரதா இருந்தாலும் சரி. வராட்டாலும் பரவாயில்லை. ஒத்தரும் கோவிச்சுக்கப்போறதில்லை.'

'உங்கப்பா என்ன சொல்றார்?'

'எங்கப்பா ஏதும் சொல்ற நிலையிலயா இருக்கார்? மன்னி, அப்பறம் பார்க்கலாம்.'

'ஆனந்த் கொஞ்சம் இரு! கார்ல இடம் இருக்கா?'

'யாருக்கு?'

‘எனக்கு! நான் இன்னும் உங்காத்து மனுஷிதான். நான் உங்ககூட வரேன்.’

‘கார்ல இடம் இருக்காதுன்னு நினைக்கிறேன்.’

‘அப்ப யாராவது ரெயில்ல வந்துக்கட்டும். நான் உங்ககூடத்தான் வரப்போறேன்’ என்றாள்.

அப்பா அவளைக் கவலையுடன் பார்த்தார். ஆனந்த் உணர்ச்சி ஏதும் இன்றி, ‘வாங்க’ என்றான். மணி முனகிக்கொண்டே அந்த அறையிலிருந்து வெளிப்பட்டான். ‘அக்கா, நான் இன்னிக்கு உங்களோட வர முடியாது.’

‘ஏன் மணி?’

‘அந்த இன்ஸ்பெக்டர் கேள்வி கேக்கணுமாம். பாக்கி இருக்காம். உமா, நீ போய் அவங்கிட்ட என்ன சொன்ன?’

‘ஒண்ணும் இல்லை மணி.’

‘பின்ன எதுக்கு என்னை ஊருக்குப் போகக் கூடாது. பெரிய ஆபீசர்கள் எல்லாம் கேள்வி கேக்கணுமாம். ரெண்டு நாள் கழிச்சு போகச் சொன்னார். திவ்யா, உன்னை உள்ள கூப்பிட்டிருக்கார்.’

‘என்னையா?’ என்று திவ்யா ஆச்சரியப்பட்டாள்.

‘ஆமாம், உமா, நீ என்ன சொன்ன போலீஸ்கிட்ட? அவாகிட்ட ஸ்டேட்மெண்டு கொடுக்கறப்ப பத்திரமா இருக்கணும்.’ ஒரு கான்ஸ்டபிள் வந்து ‘திவ்யா அம்மாவைக் கூப்பிடறாரு’ என்றார். அவள் சற்றே கவலையுடன் விலக, மணியைப் பார்த்து ‘என்னடா கேட்டான்?’ என்றாள்.

‘திருப்பித் திருப்பி ஒன்னையே கேக்கறான். கார்த்தால ஒம்பது மணியில் இருந்து ஆரம்பிச்சு எங்க இருந்தே. எங்கல்லாம் போனே, பன்னண்டு மணிக்கு குறிப்பா எங்க இருந்த? பன்னண்டு மணிக்கு நான் எதோ ஒரு ஓட்டல்ல சாப்ட்டுண்டு இருந்தேன். ஓட்டல் பேர் மறந்து போச்சு. அந்த ஓட்டல்ல நீ உக்காந்துண்டு இருக்கறதை யாராவது பார்த்தாளா? அந்த ஓட்டலுக்குப் போற துக்கு முன்னாடி யார்கிட்டயாவது சொல்லிண்டு போனியா? என்ன டிபன் சாப்ட்டே? ஸ்வாமி, டிபன் இல்லை. அப்பலேர்ந்து சாப்பாடு சாப்பாடுன்னு சொல்லிண்டிருக்கேன் இல்லியோ. சரி

என்ன சாப்பாடு? மெனு என்ன? யாருக்கு ஞாபகம் இருக்கு? சின்னச் சின்னதா கப்பில் பச்சைக் கடுகுல அரைச்ச கறிவகைகள் பத்து கொண்டு வெச்சான். கை அகலத்துக்கு பூரி போட்டான். கப்பு கப்பா சாம்பார், ரசம், தயிர், ஒரு அப்பளம். இந்த மெனு பங்களூர்ல இருக்கிற எல்லா ஓட்டலுக்கும் பொதுவாச் சேன்னான். 'நான் என்ன பண்ண முடியும்'னு கேட்டேன். 'கரெக்ட்டாச் சொல்லுங்க'ன்னு கொக்குக்கு ஒண்ணே மதிங்கிற மாதிரி அந்தக் கேள்வியையே கீறல் விழுந்த பிளேட்டாட்டம் திருப்பித் திருப்பிக் கேக்கறான். அக்கா, இந்த உமி போய் ஏதோ சொல்லி வெச்சிருக்காப்போல இருக்கு. அவன் என்னத்தை நெனைச்சுண்டு கேக்கறான்னே சொல்ல மாட்டேங்கறான். ரெண்டு பேர் டர்ன் மாத்திக்கிறாங்க. பாத்தேன். இது, ஏதாவது வம்பாயிடும்னு, 'இதப் பாருங்க சார், நீங்க சட்டப்படி என்னைக் கேள்வி கேக்கலாமா கூடாதான்னுகூட எனக்குத் தெரியாது. ஒவ்வொரு நாளும் ஒருத்தன் சாப்பிடப் போறபோது இன்ன நிமிஷம், இன்ன செகண்டில் உள்ள போனோம். தட்டில் இவ் வளவு கிண்ணம் வெச்சிருந்தது. இன்னின்ன செய்திருந்தான்னு ஞாபகம் வெச்சுக்க மாட்டான். நீங்க கேக்கறது ஒண்ணும் லாஜிக்கலாவே இல்லை...'னேன். இந்த மூர்த்தி இல்லாட்டா உமாவை நீங்க கல்யாணம் பண்ணிண்டிருப்பேளான்னு சும்பத் தனமா ஒரு கேள்வி எதுக்கு? அத்தைக்கு மீசை முளைச்சாங்கற மாதிரி.'

'கடைசில என்ன ஆச்சு?'

'இனிமே என்னை ஒண்ணும் கேக்காதே. லாயரை கன்ஸல்ட் பண்ணணும்'னேன். அதுக்கு, 'பரவாயில்லை. ஆனா பங்களூரை இப்ப விட்டுட்டுப் போறது உங்களுக்கு நல்லதில்லை. நாளைக்கு உங்களை நிறையக் கேள்வி கேக்க விரும்பறோம். அதனால உள்ளூர்லயே இருங்க'னுட்டு அனுப்பிச்சுட்டான். இப்ப என்ன பண்றது பத்து? இருக்கிறதா வந்துர்றதா?'

'எனக்கென்ன தெரியும். போலீஸோட ஜாஸ்தி வெச்சுக்காதே! கார்த்தாலை எழுந்த உடனே ஒரு லாயரைப் பாரு. எதுக்கும் ஒரு நாள் இருந்துட்டு வா.'

'இப்ப எல்லாரும் கிளம்பிப் போறாளா?'

'ஆமா.'

‘உமா ஏன் அங்க நிக்கறா?’

‘உமா அவாகூடத்தான் வரப்போறாளாம்.’

‘பைத்தியக்காரத்தனமா இருக்கே! இனிமே அவாளுக்கும் உமா வுக்கும் என்ன சம்பந்தம்? மணி உமாவை நோக்கி வந்தான். ‘என்ன உமா, அந்த ஆத்துக்கா போறே?’

‘ஆமா.’

‘எதுக்கு?’

‘அங்கதான் என்னைக் கல்யாணம் பண்ணிக் கொடுத்திருக்கு. என்ன கேள்வி இது மணி?’

‘அவனே போய்ட்டான். இனிமே அங்க என்ன உமா இருக்கு உனக்கு? இன்ஷுரன்ஸ், பி.எஃப் நாமினேஷன் எதையும் உம் பேர்ல மாத்திருக்க மாட்டான். அந்த வீட்டோட உனக்கு எந்தவித சம்பந்தமும் கிடையாது. வேண்டாம் உமா, அந்தக் கதை முடிஞ்சு போச்சு.’

‘எப்படி மணி சம்பந்தமில்லைன்னு சொல்றே? இப்ப நான் கர்ப்பமா இருந்தேன்னா என்ன பண்றது?’

மணி தாக்கப்பட்டவன்போல முகம் மாறி ‘சரி போ’ என்றான்.

‘யார்கிட்டயும் நான் பர்மிஷன் கேக்கவேண்டியதில்லை. ஆனந்த் வா. என்னை என் புருஷன் பக்கத்திலேயே உக்காத்தி வை. நான் அவரைத் தொட்டுண்டே வரேன். கல்யாணத்துக்கு ஊர்கோலம் வேண்டாம்னுட்டா!’

‘உமா ப்ளீஸ்!’

‘நாங்க கிளம்பறோம்.’

‘இருப்பா, நானும் வந்துர்றேன். நான் இன்னும் உங்காத்து மனுஷிதான்! அப்பா, நீங்க பின்னாடி வாங்கோ. மணி, நீயும் வந்திரு. எல்லாரும் வாங்கோ. எல்லாக் காரியங்களும் நன்னா நடக்கணும் இல்லையா, சவுண்டி வரைக்கும் இருந்து சாப்பிட் டுட்டுப் போகலாம். அவா கூப்பிட்டாலும் சரி, கூப்பிடாட்டாலும் சரி!’

‘பைத்தியம் மாதிரிப் பேசாதே உமா.’

உமா அவர்கள் குழுவில் சேர்ந்துகொள்வதை மௌனமாகக் கவனித்தார்கள்.

'ரூம்ல மூர்த்தியோட சாமான்லாம் இருக்கு. அதைப் போலீஸ் ரிலீஸ் பண்ணிக் கொடுத்துட்டா எல்லாத்தையும் சேகரிச்சுண்டு போயிடலாம்.'

ஆனந்த் உமாவைப் பயத்துடன் பார்த்தான். எந்தச் சமயத்திலும் வெடித்துவிடப் போகிற குண்டைப் போல இருந்தாள் அவள். துக்கம் விலகிக் கோபம் அந்த இடத்தை அடைத்துக் கொண்டு விட்டதுபோல இருந்தது. எதன்மேல் கோபம், எவர்மேல் கோபம் என்பதெல்லாம் இன்னும் தீர்மானிக்கப்படாத கானல் கோபம்.

'ரெண்டு கார் அரேஞ்சு பண்ணியிருக்கு. பாக்கியிருக்கிறவா ரெயிலோ பஸ்ஸோ பிடிச்சு வந்து சேர்ந்துடலாம்.' மூர்த்தியின் அப்பா ஒரு தடவை உமாவின் கையைப் பற்றி அழுத்தி மௌன மாக நிறையச் சொன்னார். அப்போது அழவேண்டும் போல இருந்தது. இரண்டு நாட்கள் முன்தான் இவருக்குக் காப்பி கொண்டு கொடுத்தது நினைவுக்கு வந்தது. தினம் தினம் இவருக்கு அதிகாலைக் காப்பி அளிக்கப்போகிறோம் என்கிற அப்போதைய எண்ணத்தின் பேதமையை உணர்ந்தாள்.

கார் புறப்பட்டபோது இரவு மணி ஒன்றிருக்கும். சில்லென்ற பெங்களூர்க் காற்று கன்னத்தில் மூர்த்தி தொட்டதை எல்லாம் நினைவுபடுத்தியது. கட்டுக்கட்டாக ஊதுவத்தி ஏற்றி வைத்திருந் தார்கள். வாசனை மூக்கைத் தாக்கி அதனுடன் கலந்திருந்த அசந்தர்ப்பத்தில் எப்படியோ மரண ஞாபகம் கலந்திருந்தது. யாரோ விசித்து விசித்து இன்னும் அழுது கொண்டிருந்தார்கள். ஆத்மாவுக்கு அழிவில்லையாம்! சட்டையைக் கழற்றிப் போடுகிற மாதிரி மூர்த்தி கழற்றி எறிந்துவிட்டு வேறு ஏதோ உடலுக்குள் புகுந்து கொண்டுவிட்டானாம்! எல்லாரும் இந்த ஆத்மாவுக்கு விடுதலை கிடைத்தது பற்றிச் சந்தோஷம்தான் பட வேண்டுமாம். நூற்றாண்டுக் கணக்காகக் கதையளந்து துக்கத்தின் துல்லியத்தை மறக்கடிக்கச் சாகசம் செய்திருக்கிறார்கள்.

உமா தீர்மானித்தாள். அவர்கள் துரத்தும்வரை நான் அவர்கள் வீட்டை விட்டுப் போகப் போவதில்லை. அங்கே எனக்கு உரிமை இருக்கிறது. மூர்த்தியின் அறைக்குப்போய் மேசை மேல்

உட்காரப் போகிறேன். உட்கார்ந்து அவன் பழைய கடிதங்களை எல்லாம் படிக்கப் போகிறேன். டெலிபோன் எண்கள் குறித்து வைத்திருந்தால் உடனே போன் பண்ணி, ஹலோ, மூர்த்தி எதற்காக உங்கள் டெலிபோன் எண்ணைக் குறித்து வைத்திருந் தான்? அவன் எப்படிப்பட்டவன்? கோபக்காரனா? பொய் சொன்னானா? எதிரிகள் உண்டா? கடன் வாங்கினானா? ஏமாற் றினானா? இல்லை. அவனே இந்த மாதிரி கொலை செய்தானா? கண்டுபிடிக்கத்தான் போகிறேன்! கண்டு பிடிக்கிறவரை அந்த வீட்டைவிட்டு விலகப் போறதில்லை. அது நிச்சயம்.

கார் வேகம் பிடித்தது. இவர்கள் ஏன் இத்தனை மௌனமாக வருகிறார்கள்? நான் இருப்பதாலா? என்னடா இந்தப் பெண் வந்து ஒட்டிக்கொண்டுவிட்டாளே என்றா, இல்லை இவர்களும் எதையோ மறைக்கிறார்களா? கண்டுபிடிக்கிறேன். அதைவிட வேறு என்ன எனக்கு இப்போது வேலை?

உமாவின் கண்ணீர் இப்போது காய்ந்துபோயிருந்தது.

10

தேநிலவுக் கணவனின் ரத்தக் குளியல்!

எக்ஸ்பிரஸ் முதல் பக்கத்தில் வலது ஓரச் செய்தி புகைப்படத்துடன் வெடித்திருந்தது. ஹோட்டல் அறைக்குள் நுழைவதற்குமுன் உமாவைத் துக்கக் கணத்தில் நிறுத்தியிருந்த ஃப்ளாஷ், பங்களூர், தேதி, அப்புறம்.

திருமதி உமா கிருஷ்ணமூர்த்தியின் தேநிலவு ரத்தத்தில் தோய்ந்திருந்தது. ஒரு நிமிஷம் அவள் கணவன் இருந்தான். அடுத்த நிமிஷம் இல்லை. ஹோட்டல் அறையை விட்டுச் சென்ற அரை மணி நேரத்தில் அவள் சகலத்தையும் இழந்தாள். அதுவும் எப்படி? ஒரு பலிபோல, ஒரு வதம் போல, அவள் கணவன் சின்னாபின்னப்படுத்தப்பட்டு, கொல்லப்பட்டு, அறை முழுதும் ரத்தக் கறைக்குக் குறையில்லை. மீண்டும் மீண்டும் ஊர்ஜிதமாகக் கொல்லப்பட்ட குலை நடுங்க வைக்கும் செயல்! நிலைக் கண்ணாடியில் கிறுக்கியிருக்கும் மாயா என்கிற ஒரே வார்த்தைக்கு என்ன அர்த்தம்? அது யார் அல்லது அது என்ன என்று போலீஸ் திணறிக்கொண்டிருப்பதாகத் தெரிகிறது. கமிஷனர் பத்திரிகைகளிடம் பேசும்போது, 'இது அர்த்தமற்ற கொடூரத்துடன் செய்யப்பட்ட கொலை' என்றார். இதுவரை

யாரும் கைது செய்யப்பட்டதாகத் தெரியவில்லை. சி.ஓ.டி. உயர் நிபுணர்கள் ஹோட்டல் அறையைச் சூழ்ந்திருந்தார்கள்.

சற்று நேரம் அந்த போட்டோவைப் பார்த்துக்கொண்டிருந்தான். அட! இந்த முகத்தை எங்கே பார்த்தோம்! நேற்று முன்தினம் கபன் பார்க்கில்! ஆம் அவளேதான். போட்டோகூட எடுத்தோமே. அடடா! என்ன அநியாயம்! அவன் மனத்தில் உமாவும் கிருஷ்ண மூர்த்தியும் மெல்ல நடந்தார்கள். ஜோடிப் பொருத்தத்தைப் பார்த்து அவனுக்கு ஒரு கணம் ஏற்பட்ட பொறாமையும், உடனே சமாளித்துக்கொண்டு, அழகான பொருள்களை எல்லாம் நேசிக்க வேண்டும் என்று அவர்களை அணுகி போட்டோ எடுக்கலாமா என்று அனுமதி கேட்க, அவர்கள் உடன் சம்மதித்து, ஒருவரை ஒருவர் பார்த்துக்கொண்ட பார்வையில் தெரிந்த வாத்ஸல்யமும் அவன் மனக் கேமராவில் இன்னும் தாமதித்துக்கொண்டிருந்தது. அவர்களை போட்டோ எடுத்த பிலிம் சுருள் இன்னும் முடிய வில்லை. இருந்தும் இப்போது படித்த செய்தி தந்த ஆர்வத்தால் உடனே அந்தச் சுருளைக் கழுவத் தீர்மானித்து அதைத் தேடித் தன் அறைக்குச் சென்றான்.

அந்த போட்டோ போலீஸுக்கு ஒரு முக்கியமான செய்தி தரப் போகிறது.

'அந்தம்மாவைக் கூப்பிடுங்க.' திவ்யா பயந்துகொண்டே உள்ளே வந்து நின்றாள்.

'வாங்கம்மா! உக்காருங்க. பயப்படாதீங்க! வெறும் ரொட்டின் கொஸ்டினிங்தான். உங்க பேரு?'

'திவ்யா.'

'பங்களூருக்கு எதுக்கு வந்தீங்க?'

அவள் நாற்காலி முனையில் உட்கார்ந்திருப்பதையும், நெற்றிப் புருவத்தில் அவளுக்கு வியர்ப்பதையும் மாதவராவ் பார்த்தார்.

'உறவுக்காரங்க இருக்காங்க.'

'உறவுக்காரங்கன்னா?'

'சிஸ்டர்.'

'அப்படியா! உங்களுக்கு மூர்த்தியைத் தெரியுமா?'

‘அதிகப் பழக்கமில்லை. தெரியும்.’

‘நீங்க அவரைக் கல்யாணம் பண்ணிக்கப் போறதா இருந்ததாம்?’

‘அது எப்பவோ வேண்டாம்னுட்டாங்க.’

‘அதில உங்களுக்கு வருத்தமா இருக்கலாம்.’

‘சேச்சே.’

‘மூர்த்தி எப்படிப்பட்ட ஆள்?’

‘எனக்கு அவரை அதிகமாத் தெரியாது!’

‘தெரிஞ்சவரை சொல்லுங்க.’

அவள் தயங்கி, ‘என்ன சொல்றதுன்னு தெரியலை’ என்றாள்.

‘அவருக்கு யாராவது விரோதிங்க இருந்தாங்களா?’

‘எனக்குத் தெரிஞ்சவரைக்கும் அப்படி ஒருத்தரும் இல்லை.’

‘அவர் எப்படி இறந்திருக்கார் தெரியுமில்ல?’

‘தெரியும்!’ என்றாள் அவசரமாக. அந்த விவரங்களை வர்ணிப்பதை விரும்பாதவள்போல்.

‘மாயான்னு யாரையாவது உங்களுக்குத் தெரியுமா?’

‘தெரியாது சார்.’

‘மாயான்னு கொஞ்சம் எழுதிக் காட்டுங்க’ என்று ஒரு பேப்பரையும் பென்சிலையும் அவள்பால் நீட்டினார்.

‘எதுக்கு?’

‘சும்மாத்தான். மிஸ் திவ்யா. நாங்க இந்த கேஸ்ல சுத்தமா சைபர்ல ஆரம்பிக்கிறோம். இப்ப நீங்க எந்தவிதமான தகவல் தந்தாலும் அது எங்களுக்கு உதவலாம்.’

‘சரி சார்! அதுக்கும் மாயான்னு எழுதறதுக்கும் என்ன சம்பந்தம்?’

‘நீங்க மூர்த்தியைக் கொல்லலையா?’

‘மை காட்! திஸ் இஸ் ப்ரிபாஸ்ட்ரஸ்.’

‘அப்படின்னா நீங்க எழுதிக் காட்டறதுக்குத் தயங்கவே வேண்டாம்.’

திவ்யா அவர் கொடுத்த பேப்பர் பென்சிலை வாங்கிக்கொண்டு மாயா என்று எழுதினாள். 'தேர்! ஆர் யூ ஸாட்டிஸ்பைட்?'

'கோவிச்சுக்காதீங்க!' கான்ஸ்டபிள் குளிர்பானம் கொண்டு வைத்தார். 'சாப்பிடுங்க.' அவள் அதை எடுத்து மடக்கென்று குடிக்க மாதவராவ், 'பங்களூர்ல யார் இருக்கான்னு சொன் னீங்க?' என்று தொடர்ந்தார்.

'என் அக்கா.'

'நேத்திக்குக் காலைல இருந்து எங்கல்லாம் போனீங்கன்னு சொல்ல முடியுமா?'

'முடியும்! காலைல எட்டு மணிக்குத்தான் எழுந்தேன். பத்து வரைக்கும் வீட்டில் இருந்தேன். அதுக்கு அப்புறம் ஒரு சினிமா போனேன். மார்னிங் ஷோ!'

'என்ன படம்?'

'ஜாஸ்.'

'எந்த தியேட்டர்?'

'லிடோ.'

'தனியாத்தான் போனிங்களா?'

'ஆமாம்... இல்லை...'

'பதில் ஆமாமா, இல்லையா?'

'ஃப்ரெண்ட்கூடப் போயிருந்தேன்.'

'இப்ப உங்ககூட வந்திருக்காரே, அந்த ஃப்ரெண்டா?'

'ம்! ஆமாம் அவர் பேரு... ஒரு வழியில் என் கஸின் பிரதர் மாதிரி தூரத்து உறவு...'

'ஃப்ரெண்டா, கஸின் பிரதரா? பி கன்ஸிஸ்டன்ட் திவ்யா!'

'சார், நீங்க இதைப் பத்தி என் அக்காகிட்ட கேக்கப்போறிங்களா!'

'இல்லை. அவர் உங்க பாய் ஃப்ரெண்ட், அவ்வளவுதானே விஷயம்?'

'அதான் சார்!'

‘மூர்த்திகூட உங்க பாய் ஃப்ரெண்டா இருந்தாரா?’

‘நோ.’

‘ஜாஸ் போனிங்களே, டிக்கெட் துண்டு வெச்சிருக்கீங்களா?’

‘இல்லை. யார் சார் அதெல்லாம் வெச்சிருப்பாங்க?’

‘சரி, ஜாஸ் என்ன கதை?’

‘அது வந்து, ஒரு சுறா மீனைப் பத்தினது.’

‘அது எல்லாருக்கும் தெரியும். ஆரம்பத்தில் ஓப்பனிங் ஸீன் என்ன, சொல்லுங்க?’

‘அது வந்து, அது வந்து, நாங்க கொஞ்சம் லேட்டாப் போனோம் சார்.’

‘எப்பப் போனீங்க? எந்த சீன்ல போனிங்க? சொல்லுங்க.’

‘அது வந்து, அது வந்து...’ திவ்யா திடீர் என்று அழ ஆரம்பித்தாள்.

‘நீங்க சினிமாவுக்குப் போகலை, இல்லையா?’

திவ்யா ‘இல்லை’ என்று தலையாட்டினாள்.

‘சரி, மறுபடி முதல்ல இருந்து ஆரம்பிக்கலாம். காலைல எழுந் தீங்க, எங்க போனிங்க?’

அவள் தொடர்ந்து அழுதாள்.

‘நீங்க அழுது முடிக்கிற வரைக்கும் காத்திருக்கப் போறேன். இதப் பாருங்க. போலீஸ்கிட்டப் பொய் சொல்லறது நல்லதில்ல. சொல்லுங்க. எதுக்கு மூர்த்தி தங்கியிருக்கிற ஓட்டலுக்குக் காலைல வந்திங்க?’

‘நோ! நோ! நான் அங்க வரவே இல்லை. வரவே இல்லை!’

‘பின்ன எங்க போனிங்க, சொல்லுங்க. ஸ்டாப் தட் க்ரையிங்!’

அந்தச் சமயம் மாதவராவின் அறைக் கதவு அவசரமாகத் திறக்கப் பட்டது. ‘இன்ஸ்பெக்டர், திஸ் இஸ் தி லிமிட்! உங்களுக்கு அவளைக் கேள்வி கேட்க ஒரு அத்தாரிட்டியும் கிடையாது’ என்று கோபத்துடன் ஒரு வாட்டசாட்டமான இளைஞன் உள்ளே நுழைந்தான்.

'ஓ! தி பாய்ஃப்ரெண்ட்! வாங்க, வாங்க! உக்காருங்க, ஜாஸ் எப்படி இருந்தது?'

'திவ்யா! கமான்! இவர் கேக்கற கேள்விக்கெல்லாம் நீ பதில் சொல்லிக்கொண்டிருக்கவேண்டிய அவசியமில்லை. லெட்ஸ் ஸீ எ லாயர்.'

'நான் இவங்களை ஒண்ணு ரெண்டு கேள்விதான் கேட்டுக்கிட்டிருக்கேன்.'

'நானும் கேட்டுக்கிட்டுத்தான் இருந்தேன். திவ்யா வா, போகலாம். இவருக்குக் கேக்க ரைட்டே கிடையாது. ஐ வில் கம்ப்ளெய்ன் டு தி கமிஷனர்.'

'மிஸ்டர், உங்க பேர் என்ன?'

'பி. ராமகிருஷ்ணன்.'

'மிஸ்டர் ராமகிருஷ்ணன், சிஆர்.பி.சி.ல செக்ஷன் 161-ன்னு ஒண்ணு இருக்கு தெரியுமா? எனக்குத் தலைகீழ் பாடம் அது. The Investigating officer is empowered to examine orally any person who is supposed to be acquainted with the facts and circumstances of the case. புரியுதா?'

'அதெல்லாம் எனக்குத் தெரியாது. நான் ஒரு லாயரை கன்ஸல்ட் பண்ணணும். திவ்யா, கொஞ்சம் இரு, ஒரு லாயரைக் கூட்டிட்டு வரேன். பேசவே பேசாதே!'

மாதவராவ், சற்றும் எதிர்பாராத விதமாக, 'தேவையில்லை. நீங்க இவங்களை அழைச்சுட்டுப் போங்க. நல்லா ஞாபகப்படுத்திப் பாருங்க. அன்னிக்கு நீங்க எங்க போனிங்க, என்ன செஞ்சிங்க எல்லாத்தையும் யோசிச்சு நிதானமா எனக்கு ஸ்டேட்மெண்ட்டா கொடுங்க. நானே வீட்டில் வந்து வாங்கிட்டுப்போறேன். அவசரமே இல்லை. ஆனால் பொய் மட்டும் வேண்டாம். யு கேன் கோ.'

அவர்கள் விரோதமாகப் பார்த்துவிட்டு விலகினதும் அருகிலிருந்த கான்ஸ்டபிள், 'என்ன சார் விட்டுட்டிங்க?' என்றார்.

மாதவராவ், 'எங்க போயிடுவா! ரொம்பக் கேள்வி கேக்கறதும் முடியாது. சட்டப்படி பொம்பளைங்களுக்கு ஒரு ப்ரொட்டக்ஷன் இருக்கு, செக்ஷன் 160-ல. அந்த ஆள் லாயர்கிட்டப் போனான்னா

தெரிஞ்சுண்டுருவான். பொம்பளைங்களை ஸ்டேஷன்ல வச்சு இண் டராகேட் பண்ணக்கூடாது. லாப்ல இருந்து ரிப்போர்ட் வந்ததா?'

'மேஜை மேலே வெச்சிருக்கேன் சார்.'

மாதவராவ், திவ்யாவின் விரல் ரேகைகள் பதிந்திருந்த டம்ளரைப் பத்திரமாக எடுத்து வைத்துவிட்டு ரிப்போர்ட்டை ஆவலுடன் படித்தார். மூர்த்தியின் அறையில் எடுக்கப்பட்ட காலணியின் பிரதியைப் பற்றிய லாப் ரிப்போர்ட் அது.

'காலணியின் அளவு ஒன்பது, உயரமான, சற்றுக் கனமான ஆசாமியைக் குறிக்கிறது. தேய்ந்திருக்கும் விதம், அவன் கால்கள் சற்றே உள்நோக்கி வளைந்திருக்கலாம் என்று தீர்மானிக்க இடம ளிக்கிறது. தேய்வின் அளவிலிருந்து காலணி சற்றுப் பழசு என்பதும், அது நாலிலிருந்து ஆறு மாதத்துக்குள் வாங்கப்பட்டு உபயோகிக்கப்பட்டிருக்கலாம் என்பதும் தெரிகிறது. 'சுலேகா' என்கிற கம்பெனியின் பெயர் தெளிவாகத் தெரிகிறது. அணிந்தி ருப்பவன் சற்று திடகாத்திரமாக, சுமார் ஐந்தடி பத்து அங்குலத் திலிருந்து ஆறடிவரை இருக்கலாம் என்று ஊகிக்கலாம்.'

மாதவராவ் சற்றுநேரம் யோசித்தார். அவர் நெற்றிப் புருவங்கள் சாஸ்வதமாகச் சுருங்கியிருந்தன. தீவிரமாக யோசிக்கும்போது தன் மூக்கு நுனியை இடது கை ஆள்காட்டி விரலால் தடவிக் கொள்ளும் பழக்கம் தெரிந்தது. 'அந்த ஃபைலைக் கொஞ்சம் கொண்டு வாங்க' என்றார்.

மூர்த்தியின் ஃபைல் இப்போதுதான் ஆரம்பித்து இருபத்து நாலு மணி நேரத்திலேயே பெருத்திருந்தது. போஸ்ட்மார்ட்டம் ரிப் போர்ட் வந்துவிட்டது. ஹோட்டல் சிப்பந்திகளின் ரிப்போர்ட், கரோனரின் ரிப்போர்ட், ஃபர்ஸ்ட் இன்ஃபர்மேஷன் ரிப்போர்ட் என்று எத்தனை காகிதங்கள் அதற்குள் சேர்ந்துவிட்டன. மாதவ ராவ் அவற்றில் ஒன்றைக் குறிப்பாகத் தேடினார். ஹோட்டலில் வெவ்வேறு அறைகளில் தங்கியிருப்பவர்களின், தங்கிச் சென்ற வர்களின் பட்டியல் அது. அதில் கொடுக்கப்பட்டிருந்த பெயர் களை நிதானமாக ஒவ்வொன்றாகப் படித்தார். மூன்றாம் முறை பார்க்கிறார். என்னவோ மறுபடி பார்க்கவேண்டும் என்று அவர் உள்ளுணர்வு சொல்லிற்று.

ருங்மாங்கத ராவ், சதாசிவப்பா, குஷால் குமார் கட்டாரியா, சரவணா எண்டர்ப்ரைஸஸ், கிருஷ்ணமூர்த்தி, ஷண்முக சுந்தரம், முகமது ஹபீஸ் அலி, டாக்டர் ஜி.கே. பட்...

ம்ஹூம் என்று அந்தப் பட்டியலை விட்டெறிய இருந்தவர் சட்டென்று சகலமும் விழித்துக்கொள்ள மறுபடி அதைப் பார்த்தார்.

ரூம் நம்பர் 536-ல் பி. ராமகிருஷ்ணா. மிஸ்டர் அண்ட் மிஸஸ் பி. ராமகிருஷ்ணா! மாதவராவ் லேசாக விசிலடித்தார்.

பீறிட்டு வந்த அழுகையை அடக்கிக்கொண்டு உமா அந்த அறையில் நின்று சுற்றுமுற்றும் பார்த்தாள். பக்கத்தில் ஆனந்த் நின்றுகொண்டிருந்தான். மூர்த்தியின் மாடி அறை அது. அவனைத் தவிர மற்றவை அனைத்தும் இருந்தன. கப்போர்டில் அவன் சட்டைகள் தொங்கின. அவற்றை விரலால் வருடிப் பார்த்தாள். சலவைக்குப் போகாத சிலவற்றில் இன்னும் அவன் வியர்வையின் வாசனை பாக்கியிருந்தது. அவன் பேனா ஒரு பையில் செருகியிருந்தது. அவன் படித்த புத்தகங்கள், உள்ளுடைகள், ஷூ பாலிஷ் போட்டு கருப்பாக இருந்த கந்தல் வேஷ்டி, கடிதங்கள், டயரி. பிரித்தாள்.

3:46, 4:58 என்று என்ன என்னவோ கணக்கு. ஒரு வார்த்தை எழுதவில்லை. டயரி எழுதும் பழக்கம் இல்லை போலும். பால் பாய்ண்ட் பேனாக்கள் ஏராளமாகச் சேகரித்திருந்தான். அதே போல் சுருட்டலிலிருந்து இன்னும் பிரிக்காமல் 1981-ம் வருஷ காலண்டர்கள், பஸ் டிக்கட்டின் துண்டு ஒன்று. பாதி மட்டும் சாப்பிடப்பட்டு நிறுத்தப்பட்ட டானிக் பாட்டில், லெட்டர் பாட், ரப்பர் ஸ்டாம்ப், ஒரு சின்ன நோட்டுப் புத்தகத்தில் நிறைய டெலிபோன் நம்பர்கள்.

'குறிப்பா என்ன பாக்கறிங்க மன்னி?'

'என்னை உமான்னே கூப்பிடுங்க ஆனந்த்.'

'கொஞ்சம் தயக்கமா இருக்கு.'

'இந்த டெலிபோன் நம்பர் எல்லாம் யாருன்னு சொல்லு! கே.வி. எஸ் யாரு?'

'தெரியாது மன்னி. எல்லாம் அவன் ஃப்ரண்ட்ஸா இருப்பா.'

'எல்லா நம்பருக்கும் போன் பண்ணிப் பார்க்கணும்.' என்றாள் உமா.

11

ஆனந்த் உமாவைக் கண்ணிமைக்காமல் பார்த்துக் கொண்டிருந்தான். 'எதுக்காக உமா?' என்றான்.

'தட்ஸ் பெட்டர்! என்னை மன்னின்னு கூப்ட்டா திடீர்னு வயசாகிட்ட மாதிரி தோண்றது' என்றாள். தொடர்ந்து 'அதுவும் வாஸ்தவம்தான் ஆனந்த். எனக்கு ஒரே நாளில் ஏழு வயசு ஜாஸ்தி ஆய்டுத்து. என்னைப் பார்' என்று எதிரே தெரிந்த கண்ணாடியில் அவனுடன் தன்னைப் பார்த்துக்கொண்டாள். 'உடம்பு பூரா ஒரு சோர்வு பரவியிருக்கு பாரு. உடம்பே டொக்கு விழுந்துடுத்து. அந்த அதிர்ச்சியில் இருந்து பைத்தியம் பிடிக்காம எப்படி வெளில வந்தேன்னு ஆச்சரியமா இருக்கு. இது என்ன நம்பர் பத்தின் கீழ் எட்டு!'

ஆனந்த் பார்த்து, 'ஏதோ அட்ரஸ் மாதிரி இருக்கு!'

'அங்கே போய் விசாரிக்கலாமா இன்னிக்கு?'

'என்னத்தை?'

'மாயாவைத் தெரியுமா? மாயான்னு யாராவது இருக்காளான்னு கேக்கலாம்.'

'மாயா! எனக்கென்னவோ அப்படி ஒருத்தரும் இருக் கறதாத் தெரியலை.'

‘இருக்கா ஆனந்த். இருக்கா, கண்ணாடியில எழுதி வெச்சிட்டு அடையாளம் காட்டிட்டுப் போயிருக்காளே. கண்டுபிடிக்க வேண்டாமா?’

‘கண்டுபிடிச்சு என்ன பிரயோசனம். மூர்த்தி முழுசாக் கிடைக்கப் போறானா?’

மூர்த்தியின் அப்பா வந்தார். ‘உமா, இந்தா காப்பி!’

உமா, ‘தாங்க்ஸ்’ என்று டம்ளரை வாங்கிக்கொண்டாள். மௌன மாகக் குடித்தாள்.

‘என்னடா?’

‘அண்ணாவோட பழைய குப்பையெல்லாம் கிளர்றா.’

‘எதுக்கு?’

‘அண்ணாவைக் கொன்னது யாருன்னு கண்டுபிடிக்கப் போறா ளாம்.’

‘அதுக்குத்தான் போலீஸ் இருக்கே!’

உமா பேசாமல் இருந்தாள்.

‘உமா! நீ இந்த வீட்டில் இருக்கப் போறியா?’

‘நான் இந்த வீட்டு மருமகள் இல்லையா மாமா?’

‘ஆமா, ஆனா...’

‘மகன் வெட்டப்பட்டதினால நான் வெட்டப்பட்டுட்டேனா மாமா?’

‘அப்படி இல்லை குழந்தை! இங்க இருந்து இந்த பழைய சர்ட்டு பாண்ட் எல்லாத்தையும் பார்த்தா அவன் ஞாபகம் வந்துண்டே இருக்கும். அதுக்குத்தான்.’

‘எங்க வீட்டுக்கே திரும்பிப் போய்டுன்னு சொல்றிங்களா?’

‘உமா நீ நேரா எனக்கு பதில் சொல்லு. அவனை மறக்க வேண்டாமா நீ?’

‘எதுக்கு மறக்கணும்?’

'எனக்கெல்லாம் மறந்தாகணும் பெண்ணே. சின்னப் பையன் அவன் போய்ட்டான். கிழம் நான் இருக்கேன். திருப்பித் திருப்பி ஞாபகப்படுத்த விரும்பலை நான். உமா! நான் சொல்றதைக் கேள். கல்யாணம் பண்ணிண்டு ரெண்டு நாள் அவனோட குடித்தனம் நடத்திருக்கே. நீ சின்னப் பொண்ணு. படிச்சவ. ஏதாவது வேலைக்குப் போ. இல்லை, மேற்கொண்டு படி. இல்லை, இன்னொரு கல்யாணம் செஞ்சுக்கோ. நாங்கள்ளாம் ரொம்ப சந்தோஷப்படுவோம். அதுவரைக்கும் உன்னைப் பார்க்கிறபோதெல்லாம் எனக்குக் கில்ட்டியா ஒரு ஃபீலிங் இருந்துண்டே இருக்கும்.'

'மாமா! உங்களுக்கு அவர் ஏன் செத்தார்னு தெரிஞ்சுக்க ஒரு விதமான கியூரியாஸிட்டியும் இல்லையா?'

'இல்லை! சட்டுனு அவனை மறக்கத்தான் விரும்பறேன்.'

'ஏன் மாமா? ஏன்?'

'இப்ப ஆளையே கண்டுபிடிச்சு எனக்கு முன்னால கொண்டு நிறுத்தினான்னே வெச்சுக்க. ஏதோ ஒரு மூஞ்சியைப் பார்க்கிறதினால் என்ன பெரிசா என் வாழ்க்கையில மாறுதல் ஏற்படப் போறது? நிம்மதி கிடைக்கப் போறதா? சந்தோஷம் வரப்போறதா? இல்லை. மூர்த்தியை அவ்வளவு சட்டுனு மறக்கறதுக்குத்தான் வழி தெரியப் போறதா? சொல்லு.'

'இதெல்லாம் ஒண்ணும் கிடையாது மாமா.'

'பின்ன என்ன பாழாப் போறது?'

'எதுக்கும் ஒரு காரணம் இருக்கணும் இல்லையா? மூர்த்தி கொல்லப்பட்டதுக்கு எதாவது ஒரு காரணம் இருந்தாகணும். அது பொருந்தறாப்பல காரணமோ, இல்லை அபத்தமான காரணமோ எதுவா இருந்தாலும் காரணம்னு ஒண்ணு இருந்துதான் ஆகணும்.'

'காரணம்! காரணம்! ஏன் இப்படி அலையறே?'

'காரணம் மூர்த்தி இல்லைன்னு ஊர்ஜிதப்படுத்திக்கத்தான் மாமா.'

'என்ன சொல்றே, புரியலை.'

'நான் மணந்துண்ட கணவன் அப்பழுக்கானவன். அவன் செஞ்ச குற்றம் எதுக்கும் தண்டனை இல்லை இந்தச் செயல்னு தெரிஞ்சுக்க விரும்பறதில தப்பு ஒண்ணும் இல்லையே மாமா.'

‘உமா! உங்கம்மா வந்திருக்கா பாரு’ என்று கீழே இருந்து குரல் கேட்டது.

ஆனந்தும் அப்பாவும் அவள் போனதும் ஒருவரை ஒருவர் பார்த்துக்கொண்டனர்.

‘விநோதமான பொண்ணு’ என்றார் அப்பா.

‘அப்படி எதும் காரணம் இருக்க முடியுமா அப்பா?’

‘சேச்சே! மூர்த்தி ஒரு ஜெம்.’

‘நாம பார்த்தவரைக்கும்.’

‘என்னடா சொல்றே. அவளோட சேர்ந்துண்டு நீயும் ஆரம்பிச் சிட்டியா?’

‘இல்லைப்பா, நம்ம குடும்பத்தைப் பொருத்தவரையிலும் அவ ளுக்கும் நாம செய்யவேண்டிய கடமை ஒண்ணு இருக்கு. எனக்கு அது இப்பத்தான் உறைக்கறது. அவ நினைச்சிண்டிருக்கா மூர்த்தியைப் பத்தி நாம முழு விவரமும் சொல்லாம ஏமாத்தி அவளுக்குக் கல்யாணம் செஞ்சு வெச்சுட்டோம்னு.’

‘நான்சென்ஸ்!’

‘இந்தச் சந்தேகத்தைத் தீர்த்துவைக்க வேண்டியது நம்ம கடமை தானே.’

‘சந்தேகமே எனக்கு இல்லாதபோது...’

‘அவளுக்கு இருக்கு. அவள் எத்தனை நாள் வேணா இந்த வீட்டில் இருக்கட்டும். நாம வேண்டாம்னு சொல்ல வேண்டாம்.’

உமா ஒரு சிறிய பெட்டியுடன் வந்தாள். ‘என் ஸாரி, துணிகள் ஒண்ணு ரெண்டு கேட்டிருந்தேன். அம்மா கொண்டுவந்து கொடுத்தா. என்னைப் பார்த்ததுமே அழ ஆரம்பிச்சா. வந்துட் டேன். கீழ உக்காந்துண்டு ரெண்டு அம்மாக்களும் அழுதிண்டிருக் காங்க. ஆனந்த், நான் இந்த ரூம்ல இருக்கலாம் இல்லையா?’

‘தாராளமா!’

‘மாமா! உங்களுக்கு ஒண்ணும் ஆட்சேபணை இல்லையே?’

‘இல்லை, எத்தனை நாள்மா இருக்கப் போறே?’

‘எனக்கு பதில் கிடைக்கிறவரைக்கும்.’

அவர்கள் சென்றதும் கதவைத் தாளிட்டுக்கொண்டாள். மூர்த்தியின் மேஜை அருகில் மூர்த்தியின் நாற்காலியில் உட்கார்ந்தாள். வெற்றுக் காகிதத்தில் மாயா என்று இரண்டு மூன்று தடவை கிறுக்கினாள். ஜன்னல் கதவைச் சாத்திக்கொண்டு தன் சேலையை அகற்றி மார்பு ரவிக்கையைக் கழற்றி உள்ளுடைகளை நீக்கிக் கண்ணாடியில் பார்த்துக்கொண்டாள். அவள் மார்பகங்கள் இன்னும் ஒரு கன்னிப் பெண்ணின் மார்பகங்களாகத்தான் இருந்தன. உயர்ந்து நிமிர்ந்து அரைவட்டக் கோப்பைகள் போல் நடுவே இளஞ்சிவப்பாக மூர்த்தி கடித்த இடத்தில் காயம்பட்டிருந்தது. மற்றும் சில இடங்களில் மூர்த்தியின் நகக் கீறல்கள் இருந்தன. அவள் கைவிரல்கள் மெதுவாக அவன் தொட்ட இடங்களை எல்லாம் ஞாபகப்படுத்திக்கொண்டன. வயிற்றின் சதையை அழுத்திப் பிடித்துக்கொண்டு தன்னைக் கட்டுப்படுத்திக்கொண்டாள். அவளுக்கு வெகு தூரத்தில், சின்னதாக ஒரு வலி விதையை உணர்ந்தாள். உடனே தன் மார்பையும் இடுப்பையும் தொட்டுப் பார்த்துக் கொண்டாள். லேசாக வலி.

நன்றி! கடவுளே நன்றி!

‘சாந்தா! உனக்குத் தெரியுமோ, மயன் ராவணனுடைய மாமனார்னு ஒரு புராணம் சொல்றது.’

மத்தியானச் சாப்பாட்டில் கவனமில்லாமல் யோசித்துக் கொண்டிருந்த தன் கணவனை சாந்தா கவலையுடன் பார்த்தாள். ‘என்ன இது! என்னன்னவோ ஏறுமாறாப் பேச ஆரம்பிச்சிட்டீங்க. எப்பப் பாத்தாலும் அந்தக் கேஸ்தானா?’

‘மயன் யாரு தெரியுமா? திதிபுத்திரன் அசுரதச்சன். இவன் குமாரன் மாயாவி, துந்துபி, குமரி, ராவணன் தேவியாகிய மண்டோதரி, மயன் தர்ம புத்திரருக்குச் சபை நியமித்துக் கொடுத்தவன். பாரதமும் ராமாயணமும் எப்படி ஒண்ணு சேருது பாரு!’

‘ஆமா! அதுக்கும் இன்ஸ்பெக்டர் மாதவராவுக்கும் என்ன சம்பந்தம்?’

‘மயா அல்லது மாயா!’

‘அந்தக் கேஸ்தானே! தூக்கத்தில்கூட மயா, மாயாங்கறிங்க!’

மாதவராவின் வீடு எளிமையான அலங்காரங்களுடன் நடுத்தர வர்க்கச் சாயை படர்ந்திருந்தது. ராகவேந்திர சுவாமியின் பக்தர் என்பது சுவரில் தெரிந்தது. கூடவே சாயிபாபாவும் இருந்தார். குதிரை மேல் ஏறிக்கொண்டு ஒரு மாதவராவ் இருந்தார். குடும்பத்தின் எல்லா ராவ்களும் உட்கார்ந்திருக்க ஜி.கே. வேல் பிடித்திருந்தார். சாந்தா ஜாதிக் கட்டுடன் நெற்றியில் பெரிய குங்குமமாக அவர் அருகில் சின்னதாக நின்றுகொண்டிருந்தாள். மைசூர் போலீஸ் மேனுவல், பஜ கோவிந்தத்துடன் ஒன்றி வாழ்ந்தது. மாதவராவின் தம்பி மஸ்கட்டிலிருந்து அனுப்பி வைத்திருந்த டேப் ரெகார்டர் தன் மேற்கத்திய டிஸைனை மறந்து ராஜ்குமாரின் பக்திப் பாடல்களை மெலிசாக ஒலித்துக் கொண்டிருந்தது.

‘என்ன, ஏதாவது கண்டுபிடிச்சிங்களா?’

‘ஒண்ணும் உருப்படியா இல்லை, இந்த திவ்யா ராமகிருஷ்ணன் ஆங்கிளை கொஞ்சம் தீவிரமா ஆராயப்போறேன். பிரிண்ட் ரிப்போர்ட் வந்ததும் தெரியும். அதுக்குள்ள டி.ஸி. கிரைம்ஸ் கூப்ட்டிருக்கார். பிரஸ் வேற தலையைத் தின்றாங்க! இதப் பார் சாந்தா, ஒரு ஆளை எட்டு தடவை பத்து தடவை குத்திக் கொல்லணும்னா எத்தனை வெறுப்பு இருக்கணும்?’

‘நிறையத்தான்.’

‘அந்த வெறுப்பு இந்த கேஸ்ல எங்கன்னு கண்டுபிடிச்சுட்டா ஆட்டம் க்ளோஸ்.’

சாந்தா தன் கணவனையே பார்த்துக்கொண்டிருந்தாள். இனிமேல், இவரிடம் ரேஷன் கார்டைப் பற்றியோ, கேஸ் தீர்ந்து போனதைப் பற்றியோ பேச முடியாது. சேஷாத்ரிபுரம் போக வேண்டும் என்று சொல்லிப் பார்க்க முடியாது. ரொம்ப நாளாக ரிப்பேராக இருக்கும் பாத்ரூம் ஸிங்கைப் பற்றிக் கவலைப் படமாட்டார். அவரைச் சுற்றி ஒரு போர்வை போர்த்திக் கொண்டு விடுவார்.

மாதவராவ் குறிப்புகளையும் ரிப்போர்ட்டுகளையும் பார்த்துக் கொண்டிருந்தார்.

‘எச்சில் கையை அலம்பிட்டு அப்புறம் பாருங்க.’

'ம்? ஓ!' என்று அவசரமாகத் தட்டிலே அலம்பிக்கொண்டு பாக்குக்கு மிஷின் போல் கை நீட்டினார். கண்கள் ஃபைலிலிருந்து விலகவே இல்லை.

ஜீப்புக்காக காத்திருந்தபோது அவர் எழுதி வைத்திருந்த குறிப்புகளை சாந்தா பார்த்தாள்.

★ மாயை அதர்மத்திக்குமரி

★ விஷ்ணுவின் நாபிக்கொடியில் பிறந்து பிரமனுடன் உதித்து ஆன்மாக்களை மயக்குபவள்

★ கரசை என்பவளுக்கு ஒரு பெயர்.

★ சம்பரன் தேவி.

★ இது நித்தமாய் ஒன்றாய் சகலத்துக்கும் காரணமாய் சமமாய் எவ்விடத்தும் காரியம் காணப்படுவதால் வியாபகமாய் இருப்பது.

★ ஆத்மாக்கள் செய்த கர்மத்துக்கு ஈடாகப் பிரகிருதியில் தோன்றிய பதார்த்தங்களைப் புசிக்கும்படி இச்சையைப் பண்ணியிருக்கவும், சுத்த மாயை, அசுத்த மாயை, பிரகிருதி மாயை என மூவகைப்படும்.

★ மாயா தென் அமெரிக்கப் பழங்கால நாகரிகம்.

சாந்தா தன் கணவனைப் பற்றிய கவலையுடன் பெரு மூச்சு விட்டு வெற்றிலை நரம்பைக் கிழித்துக் கொடுப்பதற்குள் ஜீப் வந்துவிட மாதவராவ் தொப்பியை மாட்டிக்கொண்டு கிளம்பிவிட்டார்.

சுலேகா ஸ்போர்ட்ஸ், மதிய உணவுக்குக் கடை மூடிக்கொண் டிருந்த சமயம் மாதவராவ் அங்கே போய்ச் சேர்ந்தார். சுபேதார் சத்திரம் ரோடில் இருந்தது. கடை வாசலில் கண்ணாடிப் பெட்டி களில் வண்ண வண்ணச் செருப்புகள் கால்களுக்குக் காத்திருந் தன. கயிற்றுப்பாய் போட்டு உயரம் குறைந்த ஸ்டூல்கள் காலி யாக இருந்தன. கடைக்காரர் பயந்திருந்தார்.

'சேல்ஸ் டாக்ஸ் எல்லாம் ஒழுங்காக் கட்டறோம் சார்.'

'அதை விசாரிக்க வரலிங்க, பயப்படாதீங்க' என்று மாதவராவ் தன் பையில் நாலாக மடித்து வைக்கப்பட்டிருந்த காகிதத்தைப் பிரித்துக் காட்டினார். 'இந்தப் பிரதியைப் பாருங்க.'

அவர் சந்தேகத்துடன் பார்த்து 'என்ன?' என்றார்.

'இது உங்க கடையில சேல் ஆன ஷூவுடைய பிரதி.'

'இருக்கலாம்.'

'இருக்கலாம் இல்லை, நீங்க ஷூ தயாரிப்பிங்களா?'

'இல்லை சார்.'

'பின்ன சுலேகான்னு பேர் போட்டிருக்கு.'

'அது வந்து, கான்பூர்ல ஹோல்ஸேல்ல வாங்கி எங்க பேர் போட்டு விப்போம்.'

'எப்படியோ, இது இங்க வித்ததுதானே?'

'ஆமாம்.'

'இதைப்பத்தி எதாவது தகவல் சொல்ல முடியுமா? எப்ப வித்திங்க, என்ன வகை ஷூ இது?'

'சமீபத்தில் வித்தது இல்லிங்க. கொஞ்சம் பழைய மாடல். ஆறு ஏழு மாசம் இருக்கும்.'

'சரி, என்ன வகை ஷூ இது?'

அவர் 'கொஞ்சம் இருங்க' என்று அதைக் கூர்ந்து பார்த்தார். மாதவராவ் காத்திருந்தார். சுற்றும் முற்றும் பார்த்தார். ஆறு அல்லது ஏழு மாதத்துக்கு முன்பு அவன் இங்கே வந்திருக்கிறான்.

'ஜெண்ட்ஸ் ஷூதான்! சைஸ் ஒம்பது இருக்கலாம்.'

'ஆறு மாசத்துக்கு முந்தி இந்தக் கடையில் ஒரு உயரமான ஆள் வந்து வாங்கிட்டுப் போயிருந்தா உங்களுக்கு ஞாபகம் இருக்குமா?'

'இருக்காது சார்! ஆனா இந்த ஷூ எனக்கு ஞாபகம் வருது, ரப்பர் ஸோல்.'

'ஆமா ரப்பர் ஸோல்தான். கெமிக்கல் அனாலிஸிஸ்ல தெரிஞ்சது.'

'இது ஸ்போர்ட்ஸ் ஷூ சார்.'

'நிச்சயமாத் தெரியுமா?'

'நிச்சயமாத் தெரியும்.'

'ஆறு மாசத்துக்கு முந்தி உங்க பில்லெல்லாம் பார்த்து ஏதாவது தகவல் தெரியுதான்னு சொல்றிங்களா?'

'என்ன தகவல், எல்லாம் சொல்லிட்டேனே?'

'நீங்க சொன்னதைத் தவிர வேற ஏதாவது...'

'அதுக்கு அந்த பில்லில் ஒண்ணும் தெரியாது சார்.'

'எதுக்கும் ஒரு தடவை பாத்துருங்களேன்.'

'அக்கவுண்டண்ட் கிட்ட இருக்குது.'

'அவசரமில்லை. நான் மறுபடி நாளன்னைக்கு வரேன். அதுக்குள்ள பாத்து வையுங்க.'

'எதுக்கு உங்களுக்கு இந்த விவரம் வேணும்னு கேக்கலாமா?'

'பேப்பர்ல பாத்திங்கல்ல, ஹோட்டல்ல ஒரு ஹனிமூன் கணவன் கொலை...'

'ஓ, அதுவா!'

'நான் மறுபடி வரேன்.'

மாதவராவ் அங்கிருந்து நேராக டி.ஸி.யின் அலுவலகத்துக்குச் சென்றபோது அறை வாசலில் அந்த கேமரா இளைஞன் காத்திருந்தான்.

12

மாதவராவைப் பார்த்ததும் அந்த இளைஞன் எழுந்து நின்று புன்முறுவல் செய்தான்.

'மிஸ்டர் மாதவராவ்?'

'எஸ்.'

'என் பேர் இந்தர்ஜித். உங்ககிட்ட போட்டோ ஒண்ணு காட்டணும்.'

'என்ன போட்டோ?'

'நான் உள்ளே வரலாமா?'

'கொஞ்சம் இருங்க, டி.ஸி.யைப் பார்த்துட்டு வரேன்.'

'டி.ஸி.தான் உங்ககிட்டக் காட்டச் சொன்னார்.'

'வரேன், பத்து நிமிஷம் இருங்க.'

'இது எந்த விதத்தில் உங்களுக்கு உபயோகப் படும்னு சொல்ல முடியாது...'

அவன் சொல்வதைக் கேட்டு முடிக்காமலேயே மாதவராவ் படியேறி டி.ஸி.யின் அறை வாசல் கான்ஸ்டபிளிடம் 'சாஹபவரு இதாரா' என்று கேட்டார்.

அவன் உள்ளே செல்ல, காத்திருந்தார். நிச்சயம் டி.ஸி. 'கேஸ் என்ன ஆயிற்று, எதாவது தெரிந்ததா?' என்று கேட்பார். என்னத்தைத் தெரியும்? சுத்த மாயை, பிரகிருதி மாயை என்பதைத் தவிர? மாயை ராவணன் மனைவி, மண்டோதரியின் தாய். ராவணன் குமாரன் இந்திரஜித். வாசலில் போட்டோகிராபரின் பெயர் இந்திரஜித்! சட் என்று தன் அபத்தமான கட்டுக்கடங்காத எண்ணங்களைக் கலைத்துக்கொண்டார். கேஸ் ஆரம்பத்திலிருந்தே இந்த மாதிரி பைத்தியக்காரத் தொடர்புகளைத் துரத்திக் காலவிரயம் பண்ணிக் கொண்டிருக்கிறேன். சுலேகாவில் மத்தியானம் இரண்டு மணி நேரம் விரயம். என்ன தகவல் கிடைக்கப் போகிறது? காலணியின் பிரதியிலிருந்து என்னத்தைச் சொல்லப் போகிறான்? மாதவராவ் பெருமூச்சு விட்டார்.

கூப்பிடுகிறார் என்று குரல் கேட்டதும் உள்ளே சென்று விறைப்பாக சல்யூட் அடித்தார். 'உக்காருங்க' என்றார் பிரபாகர்ராவ். 'என்ன மாதவராவ், எதாவது தெரிஞ்சுதா?'

'தெரிஞ்சுது சார்.'

'அரெஸ்ட் பண்ணக்கூடிய நிலையில் இருக்கிங்களா?'

'இல்லை சார்.'

'பின்ன?'

'சந்தேகிக்கக்கூடிய நிலைக்கு வந்திருக்கேன்.'

'சொல்லுங்க.'

'திவ்யான்னு ஒரு பொண்ணை கொஸ்சின் பண்றப்போ அவ மூர்த்தியோட பழைய சிநேகிதின்னும் கல்யாணத்தில ஏமாற்றம் அடைஞ்சவன்னும் தெரிஞ்சது. முதல்ல பொய் சொன்னாள். அவளுடைய பாய்ஃப்ரண்டு அதே ஹோட்டல்ல அஞ்சாவது மாடியில தங்கியிருக்கான். ரெண்டு பேரும் ஏறக்குறைய இந்த சமயத்தில் பங்களூர் வந்திருக்காங்க. அந்த ஆள் யாருன்னா ஒரு சமயம் கஸின்கிறா, ஒரு சமயம் பாய் ஃப்ரெண்டுங்கறா.'

'சம்பவம் நடந்த சமயம் எங்க இருந்தாங்களாம்?'

'அந்தப் பையனை மத்யானம் கொஸ்சின் பண்ணப் போறேன். அலிபை கொஞ்சம் வீக்காத்தான் இருக்குது.'

'அரஸ்ட் ஹிம் ஆன் சஸ்பிஷன்.'

'வேண்டாம் சார். இன்னும் இல்லை. அப்புறம் ஹோட்டல்ல சர்வர் பையன் ஒருத்தன் கைரேகை கதவில் கிடைச்சது. அவனையும் கொஞ்சம் க்ளோஸாப் பாக்கப் போறேன்.'

'மணி, மனைவி, உறவுக்காரங்க ஒருத்தரையும் விட்டுராதிங்க. திடீர்னு பத்திக்கும். லாப் ரிப்போர்ட் எல்லாம் வந்துதா?'

'ஃபிங்கர் பிரிண்ட் ரிப்போர்ட் வந்தது. பெரும்பாலும் இறந்தவன் பிரிண்ட்ஸ். அப்புறம் மனைவி, ஹோட்டல் சர்வர்னு சொன் னேனே அவன், அப்புறம் அடையாளம் கண்டுபிடிக்க முடியாத புது ஆசாமி ஒருத்தன் பிரிண்ட்.'

'மணி.'

'ம்ஹூம், மணி இல்லை. பட் வி கான்ட் எலிமினேட் ஹிம்.'

'அந்தாளுதான் முதல்ல கொஞ்சம் உளறிக்கிட்டிருந்தான்னு சொன்னிங்கல்ல? அப்பறம், இந்த ரிப்போர்ட்டைப் பாத்திங்களா?'

'என்ன சார்?'

'லாப்ல இருந்து வந்தது. போஸ்ட்மார்ட்டம் பண்றப்ப டாக்டர் பாடியோட கைலயோ நகங்களிலோ ஒரே ஒரு மயிர் இழையைப் பாத்து அதைப் பத்திரமா எடுத்து அனுப்பிச்சிருக்கார். கூடவே இறந்து போனவன் மயிர் சாம்பிளும் அனுப்பியிருக்கார். யார்யா அந்த டாக்டர்?'

'கௌடா சார், ரொம்ப தரோ மேன்.'

மாதவராவ், அந்தத் தலைமயிரை ஆராய்ச்சிச் சாலையில் பரி சோதித்து அனுப்பி வைத்திருந்த குறிப்புக்களைப் பார்த்தார்.

> 'ஷாஃப்ட் டயா 120 மைக்ரான். மனிதத் தலை மயிர் என்பது தெரிகிறது. தலைமயிரின் நீளமும், ஒரு முனையில் நறுக்கென்று வெட்டப்பட்டிருப்பதும், ஆண் என்பதும் சமீபத்தில், முடி வெட்டியுள்ளார் என்பதும் தெரிகிறது. ரசாயன அலசலிலும் அல்ட்ரா வயலட் ஒளியில் பார்த்ததிலும், தலைமயிருக்கு உரியவர் சாயம் உபயோகித்திருக்கிறார் என்பது தெளிவாகத் தெரிகிறது. தலைமயிர் இறந்த மூர்த்தியினுடையது அல்ல என்பதும் தெளிவாகத் தெரிகிறது.'

மாதவராவ் நிமிர்ந்து, 'பரவாயில்லை சார்! ஆள் டை அடிச் சிருக்கான்னு தெரியுது! உயரமான ஆள். பூட்ஸ் சைஸ் ஒம்பது!

சற்று வாட்டசாட்டமான உடற்கட்டு. தலைமயிருக்குச் சாயம் பூசற ஆள்! கொஞ்சம் கொஞ்சம் கிளியராவுது.'

பிரபாகர்ராவ் கான்ஸ்டபிளைக் கூப்பிட்டு, 'வெளியே ஒரு போட்டோகிராஃபர் இருக்கார். அவரை வரச்சொல்லு' என்றார்.

'பனிப்படலத்துக்குள்ள ஒரு உருவத்தைத் தேடறாப்பல...'

'இந்த கேஸ் ரொம்ப சுவாரஸ்யமா இருக்குது மாதவராவ்! கொலை செஞ்சவனை எப்படி பிக்சர் பண்ணுவிங்க?'

'இன்னும் கிளியராகல்ல சார்.'

'மாயாங்கற அந்தக் கையெழுத்தைப் பார்த்திங்களா? அதை அனலைஸ் பண்றீங்களா?'

'இல்லை சார், எல்லாம் காப்பிட்டல் எழுத்தா இருந்ததினால...'

'உங்களுக்குத் தெரியாதா மாதவராவ். காப்பிட்டல் எழுத்துக் களிலும் தகவல் கண்டுபிடிப்பாங்க... வா, உன் பேர் என்ன சொன்ன?'

'இந்திரஜித் சார்.'

'போட்டோவைக் காட்டு.'

அவன் சிரித்துக்கொண்டே போட்டோவை உருவி மேஜை மேல் வைத்தான்.

'காண்டாக்ட் பிரிண்ட்தான் எடுத்தேன். என்லார்ஜ்மெண்டுக்குக் கொடுத்திருக்கேன். நாளைக்கு வந்துரும்.'

பிரபாகர் ராவ் அதைப் பார்த்துவிட்டு மாதவராவிடம் கொடுத் தார். அவர் முகத்தில் ஏமாற்றம் இருந்தது. மூர்த்தி, உமா இரு வரையும் பார்க்கில் பிடித்த போட்டோ. சும்மா இரண்டு பேர். மரங்கள், பார்க்கில் நடந்து போய்க்கொண்டிருப்பவர்கள் பின்னணியில்.

'அந்த ஆள் மர்டர் ஆறதுக்கு முன்னாடி எடுத்த கடைசி போட்டோ இதுவாகத்தான் சார் இருக்கும்.'

'இதை எப்படி எடுத்திங்க?'

'பார்க்கில் நடந்துகிட்டே வந்தாங்க. அவங்களைப் பார்த்தேன். ரொம்ப அழகான, பொருத்தமான ஜோடி. அவங்களை போட்டோ எடுத்துக்கலாமான்னு ரிக்வெஸ்ட் பண்ணிகிட்டேன். சிரிச்சுக் கிட்டே சம்மதிச்சது இன்னும் ஞாபகத்தில் இருக்கு சார்.'

'எப்ப இது?'

'முதநாள் சாயங்காலம்.'

'அப்ப அவங்க எப்படித் தோன்றினாங்க உங்களுக்கு?'

'சந்தோஷமா! டாப் ஆஃப் தி வர்ல்ட்! இன்னும் அந்தப் பெண் ணுடைய கன்னத்தில் மெலிசாத் தெரிஞ்ச வெட்கச் சிவப்பை என்னால் மறக்க முடியலை. கலர் ஃபிலிம் இல்லையேன்னு வருத்தப்பட்டேன்.'

மாதவராவ் மறுபடி அந்த போட்டோவைப் பார்த்தார். உமா சற்றே வெட்கத்துடன் கேமராவைப் பார்க்க, மூர்த்தி அவளுடன் மிகையாக ஒட்டிக்கொண்டு, நாளைக்கு சாகப்போகிறோம் என்கிற சாயை ஏதும் இல்லாமல், உலகமே தனதுபோல் சிரித்துக்கொண்டு, 'சரி! ரொம்ப தாங்க்ஸ் மிஸ்டர் இந்திரஜித்.'

'இந்த போட்டோ உங்களுக்கு உபயோகப்படுமா சார்?'

'படலாம்.'

'கொன்ன கொலைகாரனைக் கண்டுபிடிச்சுட்டிங்களா சார்?'

'இல்லை.'

'கண்டுபிடிச்சுடுவிங்களா?'

'வி ஹோப் ஸோ! பை த வே, உங்களுக்கு இந்திரஜித்துன்னு எப்படிப் பேர் வந்தது?'

'எங்கப்பா வெச்ச பேர். ஏன் சார்?'

'ஒண்ணுமில்லை. கொஞ்சம் அன்யூஷுவல் நேம்.'

'அவன் போனபின், 'இந்த போட்டோ உபயோகப்படுமா?' என்றார் டி.ஸி.

'ம்ஹூம், என்லார்ஜ்மெண்ட்கூட இல்லை.'

'எதுக்கும் வெச்சுக்கங்க. சி.ஓ.டி.காரங்க வேற தனியா விசாரிக் கிறாங்கபோல இருக்கே?'

'இல்லை சார், அவங்க டெக்னீஷியன்ஸ் சில பேரோட ஒத் துழைப்பு தேவையா இருந்தது. குறிப்பா கேமரா ஆளுங்க. சார், இந்த கேஸை நானே துப்புரவாப் பாக்கறேன். எனக்கு இது ஒரு சவாலாப்படுது.'

'செய்ங்க பாக்கலாம். எல்லோரையும் பாத்துருங்க. ஒரு சின்ன விஷயம்கூட விடாமப் பாத்துருங்க. இப்ப இந்த போட்டோ சொன்னிங்களே, இதை ஒரு என்லார்ஜ்மெண்ட் போட்டுப் பாத் துர்றதுகூட நல்லதுதான். அந்தாள் கிட்ட தவறாம நெகட்டிவ் கேட்டு வாங்கி வெச்சுக்கங்க.'

மாதவராவ் எழுந்து சல்யூட் அடித்துவிட்டு விலகினார். ஜீப்பில் ஏறிக்கொண்டு, 'சாந்தி நகர் போப்பா' என்றார்.

திவ்யாவை மறுபடி பார்க்கவேண்டும். அவள் சினேகிதனை மறுபடி பார்க்கவேண்டும். நிறைய நடக்கவேண்டும். நிறைய கேட்கவேண்டும். சிந்திக்கவேண்டும். காத்திருக்கவேண்டும். தூக்கம் இழக்கவேண்டும். மாதவராவ் ஃபைல் மேல் மாயா என்று எழுதிப் பார்த்தார்.

உமா அந்த நீலக் காகிதத்தில் மாயா என்று எழுதினாள். 'ஆனந்த்! மாயாவில், யமா இருக்கு. அந்த எழுத்துக்களை வேறமாதிரி அமைச்சா எத்தனை புதுசு புதுசா வரது பாரு! அம்யா, யாம், அமே, அயம்...'

ஆனந்த் பொறுமையுடன் 'இதெல்லாம் எதுக்கு உமா?' என்றான். உமாவை ஒரு மாதிரிப் பார்த்தான். அவள் நடந்துகொள்ளும் விதத்தில் விசித்திரங்கள் தென்பட்டன. கட்டிலில் காலைப் பரப்பிக்கொண்டு உட்கார்ந்திருக்கிறாள். நெற்றியில் பொட்டு இல்லை. பாவாடை அணிந்து அதற்குமேல் மூர்த்தியின் சட்டை யைப் போட்டுக்கொண்டிருக்கிறாள். சரியாகச் சாப்பிடுவ தில்லை. கழுத்தில் தாலிச்சங்கிலியை அவிழ்க்கவில்லை. உதடு கள் சற்றே கருத்திருந்தன. கண்கள் பஞ்சடைந்திருந்தன. ராத்திரி சரியாகத் தூங்குவதில்லை என்று தெரிந்தது. சட்டென்று சிரித்துக்கொள்கிறாள். சிலவேளை பயமாக இருக்கிறது.

'எங்கயாவது எதாவது ஒரு க்ளூ கிடைக்குமானு பார்க்கறேன். ஆனந்த்! உங்கண்ணா வண்ணான் கணக்கில்கூட அது இருக் கலாம்.'

பழைய கடிதங்களை எல்லாம் பார்த்துக்கொண்டிருந்தாள். 'அன்புள்ள பாப்ஜி! நான் இங்கு சௌக்கியமாக வந்து சேர்ந்தேன். ரயிலடிக்கு வந்து நீ ஏற்றிவிட்டது பற்றி ரொம்ப சந்தோஷம். குழந்தைகள் வழி பூராவும் ஜுரமாக அனத்திக்கொண்டே வந்தன. அத்திம்பேர் ஸ்டேஷனுக்கு வந்திருந்தார். மீரஜில் ரயில் மாறுவதில் எந்தவிதச் சிரமும் இல்லை.

'இது யாரு ஆனந்த்?'

'பெரிய அக்கா, பூனாவில் இருக்கா, நாளைக்குத்தான் வரப் போறா?'

'பேரு?'

'ஜானகி.'

'மாயாங்கறது காளியோட ஒரு பேரில்லை ஆனந்த்?'

'சரியாப் போச்சு உமா! மன்னி! இந்த வேலையை போலீஸுக்கு விட்டுரலாம். அவாகிட்டதான் ஆளும் படையும் இருக்கு. அவா ளால முடியாதது நம்மால முடிஞ்சுருமா, யோசிச்சுப் பாருங்க!'

உமா அவன் சொல்வது எதையும் கேட்டுக்கொள்ளாமல், 'பிருந் தாவன் எக்ஸ்பிரஸ்ல போறப்ப உங்க அண்ணா என்ன செஞ்சார் தெரியுமா?'

'உமா, ப்ளீஸ்!' ஆனந்துக்கு அவளை அந்த அலங்கோலத்தில் பார்ப்பதில் குற்ற உணர்வு இருந்தது. துக்கத்தினால் சற்று வெட்கம் குறைந்திருந்தாள். 'சட்டை பட்டனைப் போட்டுக்கோ' என்று சொல்லவேண்டும் போலிருந்தது. குடும்பத்தில் மற்ற பேர் அவன் அடிக்கடி மாடிக்கு வருவதை விரும்பவில்லை என்பது தெளிவாகத் தெரிந்தது. திடீர்த் திடீர் என்று அவள் மாடியிலிருந்து 'ஆ...னந்த்' என்று அழைக்கும்போதெல்லாம் கீழே முகங்கள் சிறுப்பதைப் பார்த்திருக்கிறான். சமீப துக்கத்தால், சண்டை வருவதற்கு இன்னும் சில நாட்கள் ஆகும். அதற்குள் இவள் பிறந்த வீட்டுக்குப் போய்விட்டால் சிக்கல் இருக்காது. ஆனந்தின் வீட்டில் எல் லோரும் உமாவை இப்போது அன்னியளாக, தொடர்பு அறுந்தவ ளாகத்தான் பார்க்கிறார்கள். கீழே அழுகை சத்தம் கேட்டது. குழப்பமான கூக்குரல்களைத் தொடர்ந்து யாரோ மார்பில் தொம் தொம் என்று அடித்துக்கொள்ளும் சப்தம் கேட்டது.

ஆனந்த் அலுத்துக்கொண்டான். 'இவாளுக்கெல்லாம் வேற வேலையே கிடையாது. கொஞ்ச நாழி மறக்க விடமாட்டா!' இப்போது அம்மாவின் குரல் கேட்டது. 'என்ன குறை வெச்சேன் சின்னத்தை? தாலிக்கு தங்கத்திலயா? சேலைக்கு நூலுலயா? பஞ்சாங்கம் பாத்ததில் தப்பா! விதியா? தெய்வ குத்தமா? என்ன குறை சின்ன அத்தை?'

'சின்ன அத்தை வந்திருக்கா, அந்த அத்தைக்கு தங்கை பாபட்லாவில் இருக்கா.'

மூக்கை சிந்தும் சப்தம் கேட்டபின், 'மாட்டுப்பெண் எங்க இருக்கா?'

'இங்கதான் இருக்கா அத்தை! நம்பாத்திலேயே ஒட்டிண்டு போக மாட்டேன்னு புடிவாதம் புடிக்கறது.'

'பாவமே! புள்ளையாண்டு கிள்ளையாண்டிருக்காளா என்ன?'

'என்ன கருமமோ தெரியலையே?'

ஆனந்த் உமாவைப் பார்த்து, 'ஸாரி' என்றான்.

'ஆனந்த், உங்கம்மாகிட்ட சொல்லு. அந்தக் கவலை இல்லை. 'ஐ'ம் கோயிங் டு ஹேவ் மை பீரியட்ஸ்'னு சொல்லிடு.'

ஆனந்த் 'வேற வேலையில்லை!' என்று அலுத்துக்கொண்டான். அவள் முகம் மாறுவதைப் பார்த்து 'உமா, ஐம் கிளாட்' என்றான்.

'ஐம் நாட் கிளாட்! மூர்த்தியோட ஞாபகத்துக்குக் கொஞ்ச நாள்ல எதுவும் இல்லாமப் போயிடும்.'

'உமா, சொல்ல மறந்துட்டேனே, உங்காத்தில இருந்து உனக்கு வந்து லெட்டரை எல்லாம் கொண்டுவந்து கொடுத்தா. அலமாரில வெச்சிருக்கேன்.' எடுத்துக் கொடுத்தான்.

'கிழிச்சிப் போடு, கடுதாசி முழுக்க அனுதாபமா இருக்கும். எனக்கு இப்ப தேவை அனுதாபமில்லை ஆனந்த்!' அந்தக் கடிதங்களை அலட்சியமாகப் பார்த்தாள். ஃப்ரம் அட்ரஸ் போடாமல் ஒரு கடிதம் பச்சை எழுத்தில் விலாசம் எழுதியிருந்தது. பரிச்சயமில்லாத கையெழுத்து. பிரித்தாள். இரண்டு வரிகள்.

> 'நடந்ததை மற, ஆண்டவன் உன்னைக் காப்பாற்றுவான்.
> -மாயா.'

13

உமா சடக்கென்று எழுந்து 'ஆனந்த்! இதைப் பாரு' என்றாள்.

'என்ன உமா?'

கடிதத்தை மௌனமாக அவனிடம் காட்டினாள். அவன் படித்துவிட்டு மறுபடி அவளை நிமிர்ந்து பார்த்து விசிலடித்தான். 'மாயான்னு யாரோ ஒரு ஆள் இருக்கு.'

உமா அந்தக் கடித உறையின் தபால் முத்திரையைப் பார்த்துக் கொண்டிருந்தாள்.

'பங்களூர்ல இருந்து வந்திருக்கு. பங்களூர் ஒண்ணு!'

'இதை உடனே போலீசுக்குத் தெரிவிக்கவேண்டாம்?'

'பின் பக்கத்தில் ஏதோ எழுதியிருக்காப்பல இருக்கே...'

ஆனந்த் அதைத் திருப்பிப் பார்த்து, 'வருகிறேன்' என்று படித்தான்.

'வருகிறேன்னா என்ன அர்த்தம்?'

'சரியாத் தெரியலையே, ஒருவேளை...'

'எனக்காக வரப்போறாளோ?'

'யாரு?'

'மாயா!'

'மாயாங்கறது பொம்பளையா ஆம்பளையான்னு எப்படி நம்மால் தீர்மானிக்க முடியும்?'

'பெண்தான் அது! பத்திரகாளி! என் புருஷனை ரத்தம் கக்கிச் சாகடிச்ச காட்டேரி!'

'எதாவது உளறாதே. எனக்கென்னவோ இது யாராவது வேணும்னே செய்யற திரிசமம்னு தோணுறது. இந்த மாதிரி பரபரப்பான கொலை கேஸ்ல எல்லாம் இப்படித்தான் அனோமதேயமான லெட்டர்கள் எல்லாம் வருமாம்.'

'வருகிறேன்... வருகிறேன்... அப்படின்னா அடுத்தது நானா ஆனந்த்?'

'சே. எதையாவது கற்பனை பண்ணிக்காதிங்க உமா. இந்தக் கடுதாசியை ப்ராம்ட்டா போலீஸ்கிட்ட கொடுக்கவேண்டியது நம்ம கடமை.'

'இங்கேயே, மெட்ராஸ் போலீஸ்கிட்டயே கொடுத்துடலாமா?'

'இல்லை. இன்ஸ்பெக்டர் மாதவராவுக்குப் போன் பண்ணிக் கேட்டுப் பார்க்கலாம். அவர் என்ன சொல்கிறாரோ அப்படிச் செய்யலாம். கவலைப்படாதே உமா. இது எதோ பைத்தியக் காரன் செயலாத்தான் படறது எனக்கு.'

'பார் ஆனந்த்! எனக்குக் கவலை, பயம் எல்லாமே போய்டுத்து. அன்னிக்கு பாப்ஜியை, ரூமைத் திறந்ததும் பார்த்த அதிர்ச்சிக்கு அப்பறம் வாழ்க்கையில இனிமே பயப்படறதுக்கு ஒண்ணும் கிடையாது. மாயாங்கறது யாரா இருந்தாலும் எங்கிட்ட வந்தா சந்தோஷப்படுவேன். பட்டுனு கேட்டுறலாமோல்லியோ ஏன் கொன்னேன்னு.'

'இதுல எதாவது க்ளூ கிடைக்கும் போலீசுக்கு' என்று அந்தக் கடிதத்தைப் பையில் போட்டுக்கொண்டான் அவன். நெற்றி சுருங்கிக் கவலை ரேகைகள் தெரிந்தன. 'இந்த விஷயத்தை அப்பா கிட்டயோ அம்மாகிட்டயோ சொல்லவேண்டாம் உமா. அனாவசியத்துக்கு பயந்துப்பா.'

'சொல்லலை ஆனந்த். எனக்கு அந்தக் கடுதாசி மறுபடி வேணும்.'

'கொண்டுவரேன்' என்று கீழிறங்கிப் போனான்.

உமா கொஞ்சம் தெளிவடைந்தவள்போலத் தோன்றினாள்.

மாயா என்பது மாயை அல்ல. அப்படி ஒன்று அல்லது அப்படி ஒருத்தன் அல்லது ஒருத்தி இருக்கிறான் அல்லது இருக்கிறாள். கணவன் கொலைக்குக் காரணம் தேடி வருஷக்கணக்கில் அல்லாடப் போகிறோம் என்ற பயம் இப்போது சற்றுக் குறைந் திருந்தது.

மாயா இருக்கிறது.

கீழே மாமியாரின் குரல் முதலில் சற்றுத் தெளிவில்லாமல் இருந்தது. சட்டென்று பேச்சு தன்னைப் பற்றி என்று புரிந்ததும் காதுகள் கூர்மையாகித் தெளிவு பெற்றுக்கொண்டது.

'நானும் பார்த்துண்டே இருக்கேன். வந்ததில் இருந்து மாடில என்னடா காரியம்?'

'என்னம்மா இது? கூப்ட்டா. போனேன்.'

'என்னமோ ஒண்ணும் நன்னால்லை.'

'அம்மா உனக்கு வேற வேலை இல்லை.'

'துக்கம் போறாதுன்னு மாடில ஒரு ராணியை வெச்சுண்டு கார்த் தாலயும் சாயங்காலமும் உங்கப்பா லொங்கு லொங்குன்னு காப்பியும் டிபனுமாக் கொண்டு கொடுக்கறார். நீ என்னடான்னா அங்கேயே பழியாக் கிடக்கிறே...'

'என்னம்மா இது, மெல்லப் பேசும்மா! கேக்கப் போறது!

'கேக்கட்டும். எனக்கு எதுக்கு பயம்? எந்த வேளையில், எந்த ஜாதகம் பாத்து, எந்த முகூர்த்தம் பாத்து வந்தாளோ, மூணாவது நாள் புள்ளையைத் தோத்தாச்சு. எனக்கு ஆதங்கம் இருக்காதோ? இப்ப என்னடான்னா கம்பளிப்பூச்சி மாதிரி ஒட்டிண்டு இருக்கா, ராப்பகலா எல்லாரும் சிசுருஷை செஞ்சாறது. எனக்கு யாராவது செய்யக் கூடாதோடா? நானும்தான் புள்ளையைப் பறி

கொடுத்துட்டு நிக்கறேனே. எனக்கு காப்பி கொண்டுவர மனுஷர் இல்லையே...'

உமா தன்னைக் கண்ணாடியில் பார்த்துக்கொண்டாள். மூர்த்தியின் சட்டையைத் தலை வழியாகக் கழற்றினாள். ஒரு புடைவையை அவசரமாகச் சுற்றிக்கொண்டாள். மெல்ல நடந்து மாடிப்படிகளில் இறங்கினாள்.

'இருக்கிற கவலை போறதுன்னு இதை வேற...'

அம்மா ஜன்னல் வழியாக அவள் இறங்கிவருவதைப் பார்த்து விட்டுச் சட்டென்று நிறுத்திக்கொண்டாள். ஹாலுக்குள் வந்த வளை 'வாடி பெண்ணே, டிபன் சாப்டியா? அப்பா கொண்டு வந்து கொடுத்தாரா?' என்று விசாரித்தாள்.

'அம்மா, நான் இந்த வீட்டில் இருக்கக் கூடாதா?'

'அப்படி யாரு சொன்னா? அரையும் குறையுமாக் கேட்டு வெச் சுண்டு எதாவது கற்பனை பண்ணிக்காதே.'

'அரைகுறை இல்லைம்மா. எல்லாமே ஸ்பஷ்டமாத்தான் எனக்குக் கேட்டுது. இரைஞ்சுதான் பேசிண்டிருந்தேள். நான் என்ன பண்ணணும்? சொல்லுங்கோ, வீட்டை விட்டுப் போகணுமா?'

'இரேன், பேஷா இரேன்! நீ எங்காத்து மாட்டுப் பொண் இல்லையோ.'

'அதுக்காக நான் இல்லைம்மா. உங்க புள்ளை ஏன், எப்படிச் செத்துப்போனார்னு கண்டுபிடிக்கவேண்டியது எனக்கு முக்கியம்மா.'

'எங்களுக்கெல்லாம் அது பெரிசா இல்லைம்மா. புள்ளை போனதுக்கப்புறம் இருக்கிறவாளைச் சமாளிக்கிறதுதான் எனக்கு முக்கியமாப் படறது. அப்பா முக்கியம். பாக்கி இருக்கிற என் குழந்தைகள் முக்கியம்...'

'அப்ப மூர்த்தி முக்கியமே இல்லியா?'

'மூர்த்தி இருக்கிறவரைக்கும் முக்கியமாத்தான் இருந்தான். செத்துப்போனான். அழுது ஊரைக் கூட்டியாச்சு. எங்களுக்

கெல்லாம் புத்ரசோகம் அடங்க ரொம்ப நாளாகும். புள்ளையைப் பறிகொடுத்துட்டு நாங்கள்ளாம் இருக்கிற துர்ப்பாக்கியத்தை சுவாமி கொடுத்துட்டார்... இது போதும். சிக்கல் இதுக்குமேல் வேண்டாம்னு தோண்றது.'

'அப்ப நான் எங்காத்துக்குப் போகணும்னு சொல்றிங்க?'

'எதுக்காகப் பன்னிப் பன்னிச் சொல்லணும். ஆமாம்! நீ திரும்பி உங்காத்துக்குப் போகணும், அவ்வளவுதான்...'

'அம்மா!' என்று அதட்டினான் ஆனந்த்.

'இரு ஆனந்த்! மாமி, நான் இந்த நிமிஷமே உங்காத்தை விட்டுட்டுப் போகத் தயார். ஆனா ஒரு கண்டிஷன்! கல்யாணத்துக்காகச் செஞ்சது எல்லாத்தையும், ஒரு பைசா விடாமத் திருப்பிக் கொடுத்துடுங்கோ. பாத்திரம், நகை, புடைவை, வாங்கின வரதட்சிணை, எங்கப்பா கடனும் உடனுமா வாங்கிச் செலவழிச்ச எல்லாத்தையும் திருப்பிக் கொடுங்கோ, நான் போகிறேன்!

'பாத்தியாடா ஆனந்த், என்ன பேச்சுப் பேசுறா? ஏண்டி, இது எப்படி நியாயம்?'

'அவ்வளவு தூரம் செலவழிச்சுக் கல்யாணம் பண்ணதுக்கு நீங்க உங்க புள்ளையைக் கொடுத்தேள். இப்ப உங்க புள்ளை இல்லையே. போய்ட்டாரே, இனிமே எதுக்கு அத்தனையும்?'

'அடிப்பாவி! அவன் செத்துப்போய்ட்டாண்டி. அதுக்கு நாங்க என்ன செய்ய முடியும்?'

'இதப் பாருங்க மாமி! எனக்கு உங்க எல்லார் மேலயும் சந்தேகம்! மூர்த்தியைப் பத்தி எதையோ நீங்க எங்ககிட்டச் சொல்லலை, எதோ ஒரு ரகசியம் அல்லது குறை, எதோ ஒண்ணை மறைச்சு வெச்சு எனக்குக் கல்யாணம் பண்ணி வெச்சுருக்கிங்க. அப்படி ஒரு சந்தேகம் எனக்கு இருக்கு. யாரும் அந்த மாதிரி காரணம் இல்லாம கொல்லப்படமாட்டா. சாதாரணக் கொலையா அது? ஹதம்! மாஸ்ஸக்கர்! எதுக்கு? எதுக்கு? யாராவது சரியாக் காரணம் சொல்லுங்கோ. அந்த நிமிஷம் இந்த வீட்டை விட்டுட்டுப் போயிடறேன். அதுவரைக்கும் நான் இங்கதான் இருப்பேன். பணம் செலவழிச்சுக் கல்யாணம் பண்ணிண்டாயிடுத்து! எனக்கு உரிமை இருக்கு இந்த வீட்டில. நான் போக மாட்டேன்!'

'இதப் பாத்தியா!' என்று அம்மா வாயைப் பிளந்தாள்.

மாதவராவ் அந்த வீட்டுக் கதவைத் தட்டினார். கதவு திறந்த அந்த அம்மாளுக்கு முப்பது வயது இருக்கலாம் என்று தோன்றியது. திவ்யாவின் சோர்வான பிரதிபோல இருந்தாள். மாதவராவின் சீருடையைப் பார்த்ததுமே கண்களில் பயம் வந்து விட்டது. 'என்ன வேணும்?'

'திவ்யா, இங்கதானே?'

'ஆமா, கோயிலுக்குப் போயிருக்கா. இப்ப வந்துருவா. எதாவது...' அந்த 'எதாவது' தாழ்ந்த குரலில் வெளிப்பட்டது.

'ஒண்ணுமில்லைமா, சில விஷயங்கள் விசாரிக்கணும்.'

'இப்ப வந்துருவா, உக்காருங்க.'

'பரவாயில்லை.' மாதவராவ் சுவரில் பார்த்தார். அக்காவின் கணவர் காலண்டர் பிரியர் என்று தெரிந்தது. அழகுபடுத்தும் குறிக்கோள் எதுவும் இன்றி வரிசையாக ஆணி அடித்து மாட்டியிருந்தார். வாடகை வீடு போலும்! ஒரு ஓரத்தில் திவ்யா சின்ன வயசில் பாவாடை தாவணியுடன் தெரிந்தாள்.

'மூர்த்திக்கு உங்க தங்கையைப் பார்த்ததாம்மா?'

'ஆமாங்க. பார்த்து பொண்ணு புடிச்சுப்போச்சுன்னு சொல்லி நிச்சயதார்த்தம்கூட நாள் குறிச்சுட்டாங்க. ஆனா திடீர்னு என்ன ஆச்சோ. ஜாதகம் பொருத்தமில்லை, வேண்டாம்னுட்டாங்க. திவ்யா ரொம்ப அப்ஸெட் ஆயிட்டா.'

'கோபம்?'

'கோபமில்லிங்க. வருத்தம். பொண் வீட்டுக்காரங்களை இந்த மாதிரி ட்ரீட் பண்றாங்களேன்னு வருத்தம்தான்.'

'திவ்யாவுக்கு அப்பா அம்மால்லாம் எங்க இருக்காங்க?'

'அப்பா கிடையாது. அம்மாதான் பட்டணத்தில் இருக்கா. நான் எங்க வீட்டுக்காரர்கூட இங்க. அவர் பி.டி.ஏ.ல வேலை செய்றாரு.'

‘அப்ப இது சொந்த வீடா?’

‘இல்லைங்க. வாடகைதாங்க. இப்பத்தான் அலாட்மெண்ட் ஆயிருக்கு. காப்பி சாப்பிடறிங்களா?’

‘வேண்டாம். இப்பத்தான் சாப்பிட்டுட்டு வரேன். வர நாழி யாகுமா?’

‘வந்துருவா. நான் வேணா போய் அழைச்சுட்டு வரட்டுமா? கிட்டத்தான் கோவில்.’

‘வேண்டாம். காத்திருக்கேன்.’

‘சார்! என் தங்கையைச் சந்தேகப்படறிங்களா?’ அவள் குரலில் கெஞ்சல் இருந்தது.

‘இல்லைம்மா, இன்னும் யாரையும் தீவிரமாச் சந்தேகப்படற அளவுக்கு வரலை நாங்க. அவங்க முதல்ல எங்ககிட்ட பொய் சொன்னாங்க. அது நல்லதில்லை. அனாவசியமாச் சந்தே கத்தைக் கிளப்பும் அது.’

‘அவளுக்கு ஒண்ணும் தெரியாது சார். ரொம்ப சாது. வீட்டை விட்டு வெளியே போகமாட்டா. ஒரு அன்னிய சினேகம் கிடையாது.’

‘நீங்க உங்க தங்கைகூட அதிக நாட்கள் இருந்ததில்லைதானே?’

‘இல்லை, லீவுக்கு வருவா. அம்மா கூடத்தான் இருந்திருக்கா.’

வாசலில் செருப்பு சப்தம் கேட்க, ‘அக்கா’ என்று குரல் கேட்க, இன்ஸ்பெக்டரை எதிர்பார்த்தவள்போல் ‘ஹலோ சார்!’ வாசல்ல ஜீப்பைப் பார்த்தேன். நீங்களாத்தான் இருக்கும்னு தெரிஞ்சு போச்சு. உங்க கொஸ்டின் முடியலையா இன்னும்?’ என்றாள் திவ்யா.

‘எங்கம்மா, அதுக்கெல்லாம் ஓய்வு ஏது?’

‘இப்ப என்ன... இந்தாங்க பிரசாதம்...’

‘இன்னும் கொஞ்சம் கேள்விகள்... ராமகிருஷ்ணாவைப் பத்தி’ நெற்றியில் குங்குமத்தைத் தொட்டுக்கொண்டார்.

திவ்யா துணுக்குற்று அக்காவின் திசையில் பார்த்து, 'அக்கா காப்பி போட்டுக் கொடேன்.'

'வேண்டாம்னுட்டார்.'

'அவர் வேண்டாம்னுதான் சொல்வார். நீ போய் போட்டுட்டு வா.'

அவள் சென்றதும், 'சார் ஒரு ரிக்வெஸ்ட்! நான் உங்க கேள்வி எதுவா இருந்தாலும் பதில் சொல்றேன். ஆனா இங்க இல்லை.'

'அப்ப வரீங்களா, ஒரு ரெஸ்டாரண்ட் போகலாம்!'

'போலீஸ் ஜீப்பிலயா?'

'ஒண்ணு செய்யுங்க. சாயங்காலம் அஞ்சு மணி சுமாருக்கு என் வீட்டுக்கு வரீங்களா. ரெஸ்டாரண்டுக்குப் போனாலும் போலீஸ் உடைல நான் இருக்கறது விநோதமாப் படும்...

'சரி, உங்க வீட்டுக்கு வரேன்.'

'எனக்குக் கல்யாணமாயிடுச்சு.'

'ஆகாட்டிகூடப் பரவாயில்லை' என்று திவ்யா சிரித்தாள்.

அவளிடம் அட்ரஸைக் கொடுத்துவிட்டு மறுபடி அந்த சுலேகா ஸ்போர்ட்ஸ் கடைக்குப் போனார்.

'என்னை ஞாபகம் இருக்குதா?'

'என்ன சார் அப்படிக் கேட்டுட்டிங்க. அன்னிக்கு வந்து நீங்கதானே சைஸ் நைன் ஒரு பிரதி கொடுத்துட்டு இத ட்ரேஸ் பண்ண முடியுமான்னு கேட்டிங்க!'

'ஆமா, ட்ரேஸ் பண்ணிங்களா?'

'பண்ணிட்டோம்.'

மாதவராவ் சட்டென்று பிரகாசமாகி 'சொல்லுங்க' என்றார்.

'அது வந்து நான் சொன்ன மாதிரி ஸ்போர்ட்ஸ் ஷூ சார். பொதுவா ரன்னிங், எக்ஸர்ஸைஸ், இப்படி உபயோகிப்பாங்க.

ஆறுமாசத்துக்கு முந்தி ஒரு ஸ்போர்ட்ஸ் கிளப்புக்கு இருபத்தஞ்சு ஜோடி கன்ஸெஷன் ரேட்டுல கொடுத்திருக்கோம்... அதுக்கு உண்டான இன்வாய்ஸைப் பாத்ததிலே தெரிஞ்சுது.'

'அதைத் தவிர வேற வித்திருக்கிங்களா?'

'வித்திருக்கோம். ஆனா யாருக்கு வித்தோம்னு சொல்றது கஷ்டம். ஏன்னா வெறும் பில்லுதான் இருக்கு. பேர் கிடையாது. இது வந்து இன்வாய்ஸ் பண்ணதால் பார்ட்டி பேர் தெரிஞ்சுது.'

'ஸ்போர்ட்ஸ் கிளப்பா?'

'ஆமா சார்.'

'என்ன பேரு?'

'மாயா ஸ்போர்ட்ஸ் கிளப்.'

14

மாதவராவ் நம்பிக்கையின்றி சந்தோஷப்பட்டார். என்ன இது சடக்கென்று கலைடாஸ்கோப் குலுங் கினாற்போல் ஒரு புதிய சித்திரம் தென்படுகிறது. மாயா ஸ்போர்ட்ஸ் கிளப்!

'எங்கே, அந்த இன்வாய்ஸைக் கொடுங்க பார்க் கலாம்.'

ரோஜா நிறச் சிவப்பில் பெரிய காகிதத்தில் கார்பன் அழுத்தத்தில் தெளிவாக இருந்தது விலாசம்.

16-வது குறுக்குத் தெரு
ஆறாவது மெயின்
மல்லேஸ்வரம்

'இந்தத் தகவல் உங்களுக்கு எதாவது உபயோகப் படுமா சார்?' என்று கடைக்காரர் கேட்டு முடிப்ப தற்குள் மாதவராவ் ஜீப்பில் ஏறிக்கொண்டு 'மல் லேஸ்வரம் போப்பா' என்றார்.

ஜீப்பைவிட வேகமாக அவர் எண்ணங்கள் விரைந் தன. இது தற்செயலான விஷயமில்லை. கண்ணாடி யில் மாயா. அறையில் காலணியின் முத்திரை. அதிலிருந்து சுலேகா ஸ்போர்ட்ஸ். அதிலிருந்து இன்வாய்ஸ். அதில் மாயா! அந்த மாயச்சுழல் பூர்த்தி பெற்றுவிட்டது. எப்படி நிலைநாட்ட முடியும்? ஏன்

முடியாது? கொன்றவன் அடையாளங்கள் இருக்கின்றன. சற்று உயரமான வாட்டசாட்டமான ஆள்... அந்தத் தலைமயிர்? அதில் கிடைத்த செய்தி... அவன் போடும் சாயம்... மாயச் சாயம், மாயா, மாயா?

ஸம்பிகே ரோடில் கடைகள் மதிய இடைவேளைக்குப் பின் திறக்கலாமா என்று யோசித்துக்கொண்டிருந்தன. ரோலிங் ஷட்டர்கள் சுருண்டுகொண்டிருந்தன. ஓட்டல்கள், 'இன்றைய ஸ்பெஷலை' மாற்றிக்கொண்டிருந்தன. மார்க்கெட்டில் நீர் இறைத்துக் கொண்டிருந்தார்கள். பாதித்திரை போட்டு பொம் மைப் பெண் நிர்வாணமாக்கப்பட்டு புடைவை மாற்றிக் கொண் டிருந்ததை 'உள்ள ஒண்ணுமில்லைடா' என்று பிச்சைக்காரச் சிறுவர்கள் பார்த்துக்கொண்டிருந்த சமயம் ஜீப் 16-ம் குறுக்குத் தெருவில் திரும்பியது.

'மெல்லப் போப்பா.'

பார்த்துக்கொண்டே ஊர்ந்தார். காங்கிரீட் எலும்புக்கூடாக ஒரு பலமாடிக் கட்டடம் வளர்ந்துகொண்டிருந்தது. அதனருகில் காலி மனை. அதன் அருகில் பால் கூண்டு. அதனருகில்...

'நிறுத்துப்பா.'

மல்லேஸ்வரம் யூத் அஸோஸியேஷன் (ரி)

மயா! அல்லது மாயா! இதுதான். இந்த இடம்தான். கட்டடம் 1933-ஆக இருக்கவேண்டும். தூங்குமூஞ்சி மரநிழலில் தேகப் பயிற்சிக்கான இரும்புக் கம்பிகளும் வளையங்களும் தொங்க, பாட்மிண்டன் நீள்சதுரம் காலியாக இருந்தது. மாடியில்லாத கட்டடம். அங்கங்கே காரை? புராதனப் பலகை, 'அங்கத்தினர் களுக்கு மட்டும்' என்றது. சீட்டாட்டத்துக்கு ஒரு அறை இருந்தது. புத்தகங்களுக்கு ஒரு அறை, டேபிள் டென்னிஸ் அறை, பில்லி யர்ட்ஸ் அறை மூன்றும் பூட்டியிருக்க மாதவராவ் அந்தக் கட்ட டத்தைச் சுற்றி வந்தார். புதர் மண்டியிருந்தது. ஒற்றையடிப் பாதை மூலைக்குச் சென்று ஒரு தொத்தலான ஆஸ்பெஸ்டாஸ் கூரை வீட்டில் நின்றது. அதன் கதவைத் தட்டினார்.

'யாரு?'

'கதவைத் திறய்யா!'

‘யாரு சுப்ரமண்யா அவரா?’

‘அவருக்கு மாமா. திற!’

‘யார்றா அது…’

திறந்து எட்டிப் பார்த்த கிழவனுக்கு அறுபது வயதிருக்கலாம் என்று யோசிப்பதற்குள் கதவை மூடிக்கொண்டு விட்டான்.

‘கொஞ்சம் இருங்க.’

மாதவராவ் சுற்றிப் பார்த்தார். காம்பவுண்டு சுவருக்கு மேலே வெட்டப்பட்ட பி.டி.எஸ். பஸ்களில் முகங்கள் தெரிந்தன. அந்த உயரமான காங்கிரீட் கட்டட உச்சியில் கலவை கொட்டி மிதித்துக் கொண்டிருந்தார்கள். பாவாடை சட்டை காலேஜ் பெண்கள் விசுவாச மாணவர்கள் சைக்கிளில் தொடர நடந்து கொண் டிருந்தார்கள்.

இந்த உடையைத் தடை செய்ய வேண்டும். கிழவன் திறந்தான். இப்போது பனியன் அணிந்திருந்தான்.

‘என்னங்க?’

‘எப்ப திறக்கும்?’

‘என்னது. கிளப்புங்களா? நாலு மணிக்கு.’

‘மாதவராவ் கைக்கெடிகாரத்தைப் பார்த்து, ‘இப்ப நாலு மணி’ என்றார்.

‘அப்ப சுப்ரமண்யா அவரு வர்ற நேரம்தான்…’

‘சாவி உங்கிட்ட இருக்கா.’

‘இல்லிங்க.’

‘நீ யாரு?’

‘பில்லியர்ட்ஸ் மார்க்கருங்க… என்னங்க ஏதாவது தப்புத் தண்டாவா?’

‘இல்லை, ஒரு ஆளைப் பத்தி விசாரிக்கணும்… உம் பேரு என்ன?’

‘வெங்கட சாமப்பா. முப்பது வருஷமா இந்தக் கிளப்பில வேலை செய்யறேங்க.’

‘எத்தனை பேர் மெம்பர்?’

‘அது இருக்குங்க நானூறு ஐநூறு... பிரிட்டோ இருந்த காலத்தில் ஆயிரம் பேர் இருந்தாங்க. டென்னிஸ் கோர்ட்டு இருந்தது... பார்ட்டிங்கள்ளாம் நடக்கும். இப்பத்தான் சீட்டாட்டம் வந்து...’

‘குடிப்பாங்களா?’

‘சேச்சே! கிடையாதுங்க... பிரிட்டோ காலத்தில் பார் இருந்தது. அவங்கவங்க அளவாக் குடிப்பாங்க...’

‘இங்க உள்ள மெம்பர்ங்களை எல்லாம் தெரியுமா உனக்கு?’

‘ஓரளவுக்குத் தெரியுங்க.’

‘உயரமா வாட்ட சாட்டமா ஒருத்தர் வருவாரா?’

‘பேரு?’

‘பேரு தெரியாது...’

‘வயசு?’

‘வயசும் தெரியாது... தலை கொஞ்சம் நரைச்சு... சாயம் போடாத ஆசாமி யாரையாவது தெரியுமா உனக்கு?’

அவன் புரியாமல் விழித்தான்... சரக் சரக் என்று காய்ந்த இலைகள் முனகும் சப்தம் கேட்க...

‘என்னய்யா?’

‘வாங்க, போலீஸ்காரங்க என்னமோ விசாரிக்க வந்திருக்காங்க... கேக்கறதே புரியலை? இவருதான் சார் சுப்ரமண்யா, செகரட்ரி!’

சுப்ரமண்யா தலை தள்ளி வாரி இருந்தார். காதோரத்தில் மட்டும் நரை தெரிந்தது. ஒரு வேளை, சாயம் பூசுகிறவராக இருக்கலாம். சே! தாவாதே...

‘மிஸ்டர் சுப்ரமண்யா, ஐம் இன்ஸ்பெக்டர் மாதவராவ் ஃப்ரம் கிரைம் ப்ராஞ்ச். ஒரு சமீபத்திய கொலையை விசாரித்துக் கொண்

டிருக்கிறோம். அந்தக் கொலையைச் செய்தவனுக்கும் இந்த ஸ்தா பனத்துக்கும் தொடர்பு இருக்கலாம் என்ற தெரிகிறது...' பெரிய நெற்றி.

'கொலையா? இங்கயா?' மீசையில் நரை.

'இங்க இல்லை. நீங்க கொஞ்சம் உங்க ஆபீசைத் திறந்தீங்கன்னா நிதானமா உக்காந்துக்கிட்டு பேசலாம்.'

'ப்ளீஸ் கம்... இது ரொம்ப மரியாதைப்பட்ட ஸ்தாபனம். நடுத்தர வர்த்தகர்களுக்குப் பொழுதுபோக்குக்கு என்று ஏற்பட்டது. அஞ்சு ரூபாய்தான் அங்கத்தினர் கட்டணம் வாங்குகிறோம். பதிவு செய்யப்பட்டது. தனிப்பட்ட ஆடிட்டர்கள் இருக்கிறார்கள்.'

அவர் நடந்துகொண்டே, வாயிலை அடைந்துகொண்டே, பூட் டைத் திறந்துகொண்டே, அறை நாற்காலியைத் தூசி தட்டிக் கொண்டே பேசினார்.

'உக்காருங்க.'

'மிஸ்டர் சுப்ரமண்யா, ஐ வில் கம் டு தி பாயிண்ட். கொஞ்ச நாட்களுக்கு முன்னால் சுலேகா ஸ்போர்ட்ஸ்ங்கற கம்பெனியில இருந்து ஸ்போர்ட்ஸ் வகை ஷுக்கள் டிஸ்கவுண்ட் ரேட்டில் வாங்கினிங்க இல்லையா?'

சுப்ரமண்யா யோசித்து 'ஆமாம் ஞாபகம் இருக்கு. இருபத்தி அஞ்சு ஜோடின்னு ஞாபகம்.'

'அந்த ஜோடிகளை என்ன செஞ்சிங்க?'

'மெம்பர்ஸுக்குக் கொடுத்துட்டோம்.'

மாதவராவ் தன்னுள் பதற்றம் அதிகரித்திருப்பதைக் கட்டுப் படுத்திக்கொண்டு நிதானமாக, 'யார் யாருக்குக் கொடுத்திங்க' என்றார்.

சுப்ரமண்யா எழுந்து ஒரு காத்ரெஜ் பாதி அலமாரியை சாவி போட்டுத் திறந்து அதன் கைப்பிடியுடன் சற்றுத் தடுமாறி இழுத்துத் திறந்து ஒரு பச்சை நிற ஃபைலை எடுத்து வந்தார்.

'மை ரெகார்ட்ஸ் ஆர் அப்டுடேட்' என்று அதை சரக் சரக் என்று புரட்டினார். நிறுத்தினார். அவர் முகம் மலர்ந்தது. 'பாத்திங்களா!

நோட் பண்ணியிருக்கேன். பதினஞ்சு ஜோடி கிரிக்கெட் டீமுக்கும், பத்து ஜோடி பாஸ்கெட் பால் டீமுக்கும் கொடுத்திருக்கேன்.

'அவங்க பேர் எல்லாம் இருக்கா?'

'டீம் காப்டன்களைத்தான் கேட்கணும். காப்டன்கள்தான் சைன் பண்ணி வாங்கிண்டு போயிருக்காங்க.'

'காப்டன்கள் பேர் இருக்கா?''

பாஸ்கெட் பால்! உயரமானவர்களின் விளையாட்டு!

'வெய்ட் எ மினிட்! பாஸ்கெட் பால் டீம் லிஸ்ட்டு இருக்குன்னு நினைக்கிறேன். சமீபத்தில் அவங்க தேவாங்கா யூனியன் டோர்னமெண்ட்டுக்குப் போய்ட்டு வந்தாங்க... ரெயில்வே கன்ஸஷனுக்கு அப்ளை பண்றதுக்கு பேர் எல்லாம் கொடுத்தோம். அது வந்து... எக்ஸ்டர்னல் கரஸ்பாண்டன்ஸ் ஃபைலில் இருக்கும்.'

'மறுபடி அரை பீரோவுக்குச் சென்று மறுபடி ஒரு ஃபைலை எடுத்து வந்து மறுபடி 'சரக்'கினார்.

'குட்! ரொம்ப சிஸ்டமாட்டிக் நீங்க!'

சுப்ரமண்யா நிமிர்ந்து, 'நானூறு ரூபா சம்பளத்துக்கு ஆனரரி வேலை சார்... எவன் இந்த மாதிரி ஒழுங்கா வெச்சிருப்பான்... ஜெனரல் பாடில வாய்க்கு வந்தபடி கேக்கறாங்க... நாலணா செலவழிச்சாக்கூட வவுச்சர் போட்டு வெச்சிருப்பேன்...'

'ஃபைலைப் பாருங்க.'

மறுபடி சரக் சரக்...

'தேர்! பாஸ்கெட் பால் ஆட்டக்காரர்களின் பட்டியல்...

மாதவராவ் அதை வாங்கிப் பார்த்தபோது, அவர் விரல்கள் மெலிதாக நடுங்கின. 'ஈஸி! ஈஸி மாதவராவ்! இன்னும் எவ்வளவோ இருக்கிறது.'

ஏ.எஸ். ராமானுஜம், கேப்டன்
ஆர். முத்தண்ணா
எம்.ஜி. சத்யநாராயணா

எச். உதயகுமார்
கே. உதயகுமார்
கே. திம்மய்யா
ஆர்.வி...

ஜஸ்ட் எ மினிட்! எச். உதயகுமார். இந்தப் பெயரை எங்கே சந்தித்திருக்கிறேன்... ஆ.. அவன்தான்... அந்த ஹோட்டல் பையன்!

உமா பாப்ஜியுடன் படுத்திருந்தாள். தூங்காதே தூங்காதே என்றான். அதிக சமயமில்லை. நாளைக்கு நான் செத்துப்போகப் போகிறேன் இல்லையா? அதற்குள் எல்லாவற்றையும் காலி பண்ணி விடுகிறேன். மனித உடம்பில் எத்தனை க்வார்ட் ரத்தம் தெரியுமா? இந்தச் சின்ன ரத்தத்துக்கு இத்தனை வேதனைப்படுகிறாயா? நாளைக்குப் பார், இந்த ரூம் பூரா என் ரத்தத்தால் அலம்பப் போகிறேன். பாப்ஜி பாப்ஜி, பேசாதே பேசவேண்டாம்... கடிகாரம் *6:42* காட்டுகிறது. சித்திரத்தில் ஷெனாய் வாசிப்பவர்கள் எல்லோரும் எழுந்து வருகிறார்கள்... கதவு தட்டப்பட்டு யாரு என்று கதவே கேட்கிறது. நான்தான் மாயா வந்திருக்கிறேன்...

வா மாயா!

ஒதுங்கு, எனக்கும் படுக்க இடம் வேண்டும். நீ அந்தப் பக்கம். நான் இந்தப் பக்கம்... இந்தா, இந்தத் தலைப்பாகையை அணிந்துகொள். வா பாப்ஜி போகலாம்... உமா, புஸ்தகம் வாங்கப் போகிறபோது மறக்காமல் கண்ணாடியில் எழுதி விட்டுப் போ, என்ன? ஒரு டவல் கொடேன், ரத்தத்தைத் துடைத் துக்கொள்ள வேண்டும். வருகிறேன் உமா. அப்புறம் சந்திக் கிறேன். இரு! பாப்ஜி இரு! போகாதே...

ஒரு திமிறு திமிறிக்கொண்டு விழித்தாள். உடம்பு பூராவும் நனைந் திருந்தது. சாயங்காலமா காலையா என்று தெரியாமல் சற்று நேரம் பிரமித்தாள். எழுந்தாள். முகத்தை ஸிங்க்கில் அலம்பிக் கொள்ளும்போது மூர்த்தியின் ஆஃப்டர் ஷேவ் லோஷனைப் பார்த்து அதன் மூடியைத் திறந்து முகர்ந்தாள்.

‘ஒவ்வொரு இடத்திலயும் ஒவ்வொரு வாசனை நீ...’

துடைத்துக்கொண்டு கீழிறங்கி வந்தாள்.

கூடத்தில் பேசிக்கொண்டிருந்தவர்கள் அவளைப் பார்த்ததும் நிறுத்தினார்கள். மதிக்காமல் உள்ளே சென்றாள். மாமியார் அவளை ஒருமுறை நிமிர்ந்து பார்த்தாள். உடனே பார்வையைச் சரித்து ஃபில்டர் மூடியை 'ணங்' என்று தட்டினாள்.

'அம்மா நான் காப்பி போடறேன்' என்றாள்.

'போட்டாச்சு! இப்ப மணி என்ன தெரியுமா? எட்டு. ரெண்டாம் டோஸ் காப்பி ஆயிண்டிருக்கு இப்ப...'

'அம்மா நான் சமையல் பண்ணட்டுமா...'

'வேண்டாம்மா, உங்க பக்கத்து சமையல் எங்காத்துக்கு ஒத்து வராது. இங்க எல்லோருக்கும் உப்பு தூக்கலா இருக்கணும். சீக்கிரம் தாளிச்சுக் கொட்டணும்...'

வெறித்துப் பார்த்துக்கொண்டே 'ஏதாவது ஒத்தாசை செய்ய றேம்மா!' என்றாள்.

'ஒண்ணும் வேண்டாம்மா!' நீ வீட்டை விட்டுப் போனால் போதும் என்பதைச் சொல்லாமல் சொன்னாள்.

'நான் போகமாட்டேன். இங்கதான் இருப்பேன்' என்று பார்வை யால் பதிலளித்தாள்.

'காப்பி சாப்பிட்டுவிட்டு மாடியிலே இரு. சமையல் முடிஞ்சதும் அப்பா வந்து சொல்வார். வந்து சாப்பிடு. தூங்கு...'

'இல்லையம்மா. நான் போறேன்!'

'எங்க? உங்காத்துக்கா?' என்றாள் ஆர்வத்துடன்.

'ஆமாம், போய்ட்டு சாயங்காலம் வரேன்.'

'சரி.' இப்போது ஏமாற்றம்.

காப்பி சாப்பிட்டுக் குளித்துவிட்டு அதிகம் பளபளப்பில்லாத புடைவை மாற்றிக்கொண்டு வெளியே செல்வதை அனைவரும் மௌனமாகப் பார்த்துக்கொண்டிருக்க, வீதியில் பிரமிப்பு தரும், கூசும் வெளிச்சத்தில் நடந்து பஸ் நிலையத்துக்கு வந்து நின்றாள்.

'ஹலோ?' என்று குரல் கேட்டுத் திரும்பினாள்.

'என்னை ஞாபகம் இருக்கா?'

15

அவனை முதலில் அடையாளம் கண்டுபிடிக்க முடியவில்லை. எங்கோ பார்த்தமாதிரி இருந்தது. எங்கே என்பது சட்டென்று நினைவுக்கு வரவில்லை.

'ஞாபகம் இருக்கா' என்றான். அவன் குரலில் ஒரு விதமான கெஞ்சல் இருந்தது. நல்ல சிவப்பாக இருந்ததால் முகச்சவரப் பச்சை எடுத்துக் காட்டியது. அதே காரணத்தாலோ என்னவோ, மீசையும் சற்று செம்பட்டையாக இருந்தது. கண்களில் முழுக் கருமை இல்லை.

அந்தக் கண்கள் அவளை இப்போது இமைக்காமல் பார்த்தன.

'ஸாரி! உங்களுக்கு ஞாபகம் இருக்க சான்ஸே இல்லை.'

'இருங்க, இருங்க, முயற்சி பண்ணிப் பாக்கறேன். நீங்க... நீங்க... வந்து... உங்களை கிரிக்கெட் மேட்சில் பாத்திருக்கேன். அப்பறம்... அப்பறம் பிருந்தாவன் எக்பிரஸ்ல ஒருமுறை நாங்க டீம் மெம்பர்ஸ் எல்லாம் டூர் போறபோது கூடவே வந்து... நீங்கதானே!'

'கரெக்ட்! எங்கே, என் பேர் சொல்லுங்க பார்க்கலாம்.'

‘உங்க பேர் வந்து... ரா... ரா... ரா...வில் ஆரம்பிக்கும்.’

‘பகல்ல முடியுமா?’ என்று சிரித்தான். அவள் சிரிக்கவில்லை. சிரிப்பு வந்தாலும் தன் நிலைமை உடனே ஞாபகம் வந்து சிரிப்பை அணைத்தது.

‘ராகேஷ்! இப்ப ஞாபகம் வரதா?’

‘ஓ எஸ்! நாங்க ஆடின மேட்ச் எல்லாத்துக்கும் வந்திங்க...’

‘உங்க டீம் ஆடின மேட்ச்சுக்காக இல்லை. தனிப்பட்ட முறையில் உங்க ஆட்டத்தைப் பார்க்கறதுக்குதான்...’

பதில் சொல்ல முடியாமல் உமா தரையைப் பார்த்தாள்.

‘கிரிக்கெட் ஆடிட்டிருக்கிங்களா?’

‘கிரிக்கெட்டா? அது ஆடி ஒரு யுகம் ஆச்சு.’

‘ஏன்? நல்லா ஆடுவிங்களே. ஜிம்கானாவுக்கு எதிரா நாப்பத்து ஒன்பது பண்ணிங்களே. பிரமாதமா ஆடினிங்களே. ஃப்ளூக்கில் ஒரு சிக்ஸர் கூட அடிச்சிங்க!’

‘ஃப்ளூக்கில்லை அது.’

‘ஏன் ஆட்டத்தை நிறுத்திட்டிங்க?’

உமா அவனை நிமிர்ந்துபார்த்து, ‘கல்யாணம் ஆயிடுத்து’ என்றாள்.

‘அப்படியா! உங்க ஹஸ்பண்டு வேண்டாம்னுட்டாரா?’

‘அவர் இறந்து போய்ட்டார்.’

‘ஓ மை காட்! ஐம் ஸோ ஸாரி. வெரி ஸாரி! நாம்பாட்டுக்கு பைத்தியம் மாதிரி உங்ககிட்ட கிரிக்கெட்டைப் பத்திப் பேசிக்கிட்டிருக்கேன். வெரி ஸாரி!’

உமா மௌனமாக இருந்தாள்.

‘உங்களைக் கிரிக்கெட்ல பார்த்தே ஆறு மாசம்தான் இருக்கும். அதுக்குள்ளே கல்யாணம் ஆகி...’

‘ரெண்டு நாள்தான் அவர் இருந்தார்.’

'ஓ... காட்!'

உமா கண்ணாடி அணிந்துகொண்டு கண்ணீரை மறைக்க முற்பட்டாள்.

'எனக்கு என்ன சொல்றதுன்னே தெரியலை! எந்த விதத்தில் என் மனசுல உங்கமேலே தோன்ற பச்சாதாப உணர்ச்சியைக் காட்ட முடியும்னு தெரியலை. பேசாம தரையில உக்காந்துகிட்டு ஒன்னு அழலாமான்னு தோணுது.'

'அழுது முடிச்சாச்சு.'

'உமாதானே உங்க பேரு?'

'ஆமா.'

'உமா, எந்த விதத்திலயாவது உங்களுக்கு என்னால் உதவி செய்ய முடியுமானா நான் தயாரா இருக்கேன்.'

'தாங்ஸ்!'

'நான் உங்களைத் தொந்தரவு செய்யறதா நினைச்சுக்காதிங்க. எனக்கும் துக்கம்னா என்னான்னு தெரியும். தங்கையைப் பறிகொடுத்திருக்கேன். இந்தாங்க என் கார்டு. டெலிபோன் நம்பர், விலாசம் எல்லாம் இருக்கு. எப்பவாவது, எதுக்காவது உங்களுக்கு உதவி தேவைப்பட்டதுன்னா என்னைக் கூப்பிடத் தவறாதிங்க. உடனே ஓடி வந்துர்றேன்!'

'தாங்ஸ்.'

'அப்ப நான் வரட்டுமா?' அவன் கண்களில் நீர் தத்தளிப்பதை உமா கவனித்தாள். தன்னிச்சையாக அவள் கண்களிலும் கட்டுப்படுத்த முடியாமல் கண்ணீர் வழிந்தது. பஸ் நிலையத்தின் ஓரத்தில் போய் உட்கார்ந்துகொண்டாள். அவன் உடன் வந்து,

'என்ன உமா, மயக்கமா வரதா?'

'இல்லை, இல்லை' என்ற தலையைத்தான் ஆட்ட முடிந்தது.

சற்று நேரம் அவள் அழுவதை வேறு செய்வதறியாமல் பார்த்துக் கொண்டிருந்தான்.

'உங்களுக்கு உடம்பு சரியில்லைன்னு நினைக்கிறேன். ஒரு டாக்ஸி புடிச்சிண்டு வரேன். வீட்டில கொண்டு விட்டுரவா?'

'வேண்டாம்! வீடு பக்கத்தில்தான் இருக்கு. நான் கொஞ்ச நேரத்தில் போய்க்கறேன்.'

உமா இப்போது தன்னைப் பூராவும் கட்டுப்படுத்திக் கொண்டு விட்டாள். அவனைப் பார்த்து லேசாகப் புன்னகைக்கக் கூட முடிந்தது.

பஸ் வந்துவிடவே அதில் ஏறிக்கொண்டாள். அவனை ஒருமுறை பார்த்தாள். சன்னமான ஒரு கணத்தின் பிரிவில் அவள் உள் மனத்தின் ஒரு இருண்ட மூலையில் அவன் பார்க்க நன்றாக இருக்கிறான் என்று நினைத்தது. உடனே அவள் உணர்வின் மற்ற பாகங்கள் அனைத்தும் அந்த எண்ணத்துக்காக அவளைக் கடிந்து கொண்டன.

பஸ் விரைந்து கிளம்பும்வரை அவன் அவளை ஆர்வத்துடன் பார்த்துக்கொண்டிருந்ததை உணர்ந்தாள்.

'வாம்மா உமா!' அம்மா சொல்லிக் கொண்டிருக்கும்போதே முகத்தின் தசைகள் அழுகைக்குத் தயாராயின.

'அம்மா! அழவேண்டாம்மா, நிறைய அழுதாச்சு. மணி எங்கே?'

'கடைக்குப் போயிருக்கான். இப்ப வந்துருவான். உக்கார்றி என் செல்லமே!'

'ஏதாவது காப்பி கீப்பி குடும்மா.'

'போட்டுண்டு வரேண்டீம்மா.'

அம்மாவைத் தொடர்ந்து உள்ளே சென்ற உமாவுக்கு சமையல் அறை இப்போது வேறுவிதமாக இருந்தது. காப்பி போடுவதற் குள் எத்தனை ஹூட்டி அடிப்பாள். எத்தனை கொட்டுவாள். டிரான்ஸிஸ்டரை பிறையில் பெரிசாக அலற வைத்துவிட்டு விளம்பரங்களுடன் கூடப் பாடிக்கொண்டு, நடுநடுவே 'சமைத்துப் பார்' புத்தகத்தையும் பார்த்துக்கொண்டு, அம்மா இனி 'சினிமாவே பார்ப்பதில்லை' என்று சத்தியம் பண்ணுகிற அளவுக்குச் சமையலறையை 'எருமை மாடு கன்னு போட்ட இடம் மாதிரி' பண்ணி வைத்துவிட்டு, 'நாளைக்கு எல்லாத்

தையும் ஒழிச்சிடறேம்மா' என்று கெஞ்ச, அம்மாவின் முகத்தில் சிரிப்பும் குறும்பும் விளையாடும். அதெல்லாம் இனிமேல் சாஸ்வதமாக சாத்தியமில்லாமல் போய்விட்டதா? கணவன் இறந்துபோய் எத்தனை நாள் கழித்து அந்த மாதிரிச் சுதந்தரமாகச் சிரிக்க முடியும்?'

'எத்தனை நாள் அங்க இருக்கறதா உத்தேசம் உமா?'

'ஏம்மா? அங்கதான் இனிமே இருக்கப் போறேன்.'

'மாமியார்க்காரி என்ன சொல்றா?'

'அவளுக்குப் பிடிக்கலை. போங்கறா.'

'நீ என்ன சொன்னே?'

'எங்கப்பாம்மா பண்ணிப் போட்டதை எல்லாம் திருப்பிக்கொடு, போறேன்'னேன்.'

'அடிப்பாவி!'

'என்னம்மா? நான் சொல்றது நியாயம் இல்லையா?'

'இருந்தாலும் அப்படிக் கேக்கலாமோ?'

'அவா மட்டும் மறைச்சு வெச்சுக் கல்யாணம் பண்ணிக் கொடுக்கலாமோ?'

'என்னடி சொல்றே? என்னத்தை மறைச்சாங்கறே?'

'தெரியலையே! தெரியறவரைக்கும் நான் அந்த வீட்டைவிட்டு வெளில போறதில்லைன்னு தீர்மானிச்சிருக்கேம்மா.'

'போடி பைத்தியம்! எதையாவது நினைச்சுண்டு குஷ்ட்ர யுத்தி பண்ணாதே! எல்லாத்தையும் தீர விசாரிச்சுத்தான் கல்யாணம் பண்ணார் உங்கப்பா. நமக்கு பிராப்தமில்லை. என்னமோம்மா, நீ பேசறதோ, அவாத்துல இருக்கேங்கறதோ ஒண்ணும் நன்னால்லை. பேசாம இங்க வந்துரு. தூரம் குளிச்சியா இல்லியா?'

'வந்துரும்மா.'

'போறது. அந்த மட்டில பகவான் கஷ்டத்தைக் கொடுக்காம இருந்திருக்காரே!'

'அந்தக் கஷ்டத்தைக் கொடுத்திருக்கணும்மா. அப்படியாவது என் வாழ்க்கையில ஒரு எதிர்பார்ப்பு ஏற்பட்டிருக்கும். இப்ப எதை வெச்சுண்டும்மா நான் என் நாளை எல்லாம் தள்ளப் போறேன்? இப்ப எனக்கு என்னம்மா வயது?'

'இந்த ஆனிக்குப் பத்தொம்பது முடியறது.'

'எதுக்காகம்மா இவ்வளவு சீக்கிரம் கல்யாணம் பண்ணி வெச்சே?'

'எதோ விதிதாம்மா! இப்படி எல்லாம் ஆகும்னு யாராவது எதிர் பார்த்தாளா? நல்லது நடக்கும்னுதான் எல்லாம் செய்யறோம். சுவாமி வேற ஒண்ணை மனசில வெச்சிண்டிருக்காரே! வா மணி. யார் வந்திருக்கார் பாரு.'

'உமி, நீயா!' மணி துண்டை எடுத்துக் கண்களைத் துடைத்துக் கொள்ள ஆரம்பித்தான். 'ஒரு வாரத்தில் எத்தனை இளைச்சுப் போயிட்டே உமி! அக்கா, இவளை நான் இந்த க்ஷணமே கல்யாணம் பண்ணிக்கத் தயார் அக்கா.'

'மணி, பைத்தியம் மாதிரிப் பேசாதே' என்று அதட்டினாள் உமா.

'ஏன்? நான் கேட்டதில என்ன தப்பு? ரெண்டு நாள் இருந்ததுக்காக வாழ்க்கை பூரா தபஸ்வினி மாதிரி இருக்கணுமா? என்ன உமா, சொல்லு! பதில் சொல்லு!'

உமா கொஞ்ச நேரம் சும்மா இருந்தாள். அம்மாகூட ஒரு விதத் தில் அவள் பதிலுக்காகக் காத்திருக்கிறாள் என்பது தெரிந்தது.

'இனி இப்ப எனக்கு மறுவாழ்வுங்கறது பிரச்னை இல்லைடா! என் மனசு இருக்கிற நிலையில் கல்யாணம், புருஷன், பெண் டாட்டி, இப்படிங்கற விஷயங்கள் எல்லாம் எனக்கு அபத்தமாப் படறது! என் உடம்பும் மனசும் இன்னும் அந்தக் காயத்தில் இருந்து, அதிர்ச்சில இருந்து விடுதலை பெறவே இல்லை! என் புருஷனோட வாசனையே இன்னும் உடம்பைவிட்டுப் விலகலை. இன்னொரு கல்யாணமா, சண்டாளா! பாவி!'

மணி சற்று பயந்துபோய், 'கசகசன்னு இருக்கு. ஸ்நானம் பண்ணிட்டு வந்துர்றேன்' என்று உள்ளே சென்றான்.

காப்பியைக் கொடுக்கும்போது அம்மாவின் கைகள் நடுங்கு வதைக் கவனித்தாள் உமா.

அந்தப் பையன் கைகளும் நடுங்கிக்கொண்டுதான் இருந்தன.

எதிரே சிகரெட் புகை மண்டியிருந்தது. அவன் நெற்றி பூரா வியர்த்திருந்தது. நாற்காலியில் அவன் மட்டும் உட்கார்ந்திருக்க, அவனைச் சுற்றிலும் நான்கு போலீஸ் அதிகாரிகள் அவனையே பார்த்துக்கொண்டிருக்க, வெளிச்ச விளிம்பில் மாதவராவ் மௌனமாகக் காத்திருந்தார்.

'எனக்கு அவ்வளவுதான் சார் தெரியும்!'

'படவா! பொய் சொன்னேன்னா பேத்துருவோம்!'

'சார் பாஸ்கெட் பால் ஆடினா என்ன சார்?'

'ரூமுக்குள்ள நுழைஞ்சியா இல்லியா?'

'சத்தியமா உள்ள போகலை சார். கதவு திறந்திருந்தது. என்னடா திறந்து வெச்சிருக்காங்களேன்னு சாத்திட்டு வந்தேன்.'

'பொய்! பொய்! உள்ளே போனே.'

'இல்லவே இல்லை சார். அதே ஃப்ளோர்ல இருக்கிற இன்னொரு ரூமுக்கு டிபன் எடுத்துட்டுப் போனேன் சார். போற வழில...'

திடீர் என்று ஆக்ரோஷமாக மாதவராவின் குரல் கேட்டது. 'திருப்பித் திருப்பி அதே பொய்யைச் சொல்றியா, பாஸ்டர்ட்' என்று நரம்பு புடைக்கக் கத்தினார்.

சர்வர் பையன் அதிர்ந்து போய் எழுந்து நின்று அழ ஆரம்பித்தான்.

'ஏய்! ஏன் கொன்னே?'

'அய்யோ! சத்தியமா, ராகவேந்திர சாமி சாட்சியா நான் கொல்லலை சார்!'

'உள்ள போனியா இல்லியா? ஒப்புத்துக்க!'

'போகவே இல்லை சார்!'

'உள்ள போனப்ப பாடியைப் பாத்தியா, பயந்துகிட்டு வந்துட்டியா...'

'அய்யோ? போகவே இல்லை சார்!'

‘போகாம எப்படி உன் ஷூ பிரிண்ட் அங்க கிடைக்கும்? பதில் சொல்லு.’

‘எந்த ஷூ சார்?’

‘பாஸ்கெட் பாலுக்கு உனக்குக் கொடுத்த ஷூ!’

‘நான் ஒருத்தன்தானா ஆப்ட்டேன். அந்த மாதிரி ஷூ எல்லாப் ப்ளேயர்ஸுக்கும்தானே கொடுத்தாங்க. அவங்கள்ள யாராவது ஒருத்தரா இருக்க முடியாதா?’

‘உன் ஷூ எங்க?’

‘அது... அது... அய்யோ அதை எங்க தேடுவேன்? கொஞ்ச நாளா அதை நான் உபயோகிக்கலை சார். சத்தியமா உபயோகிக்கலை சார்!’

‘ஷூ எங்கே?’

‘எங்கிட்ட இல்லை சார். உண்மையா, அதை நான் தொலைச்சுட்டேன் சார்!’

‘மறுபடி பொய் சொல்றே! ரத்தக்கறையை மறைக்க தூக்கி எறிஞ்சுட்டதானே? எங்க போட்டே?’

‘அய்யோ! எனக்குச் சாதகமா ஒருத்தரும் இல்லையா! பகவானே! பாஸ்கெட் பால் விளையாடினா இவ்வளவு சிக்கலா!’

‘ஷூவைக் கொண்டுவந்து தரியா?’

‘அய்யோ! போங்க சார், நீங்க ஒண்ணு!’ என்று சிரித்துக் கொண்டே அழுதான்.

‘இதபாரு, உம்மேல் மிஷின் வெச்சு நீ பொய் சொல்றியான்னு கண்டுபிடிச்சுரலாம். சுலபமாக் கண்டுபிடிச்சுரலாம். உன் கைவிரல் பிரதி அந்தக் கதவோட பிடில இருந்திருக்கு. அப்புறம் உனக்குக் கொடுக்கப்பட்ட ஷூவோட பிரதி உள்ள இருந் திருக்கு. நீயானா உள்ள போகவே இல்லைன்னு அப்பட்டமாப் புளுகறே. உனக்கே இது நல்லதில்லை. எதுக்காக உள்ளே போனேன்னு சொல்லிடு. உன்னை வீட்டுக்கு அனுப்பிச் சுர்றோம். அழுது அழிச்சாட்டியம் செய்தால் விடமாட்டோம். மூஞ்சில தண்ணி அடிச்சுக்கறயா?’

மாதவராவ் அவன் அருகில் வந்து கண்ணாடி டம்ளரிலிருந்து தண்ணீரை விரல் நுனியில் எடுத்து அவன் முகத்தில் தெளிக்கப் போனபோது அவன் கிலியால், பீதியால் சித்திரவதை பண்ணப் பட்டவன் போல் அலறினான். 'விட்டுருங்க! என்னை விட்டு ருங்க. நான் ஒண்ணுமே செய்யலை. ஒண்ணுமே செய்யலை' என்று சொல்லிக்கொண்டே சோர்வால் சரிந்தான்.

சிந்தனையிலிருந்த டி.ஸி. மாதவராவைப் பார்த்தார்.

'என்ன சொல்றிங்க மாதவராவ்?'

சற்று தாமதித்து, 'அரஸ்ட் பண்ணிடலாம் சார்! இவந்தான்!'

'எனக்கு என்னவோ ஷ்யூரா இல்லை. பண்றதா இருந்தாப் பண்ணிடுங்க.'

'ஒண்ணு செய்யறேன். இவன் ரூமைத் தரோவாப் பாத்துட்டு, அந்த ஷூ கிடைக்கிறதா பாக்கலாம். கிடைச்சா பேட்டர்னை மாட்ச் பண்ணிடலாம்! ஏய், எங்கடா இருக்கு ரூம்?'

பதில் இல்லை!

'எல்லாம் பாசாங்கு.'

உதவி கமிஷனர் மாதவராவைத் தனியே அழைத்து, 'பாருங்க! இது ஒரு நல்ல ஆங்கிள்தான், ஆனா அரஸ்ட் பண்ற அளவுக்கு... வாங்க திவ்யா! கூட யாரு?'

16

திவ்யா, மாதவராவைப் பார்த்து, 'சொன்னபடியே வந்துட்டேன் பாத்திங்களா' என்றாள்.

'உதவி கமிஷனர், கூட வந்திருந்த ராமகிருஷ்ணனை வெறித்துப் பார்த்துக்கொண்டே இருக்க, 'சார்! இதான் நான் சொல்லலை? மிஸ்டர் ராமகிருஷ்ணன், திவ்யா அவங்களோட.... இன்னிக்கு என்னம்மா, ஃப்ரெண்டா, கஸின் பிரதரா?'

'ஃப்ரண்டுதான் சார்' என்று பயத்துடன் சிரித்தாள்.

ராமகிருஷ்ணன், 'சார், நாங்க உங்களை ப்ளண்ட்டா ஒரு கேள்வி கேக்கணும்.'

'ப்ளண்ட்டாக் கேக்கறதுக்கு முன்னாடி உக்காருங்க' என்றார் உதவி கமிஷனர்.

விளிம்பில் உட்கார்ந்தான். சற்று அவசரத்தில் அல்லது ஸ்திரம் இல்லாத சிந்தனையிலோ இருப்பவன்போலத் தோன்றினான். 'சார்! மூணு நாளா நானும் திவ்யாவும் இந்த விஷயத்தைப் போட்டுக் குழப்பிக்கிட்டிருக்கோம். அப்பறம் நான்தான் சொன்னேன். திவ்யா, அவங்க அரஸ்ட் பண்றதா இருந்தாப் பண்ணட்டும். நமக்கு என்ன பயம், நாம செஞ்சிருந்தாத்தானே பயப்படணும். என்ன சொல்றிங்க?'

'ரொம்ப சரி! செய்யாதவங்க பயப்பட வேண்டியதில்லை.'

'எங்கமேல சந்தேகம் இருக்கா உங்களுக்கு?'

'போலீஸ்காரங்களுக்கு விவஸ்தை கிடையாது. நாங்க எல்லோரையும் சந்தேகப்படுவோம்.'

'எங்க மேல சந்தேகமா? இல்லை, குறிப்பா என்மேலயா?'

'அதுவும் சரியாச் சொல்ல முடியாது.'

'ஏன் சார், அவ்வளவு தூரம் திருப்பித் திருப்பிச் சொன்ன வார்த்தைகளில் அவ்வளவு நம்பிக்கை ஏற்படலியா?' என்றாள் திவ்யா.

'இதப் பாருங்கம்மா. நீங்க எல்லாத்தையும் போலீஸ்கிட்ட சொன்னா உபகாரமா இருக்கும். அப்படிச் செய்யாம பாதிதான் சொல்றிங்க. உங்களுக்கு வேண்டியது மட்டும் சொல்றிங்க. இந்த மாதிரி அரைகுறைத் தகவல்களைப்போல மோசமானது ஏதும் கிடையாது. ரொம்ப மிஸ்லீட் பண்ணிடும்.'

'சார் நான் இதுவரைக்கும் எதையும் மறைக்கலை சார்.'

'பாத்திங்களா? இதுவே பொய்!'

'மிஸ்டர், உங்க பேரு என்ன சொன்னீங்க?'

'ராமகிருஷ்ணன் சார்.'

'ராமகிருஷ்ணன், நானும் கொஞ்சம் ப்ளண்டாவே கேட்டுர்றேன். நீங்க ரெண்டு பேரும் இங்க வந்தது ஒரு அன்-அஃபிஷியலான ஹனிமூனுக்குத்தானே?'

திவ்யா உடனே 'இல்லை' என்று அழுத்தமாகச் சொல்ல, ராம கிருஷ்ணன், 'இரு திவ்யா, சார் நீங்க சொல்றது வாஸ்தவம்தான். அதுக்காகத்தான் வந்தோம்.'

'அப்ப எதுக்காக மூர்த்தியும் உமாவும் தங்கின அதே ஹோட்டல்ல தங்கணும்?'

இருவரும் பார்த்துக் கொண்டார்கள்.

'ரெண்டு பேருமாத்தானே பிளான் பண்ணிங்க?'

'எதுக்கு?'

'மூர்த்தியைக் கொல்ல!'

'அய்யோ, இல்லை சார்!'

'பின்ன எங்களுக்கு கன்வின்ஸ் ஆறமாதிரி ஒரு காரணம் சொல்லுங்க.'

'சொல்லிடட்டுமா திவ்யா?'

திவ்யா, 'வேண்டாம் வேண்டாம்' என்றாள் கலவரத்துடன்.

'பாரு திவ்யா, சொல்லலைன்னா நிலைமை எக்கச்சக்கமாப் போயிடறது. கேஸ் வேற ஏதோ பாதையில் போயிடறது, போலீஸும் மிஸ்லீட் ஆயிடறாங்க பாரு.'

'ராம்கி! நீ சொல்ல வேண்டாம். நானே சொல்றேன்.'

'யாராவது ஒருத்தர் சீக்கிரமாச் சொன்னிங்கன்னா உபகாரமா இருக்கும். சொல்றபோது முழுசா உண்மை பேசுங்க, என்ன?'

'திவ்யா தரையில் இருக்கும் மொஸாய்க் குழப்பங்களைப் பார்த்துக்கொண்டே 'சார், நானும் ராம்கியும் கல்யாணம் செஞ்சுக்கப் போறோம்' என்றாள்.

'செஞ்சுக்கங்க. தாராளமா செஞ்சுக்கங்க.'

'அதுக்காக... அதுக்காக...' என்று பாதி வாக்கியத்தில் தொடங்கினாள். ராமகிருஷ்ணனைப் பார்த்து வெட்கப்பட்டாள்.

ராமகிருஷ்ணன் தொடர்ந்து, 'சார், நாங்க ரெண்டு பேரும் அந்த ஹோட்டல் அறையில் தங்கியிருந்தோம்.'

'ஓ.கே. இந்த விவரம் எங்களுக்குத் தேவையில்லாதது. மூர்த்தி இறந்த அந்தக் காலைல நீங்க ரெண்டு பேரும் என்ன செய்துட்டிருந்திங்க?'

'வி வேர் ஹேவிங் ஸெக்ஸ்' என்றான்.

இங்கிலீஷில் சொன்னால் நாகரிகம் ஆகிவிடுகிறது. மாதவராவ் அவர்கள் இருவரையும் பார்த்தார். அவர் கண்களைச் சந்திக்கத் தைரியம் இன்றி இரண்டு பேரும் நிலம் நோக்கிகளாக இருந்தார்கள்.

‘சார்! அதுக்கான காரணத்தைச் சொன்னா நீங்க கொஞ்சம் ஆச்சரியப்படுவீங்க!’

‘போலீஸ்காரங்களை லேசில ஆச்சரியத்தில் ஆழ்த்த முடியாது.’

‘அதுவும் ஒரு ஆணும் பெண்ணும் தனியறைக்குப் போறதில அதிக ஆச்சரியம் எதுவும் மிச்சமில்லை இப்பல்லாம்’ என்றார் டி.ஸி.

‘திவ்யா ஒரு விதமான ஆத்திரத்தினாலதான் அப்படிச் செஞ்சா!’

‘யார் மேல?’

‘என்ன நிராகரிச்ச அந்த மூர்த்தி மேல! கல்யாணம் பண்ணிக்கிறதா வாக்கு கொடுத்துட்டு அப்புறம் ஜாதகம் சரியில்லைன்னு பொய் சொல்லி, மை காட்! எனக்கு அவன் மேல் வந்த ஆத்திரத்துக்கு, எனக்குச் சந்தர்ப்பம் கிடைச்சா அவனை அப்படியே நகத்தா லேயே கீறிக் கொல்றதுக்கு முந்தி வேற யாரோ சாகடிச்சுட்டாங்க. எனக்கும் ஒரு கணவன் கிடைப்பான். எனக்கும் கல்யாணம் ஆகும். உன்னைப்போலவே நானும் உனக்கு ஹனிமூன் நடக்கிற தேதியிலேயே எனக்கும் ஹனிமூன்... அதே ஹோட்டல்ல!’

மாதவராவ் சட்டென்று டி.ஸியைப் பார்த்து சிரித்தார். ‘ஐ ஸீ. கொஞ்சம் வரிசைக்கிரமத்தைத்தான் மாத்திட்டிங்க போல இருக்கு.’

‘ராம்கி என்னை நிச்சயம் கல்யாணம் பண்ணிக்கப் போறார். இல்லை ராம்கி?’

‘ஷ்யூர் டார்லிங்! சார். நடந்தது இதுதான் சார், முதல்ல விஷ யத்தை உங்ககிட்ட சொல்றதுக்குத் தயங்கினதுக்குக் காரணம் உங்களுக்குப் புரிஞ்சிருக்கும்னு நினைக்கிறேன். வெட்கம்தான். இப்ப சொல்லவேண்டிய கட்டாயம் ஏற்பட்டுடுத்து. மூர்த்தி கொலையுண்ட சமயம் நாங்க ரெண்டு பேரும் ரூமுக்குள்ள பெட்ல இருந்தோம்.’

‘எப்ப ரூமை விட்டு வெளியே வந்திங்க?’

‘சாயங்காலம்தான்.’

‘சாப்பாடு?’

'ரூம் சர்வீஸ் மூலமா ஆர்டர் பண்ணோம். நீங்க வேணா வெரிஃபை பண்ணிடலாம். சாயங்காலம் செய்தியைக் கேட்டதும் உடனே ஆஸ்பத்திரிக்குப் போய்ப் பார்த்தேன். சத்தியமா இந்தக் கொலைக்கும் எங்களுக்கும் எந்தவிதச் சம்பந்தமும் கிடையாது சார்.'

இருவரும் மாதவராவ் பேசக் காத்திருந்தனர்.

மாதவராவ் டி.ஸி.யைப் பார்த்தார்.

'கல்யாணம் எப்ப?' என்றார் உதவி கமிஷனர்.

'அடுத்த மாதம் சார்.'

'சீக்கிரம் பண்ணிடுங்க! இல்லை, பத்து மாசம் வெயிட் பண்ண வேண்டி வந்துரும்.'

'வி டுக் கேர் சார்.'

'அதெல்லாம் எனக்கு அவசியமில்லை! கேக்கறதுக்கே அசிங்கமா இருக்கு. நீங்க சொல்ற காரணம் விநோதமா இருக்கு. ஆனா சில வேளைகளில் உண்மையும் விநோதமாகத்தான் இருக்கும்.'

'நாங்க போலாமா சார்?'

'மெட்ராஸ்ல உங்க அட்ரஸ் கொடுத்திருக்கிங்க இல்ல!'

'கொடுத்திருக்கேன் சார். நான் பொறுப்புள்ள வேலைல இருக்கிறவன்...'

'போறதுக்கு முன்னாடி திவ்யா உங்களை ஒரு கேள்வி...'

'தாராளமாக.'

'மூர்த்தியை யார் கொன்னிருப்பாங்கன்னு நினைக்கிறீங்க?'

திவ்யா கெஞ்சலாக, 'தெரியாது சார்' என்றாள்.

அவர்கள் சென்றதும் கமிஷனர் 'ஸ்ட்ரேஞ்ச் பீப்பிள் ராவ். ஒண்ணு தெளிவாத் தெரியுது' என்றார்.

'பேக் டு ஸ்கொயர் ஒன், அதானே சார்!'

'அதேதான்!'

‘அந்த ஹோட்டல் சர்வர்?’

‘அவனா இருக்கலாம்! ஆனா ஆள் காலைப் பாத்திங்கல்ல? சைஸ் நைன் ஷூ அணியறவனாத் தோணலை. அப்படியே அவன் செய்திருந்தாலும் காரணம்? மோட்டிவ்? எங்க? எதுக்குக் கொல்லணும்?’

‘மோட்டிவ் தெரிஞ்சா ஆள் அகப்பட்டாப்பலதான்.’

‘எதுக்கும் அவன் ரூம்ல இருக்கற சாமான்களை எல்லாம் சோதனை போட்டுப் பாத்துருங்க. எங்கயாவது எதையாவது ஒளிச்சு வெச்சிருக்கலாம்.’

‘எனக்கு மறுபடி இந்த ராமகிருஷ்ணன் மேல சந்தேகம் வருது.’

‘குழப்பறிங்க. ஒருவிதப் பொறாமையினால, ஆத்திரத்தால அந்தப் பெண் தன் காதலனோட அதே ஹோட்டல்ல கல்யாணம் ஆறதுக்கு முந்தியே போட்டிக்கு ஹனிமூன் பண்ணியிருக்கா... எனக்கு பயமா இருக்குது மாதவராவ்! எனக்கு அவ வயசில பெண் இருக்கா.’

‘சேச்சே, வளர்ந்த சூழ்நிலை முக்கியங்க! சாலினி என்ன தங்க மான பொண்ணு!’

‘அப்ப மறுபடி ஆரம்பத்தில் இருக்கோம் இந்தக் கேஸ்ல! அப்படித்தானே?’

‘ஏறக்குறைய அப்படித்தான் சார்.’

‘அந்த மணி. அப்புறம் அந்தப் பொண்ணு.’

‘எந்தப் பொண்ணு சார்.’

‘மனைவி!’

‘சேச்சே!’

‘மாதவராவ்! மிஸ்ட்ரஸ்ட் தி ஆப்வியஸ்! அந்தப் பெண் உமாகூட உங்க பட்டியல்ல இருந்தாகணும். ஏன் அவளே கொன்னுட்டு ரிப்போர்ட் பண்ணியிருக்கக் கூடாதா? அவ எப்படிப்பட்ட பொண்ணு, அவ எதாவது மெண்டலான்னு தெரிஞ்சுண்டிங்களா நீங்க?’

'இல்லை சார்!'

'தெரிஞ்சுக்கங்க!'

மாதவராவ் அவரைச் சற்று ஆயாசத்துடன் பார்த்து, 'எஸ் சார்' என்று எழுந்து சல்யூட் அடித்துவிட்டுச் சோர்வுடன் வெளியே வந்து ஜீப்பில் ஏறிக்கொண்டார்.

மைக்ரோவேவ் டவரைத் தாண்டுவதற்குள் அவர் வெறுப்பு பன்மடங்கு ஆகியிருந்தது. 'சட்! என்ன கேஸ் இது! அடியைப் பிடிடா என்று ஆரம்ப தினத்துக்குப் பாம்பு இழுத்துக் கொண்டு சென்றுவிட்டது. மல்லேஸ்வரம் யூத் என்பது மற்றொரு மாயையா? சுற்றிச் சுற்றி புறப்பட்ட இடத்துக்கே கொண்டு வந்து விடுகிறதே! எங்கேயாவது பெரிசாகக் கோட்டை விட்டுக் கொண்டிருக்கிறேனா? மொத்தம் எத்தனை பேர் இதில்? மணி? எத்தனை மாயா? மணி-திவ்யாவின் மாயா! மல்லேஸ்வரம் மாயா... இன்னும் எத்தனை மாயா வரப்போகிறது?'

அலுவலகத்துக்கு வந்ததும் மேசையிலிருந்து கடிதங்களைப் பார்த்தார். சர்க்கார் பழுப்புக் காகிதங்களுக்கு மத்தியில் அந்தக் கவர் தனியாகத் தெரிய, பிரித்தார்.

> 'அன்புள்ள இன்ஸ்பெக்டர் மாதவராவுக்கு, உடன் இணைந் திருக்கும் கடிதம், இறந்துபோன என் அண்ணன் மூர்த்தியின் மனைவி உமாவுக்கு வந்தது. இது உங்கள் தேடலில் உதவலாம் என்று அனுப்பியுள்ளேன். ஏதாவது தெரிந்ததா? உண்மையுள்ள ஆனந்த்.'

இணைப்புக் கடிதத்தைப் பார்த்தார். 'நடந்ததை மற ஆண்டவன் உன்னைக் காப்பாற்றுவான். மாயா.' பின்பக்கத்தில் 'வருகிறேன்.'

மாதவராவ் சற்று உற்சாகம் பெற்று டெலிபோனை எடுத்து ஒரு எண்ணைச் சுற்றி 'இனாம்தார் இருக்காரா?' என்றார்.

காத்திருந்தபோது அந்தக் கடிதத்தை மறுபடி பார்த்தார். பச்சை மை. மாயா என்பது ஒரு பெயரா? 'வருகிறேன்' என்றால் அவளுக்காகவா? சென்னை போலீஸுடன் தொடர்புகொண்டு அந்தப் பெண்ணை எச்சரிக்கவேண்டும். ஒருவேளை இது அவளே தயாரித்த கடிதமோ? சே! விபரீதமான சந்தேகம். இருந்தும் டி.ஸி. சொன்னதுபோல் யாரையும் சந்தேகிக்காமல்

விடக்கூடாது. மூர்த்தியைத் தவிர எல்லோரையும் சந்தேகிக்க வேண்டும்.

'மாதவராவ்... எப்படி இருக்கிங்க?' என்றார் இனாம்தார் போனில்.

'ஒரு லெட்டர் கிடச்சிருக்கு. அந்த ஹோட்டல் மர்டர். ரிமெம்பர்? லெட்டரை உங்களுக்கு அனுப்பறேன். அதில் அத்தனையும் அலசி ரிப்போர்ட் கொடுங்க. ... இன்னும் இல்லை. கண்ணைக் கட்டிக் காட்டில விட்டாப்பல இருக்கு. நீங்க எல்லோரும்தான் உதவி செய்யணும்... தாங்ஸ். உடனே அனுப்பறேன்... அப்புறம் ஒரு போட்டோ நெகட்டிவ் இருக்கு. அதையும் அனுப்பறேன். என்லார்ஜ் பண்ணி ஒரு பிரிண்ட் போட்டுக் கொடுங்க. வெச்சுறட்டுமா...'

உமா டெலிபோனை அதன் கொக்கியில் மாட்ட, எட்டணாக் காசு உள்ளே குலுங்கி விழுந்த சப்தம் கேட்டது. கூண்டை விட்டு வெளியே வந்தாள். சாயங்காலம் நாலரை மணிக்கு மூர்த்தியின் மேலதிகாரியைச் சந்திக்க விரும்பி அவருக்கு டெலிபோன் செய்து கேட்டுக்கொண்டாள். அவர் பரிவுடன் 'வா' என்றார். உமாவுக்கு காலேஜுக்குப் போய் மைதானத்தில் நடக்க வேண்டும் போலிருந்தது. நெட்ஸில் உடல் ஓய பத்து ஓவர் பந்து வீசிவிட்டு வரலாம் போல இருந்தது. முடியாது. எல்லோருக்கும் இதற்குள் செய்தி எட்டி இருக்கும். பார்த்தவுடன் ஸாரி ஸாரி என்று உயிரை வாங்கிவிடுவார்கள். நாலரை வரை என்ன செய்யலாம்? புத்தகக் கடைக்குள் நுழையலாம். விட்டுப்போன புத்தகங்கள் எல்லாவற்றுக்கும் இப்போது நேரம் இருக்கிறது. மவுண்ட்ரோடுக்கு பஸ் ஏறி ஹிகின்பாதம்ஸ் சென்றாள்.

எல்லோரும் பார்க்கிற பார்வையிலேயே அவர்களுக்கும் தெரியும் போலும் என்று யோசித்தாள். தமிழ்ப் பகுதியில் ஸ்தோத்திரங்களும் மதப்புத்தகங்களும் அதிகமாக அடுக்கி இருப்பதைப் பார்த்தாள். விலை உயர்ந்த அலமாரி வரிசை அருகில் அந்த ராகேஷ் நிற்பதைப் பார்த்தாள். கண்ணாடி அணிந்து கொண்டு ஏதோ ஒரு புத்தகத்தை ஆழ்ந்து கவனித்துக் கொண்டிருந்தான். அவனிடம் போய்ப் பேசலாமா என்று யோசித்தாள். அவனைப் பார்த்தாள். இதயம் துரிதமாகியது.

அடிக்கடி தன் புத்தகத்திலிருந்து நிமிர்ந்து அவன் இன்னும் நிற்கிறானா என்று பார்த்துக்கொண்டாள். அதே சமயம் தன்

அனாவசியமான தவிப்பைப் பற்றிச் சற்று வெட்கப்பட்டாள். கோபம்கூட வந்தது. அவன் இவள் பக்கம் பார்க்கவே இல்லை. சற்று ஏமாற்றமாக இருந்தது. மெல்ல மெல்ல அந்த அலமாரி வரை செல்லலாமா... சே! கூடாது என்று மனசு எதிர்த்தாலும் கால்கள் தானாக அங்கே சென்றன. இன்னும் கவனிப்பவனாகத் தெரியவில்லை. எதிரே சென்றுகொண்டிருந்த சிப்பந்தியை 'எக்ஸ்க்யூஸ் மி' என்று விளித்தபோதுதான் நிமிர்ந்தான்.

'ஹலோ! நீங்களா! வாட் எ சர்ப்ரைஸ்! உங்களுக்காகத்தான் இந்தப் புத்தகத்தைப் பார்த்துக்கிட்டிருக்கேன்.' அவன் காட்டிய புத்தகத்தின் பெயர் மாயா.

17

அவன் கையில் வைத்திருந்த புத்தகம் அகலமாக உசத்தியான அட்டை போட்டு அதன் மேல் 'இன்காஸ்' என்று எழுதியிருந்தது.

'மாயன் நாகரிகத்தைப் பத்திய புத்தகம் இது. இன்காஸ், அஸ்டெக்ஸ் பத்தி எல்லாம் போட்டிருக் கான். மிகப் பழங்கால நாகரிகம் இது. பொலிவியா, பெரு, ஈக்வடார், அர்ஜெண்டினா, சிலி எல்லா இடத் திலேயும் பரவி இருந்த நாகரிகம். அவங்க சூரியனை வணங்கினாங்க. இன்கா சாம்ராஜ்யத்தினுடைய விதி முறைகள் எல்லாம் பாத்தா ஆச்சரியப்படும்படியா இருக்கு. எல்லாருக்கும் கொஞ்ச நிலம் தரப்பட்டது.'

உமா அவன் சொல்வதைக் கவனிக்காமல் 'நீங்க முதல்ல என்ன சொன்னிங்க? என் கேஸைப் பத்தி விசாரிச்சுக்கிட்டிருக்கிங்களா?'

'ஆமா' என்றான். இயல்பாகத் தலையைச் சாய்த்து அவளை வசீகரமாகப் பார்த்தான்.

'என் கேஸ் என்னன்னு தெரியுமா உங்களுக்கு?'

'நடந்தது எல்லாத்தையும் ஒண்ணுவிடாமத் தெரிஞ்சுக்கிட்டேன் உமா!'

'யார்கிட்ட இருந்து?'

‘ஆனந்த்கிட்ட இருந்து! கிரிக்கெட் மூலமா அவன் எனக்குப் பரிச்சயமானவன்.’

‘என்ன தெரிஞ்சுக்கிட்டிங்க?’

‘உமா, சத்தம் போட்டுப் பேசாம இருக்க முடியாது. இது புஸ்தகக் கடை. வாங்க வெளியே போய் ஒரு கப் காப்பி சாப்பிடலாம்.’

உமா மணி பார்த்தாள். மூர்த்தியின் மேலதிகாரியைச் சந்திக்க இன்னும் அரை மணி சமயம் இருந்தது. ‘சரி.’

இரைச்சலைக் கதவோடு நிறுத்திவிட்டு உள்ளே செயற்கைக் குளிர் அமைக்கப்பட்ட ஓட்டல் அறையில் செயற்கை வெளிச் சத்தில் செயற்கை மனிதர்கள் புன்னகை செய்தாலே வலிக் கும்போல இருந்த பொம்மைப் பெண்களுடன் உதட்டு நுனியில் பேசிக்கொண்டிருந்தார்கள்.

‘ஏதாவது சாப்பிடறீங்களா?’ என்றான் ராகேஷ். வெயிட்டரை விரல் சொடுக்கால் கூப்பிட்டான்.

‘ஜஸ்ட் காஃபி ப்ளீஸ்.’

‘இந்த இடத்துக்கு வந்தாலே இங்கிலீஷ் பேசத் தோணுது இல்ல!’ சற்று நேரம் மௌனத்துக்குப் பின் ‘சொல்லுங்க!’ என்றான்.

‘நீங்கதான் சொல்லணும்.’

‘எனக்கு எல்லாம் தெரிஞ்சுது உமா. உங்க மனசு சென்ற சில வாரங்களா என்ன பாடுபட்டிருக்கும்னு நினைச்சுப் பார்க்கவே பயங்கரமா இருக்கு.’ உமாவின் முகம் சுருங்க, ‘அதை மறுபடி நினைவுபடுத்தறது என் நோக்கமில்லை. ஆனா ஆனந்த் சொன்னான், நீங்க உங்க கணவனைக் கொன்னது யாருன்னு கண்டுபிடிக்கப் பிடிவாதமா இருக்கிங்கன்னு. நான் உங்களுக்கு அதில உதவி செய்ய முடியும்னு தோணுது.’

‘எப்படி?’

‘நான் ஒரு லா கிராஜுவேட். கிரிமினாலஜி, ஃபாரன்ஸிக் சயன்ஸ் இரண்டிலயும் எனக்கு ஈடுபாடு ரொம்ப உண்டு. உங்களுக்கு ஆட்சேபணை இல்லாத பட்சத்தில் உங்ககூட இருந்துண்டு உங்க கணவனைக் கொன்னவனை அல்லது கொன்னவளைக் கண்டு பிடிக்கிறதில உதவ விரும்பறேன்.’

‘நடந்தது பூரா உங்களுக்குத் தெரியுமா?’

‘தெரியும். ஆனந்த் சொன்னது, பெங்களூர் செய்தித்தாள்களின் ரிப்போர்ட்டுகள் எல்லாத்தையும் பார்த்துட்டேன். மாயாங்கற பேரு என்னை அப்படியே சுண்டி இழுக்குது. அது வந்து... அந்தக் கொலையைச் செஞ்சவன்... வேணும்னு தன்னைக் கொஞ்சம் காட்டிக் கொடுக்கிறான்! நீங்க தாஸ்தாவெஸ்கி யுடைய ‘கிரைம் அண்ட் பனிஷ்மென்ட்’ படிச்சிருக்கீங்களா?’

‘இல்லை.’

‘இளைஞன் பணத்தேவைக்காகக் கிழவியைக் கொன்னுட்டு பேசாம அந்த ஊரை விட்டு ஓட மாட்டானோ? மறுநாளே குற்றம் நடந்த இடத்துக்குப் போயி அங்க போலீஸ்காரங்க என்ன விசாரிக்கறாங்கன்னு பாக்கப் போயிர்றான்! காந்தம் மாதிரி அந்த இடம் அவனைக் கவர்ந்து கவர்ந்து இழுக்குது. எல்லாக் குற்ற வாளிங்களுக்குமே உள்ளூர ஒரு மஸாக்கிஸ்டிக் இன்ஸ்ட்டிங்ட் உண்டுன்னு ஒரு தியரி இருக்கு. சில வேளைகளில் தன்னைக் கண்டுபிடிக்கிறதுக்கு வேணும்னே பாதைகளை அவங்களே அமைச்சுக் கொடுப்பாங்களாம். தே வான்ட் டு பி காட்! அந்த ரீதியில்தான் இந்த மாயாங்கறதை நீங்க எடுத்துக்கணும். அந்த ஆசாமி உலகத்துக்கு வெளிப்படையா விடற சவால் இது. ‘இதப் பார்! மாயா, அவ்வளவுதான் சொல்வேன். அதை வெச்சுக்கிட்டு என்னைக் கண்டுபிடிங்க பார்க்கலாம்’ என்று போலீஸ்கூடக் கண்ணாமூச்சி விளையாடறான். எனக்கு அப்படித்தான் தோணுது. அதுக்காகத்தான் மாயாங்கறது என்னன்னு புஸ்தகம் படிக்க ஆரம்பிச்சேன். அதில இருந்து அஸ்டெக் நாகரிகம், இன்காஸ் இப்படிப் போயிருச்சு பாதை. அவங்கவங்களுக்கு வேணுங்கற துணியை அவங்களே நெசவு நெஞ்சுப்பாங்களாம். செருப்பைத் தானே தெச்சுப்பாங்களாம். சாப்பாட்டுக்கு வேண்டிய மண்தட்டு, பானை எல்லாத்தையும்கூட அவங்களே செய்துப்பாங்களாம்!’

‘இப்ப அதுக்கும் மூர்த்தி இறந்து போனதுக்கும் என்ன சம்பந்தம்?’

‘எதாவது சம்பந்தம் இருக்கத்தான் இருக்கணும்.’

‘மாயாங்கறது ஒரு ஆளுடைய பேரு.’

‘எப்படித் தெரியும் உங்களுக்கு?’

‘கடுதாசி வந்ததே! மாயான்னு கையெழுத்துப் போட்டு.’

‘என்ன கடிதம்?’

‘சரியா, எக்ஸாக்ட்டா ஞாபகமில்லை! ‘எல்லாம் நல்லதே நடக்கும், கடவுள் காப்பாத்துவார். வரேன். மாயா’ன்னு போட்டு வந்தது.’

‘அந்தக் கடிதம் இருக்கா உங்ககிட்ட?’

‘இல்லை. பங்களூர் இன்ஸ்பெக்டர் மாதவராவுக்கு அனுப்பிட்டோம்.’

‘சரி! நான் எப்படியும் ஒருமுறை பங்களூர் போறதாத்தான் இருக்கேன். அப்ப அவரைச் சந்திச்சுக்கறேன். அவங்க ஏதும் கண்டுபிடிச்சாங்களா? எதாவது தகவல் உண்டா?’

‘தெரியலையே.’

‘உமா, உங்களுக்கு அப்ஜெக்ஷன் ஏதும் இல்லையே?’

‘எதில?’

‘உங்க விவகாரத்தில அனாவசியமாத் தலையிடறதா நீங்க நினைக்கக்கூடாது. எனக்கு உங்க கதையைக் கேட்டதுமே உங்களுக்கு உதவி செய்யணும்னு மனசு கிடந்து அலையுது. ஒண்ணு சொன்னாக் கோவிச்சுக்க மாட்டிங்களே?’

‘என்ன?’

‘நீங்க அழகா இருக்கீங்க, சாதாரணமா, சிம்பிளா அலங்காரமே இல்லாம நீங்க வந்திருக்கீங்க. இருந்தும் பக்கத்து டேபிளைப் பாருங்க.’

உமா திரும்பிப் பார்த்தாள். ஒரு இளைஞன் அவளையே கண்கொட்டாமல் பார்த்துக்கொண்டிருந்தவன் அவளைக் கண்டதும் புன்சிரித்தான். உமா சட்டென்று தலையைத் திருப்பிக் கொண்டாள்.

‘யு ஆர் ஸ்டில் பியூட்டிஃபுல்!’

உமா காப்பியை மடக்கென்று விழுங்கிவிட்டு, ‘தாங்ஸ், நான் போறேன். எனக்கு நாலரை மணிக்கு ஒரு அப்பாய்ண்ட்மென்ட் இருக்கு.’

'யாரோடன்னு கேட்கலாமா?'

உமா தயங்கினாள். இவன் பேசும் விதமும் நடத்தையில் உள்ள பளபளப்பும் அவளைக் கவர்கின்றன. அது ஆபத்து என்று மனத்தின் மூலையில் ஒரு சின்னக்குரல் சொல்லிக்கொண்டு இருந்தது. அதிகப் பழக்கம் கூடாது. ஏன் கூடாது? என் கண வனுக்கு நான் கட்டுப்பட்டவளா? அவனே பிய்த்துக் கொண்டு போய்விட்டான். கணவன் இறந்தபின் எத்தனை மாசத்துக்குப் பின் சிரிக்கலாம் என்று எதாவது புஸ்தகத்தில் போட்டிருக்கிறதா. உமா, உமா! கட்டுப்படுத்திக் கொள். அவள் மனத்தில் ஒருகணம் அந்த நிலைக்கண்ணாடியின் எழுத்துகளும் அந்த ரத்தப் படுக்கையும் பளிச்சிட்டன.

'நான் வரேன்!'

'சொல்ல இஷ்டமில்லைன்னா வேண்டாம்.' பில்லுக்கு உரிய காசை கிண்ணியில் வைத்துவிட்டு அவசரமாக அவளுடன் சேர்ந்துகொண்டு படியிறங்கி வந்தான்.

'நான் வரட்டுமா?' என்றாள்.

'நான் கூட வரட்டுமா?'

'வேண்டாம்.'

'சரி, அப்ப எப்ப மறுபடி சந்திக்கலாம்?'

'உங்ககிட்ட எதாவது யூஸ்ஃபுலா தகவல் இருந்தா ஆனந்த்கிட்ட சொல்லி அனுப்புங்க. நாம சந்திக்கிறதுக்கு இனிமே அவசியம் இருக்காதுன்னு நினைக்கிறேன்.'

அவன் முகம் மாறுவதைப் பார்த்துச் சற்று வருத்தப்பட்டாள். மனத்தைப் புண்படுத்தியாயிற்று.

'சரி! நீங்க எப்படிச் சொன்னாலும் சரிதான். எப்பவாவது என் உதவி உங்களுக்குத் தேவைன்னா இந்த நம்பருக்கு டெலிபோன் செய்து நான் இல்லைன்னாகூடத் தகவல் சொல்லுங்க. என்ன?'

'சரி.' அந்த கார்டை வாங்கிக்கொள்ளும்போது அவன் விரல் பட்டது.

மூர்த்தியின் ஆபிஸ் அவள் எதிர்பார்த்ததுபோல இல்லை. சின்னதாக இருந்தது. ஒரு பத்து லைன் ஸ்விட்ச் போர்டில் ஒரு பெண் டெலிபோன், ரிசப்ஷன், இந்த வார வீக்லி மூன்றையும் கவனித்துக்கொண்டிருந்தாள். அருகே மலர்கள் நிரம்பிய ஒரு பித்தளைப் பாத்திரம் இருந்தது. எதிரே நவீனமாக, உட்காருவதற்கு அசௌகரியமாக ஒரு நாற்காலி இருந்தது. 'உக்காருங்க! மிஸ்டர் சர்மா வில் ஸீ யூ இன் எ மினிட்.' மேலதிகாரி சர்மா அவளை உள்ளே கூப்பிடவில்லை. ரிசப்ஷனிலேயே வந்து சந்தித்தார். அவர் வயது குறைச்சலாக உடை அணிந்திருந்தார். முன்மயிர் வழுக்கையின் ஆரம்பங்களால் பின்வாங்கியிருந்தாலும், சைட் பர்ன்ஸ் நல்ல அடர்த்தியாக இருந்தது. மீசையும் பாங்காக வைத்திருந்தார்.

'மிஸஸ் மூர்த்தி! முதல்ல என் சொந்த முறையில என்னுடைய ஆழ்ந்த அனுதாபங்கள். நான் பங்களூருக்கு தந்தி அடிச்சிருந்தேனே. ஆபீஸ்ல இருந்து என்ன உதவி வேணும்னாலும் செய்யத் தயார்னு. வந்து சேர்ந்ததோ?'

'வந்திருக்கணும் சார். நான் எங்க தந்தியெல்லாம் பார்த்தேன்!'

'ஐ அண்டர்ஸ்டாண்ட்! ச்ச்!' மௌனமாக இருந்தவளைக் குற்ற உணர்ச்சியுள்ளவர் போலப் பார்த்தார்.

'என்ன சாப்பிடறீங்க?'

'ஒண்ணும் வேண்டாம் சார். இப்பத்தான் காப்பி சாப்பிட்டேன்.'

'சொல்லுங்க. நான் உங்களுக்கு என்ன உதவி செய்ய முடியும்?'

'மூர்த்தி இறந்து போய்ட்டார். அவரைப்பத்தி உங்களுடைய மிகையில்லாத, உண்மையான அபிப்பிராயம் வேணும்.'

'எதுக்கு?'

'அவர் ஏன் கொல்லப்பட்டார்னு எனக்குக் கண்டுபிடிக்கணும்.'

'ஓ! அப்படியா!'

'அவர் ஏன் கொல்லப்பட்டார்னு உங்களால ஏதாவது காரணத்தை நினைச்சுப் பார்க்க முடியறதா சார்?'

சற்றுநேரம் யோசித்தார். முகத்துக்கும் நடை உடைக்கும் பொருத்தமாக ஒரு பைப் பற்றவைத்துக்கொண்டு அது அதன் நெருப்பு சம்மதித்து புகை கிளப்ப, பேசினார்.

'இல்லைம்மா. என்னால ஒரு காரணமும் நினைச்சுப் பார்க்க முடியலை.'

'அவர் ஆபீஸ்ல எப்படி? ப்ளீஸ் ஃபார் ஹெவன்ஸ் ஸேக் பி ஃப்ராங்க்!'

'சொல்றேம்மா. மூர்த்தியைப் போல ஒரு ஜெம் ஆஃப் எ மேனைப் பார்க்க முடியாது. எங்க கம்பெனி சின்னதுதான். இருந்தும் அவன் வேற பெரிய கம்பெனிகளில் ஆஃபர் இருந்தபோது இங்க வேலைல இருந்த சவாலை உத்தேசிச்சு சேர்ந்தான். சேர்ந்த சில மாதங்களிலயே டர்ன் ஓவர்ல இம்ப்ரூவ்மென்ட் காட்டினான். இன் ஃபாக்ட், ஐ வாஸ் டு கிவ் ஹிம் எ ரெய்ஸ்.'

'இந்தக் கம்பெனியில எத்தனை பெண்கள்?'

'சுமார் எட்டு பேர் இருப்பாங்க.'

'அவங்க யாரோடயாவது சம்மந்தம் எதாவது வெச்சிருந்தாரா?'

'ஓ... நோ! ஸர்ட்டன்லி நாட்!'

'அவங்கள்ள யார் பேராவது மாயாவா?'

'இல்லை.'

'குடிப்பாரா?'

'இல்லை.'

'எப்பவாவது காபரே போயிருக்கீங்களா அவர்கூட?'

'இல்லை, நான் தனியாப் போயிருக்கலாம்.'

'சீட்டாட்டம், கிளப்பு, பிராஸ்டிட்யூட்ஸ்?'

'சேச்சே!'

'உங்க கம்பெனி பிஸினஸ்ல எதாவது, டெண்டர், காண்ட்ராக்ட் போக்குவரத்தில் யாராவது எதிரிகள் இருக்க முடியுமா அவருக்கு?'

'மை காட்! போலீஸைவிடக் கூர்மையா கேள்வி கேக்கறீங்களே... இல்லை, அதெல்லாம் ஒண்ணுமே இல்லை மிஸஸ் மூர்த்தி!'

'பின் ஏன் சார் அவரைக் கொன்னாங்க? எதாவது சம்பிரதாயமான காரணம் சொல்லுங்க சார், ப்ளீஸ்!' அவள் இப்போது அடக்க முடியாமல் அழ,

'மிஸஸ் மூர்த்தி! காம் யுவர்ஸெல்ஃப் ப்ளீஸ்! வசந்தா, கொஞ்சம் காப்பி ஆர்டர் பண்ணு, இல்லை கூல்ட்ரிங்ஸ் ஆர்டர் பண்ணும்மா... மிஸஸ் மூர்த்தி!'

'என்னை உமான்னே கூப்பிடுங்க' என்றாள் தன்னைக் கட்டுப் படுத்திக்கொண்டு.

'உமா, உங்களுக்கு எங்க கம்பெனியில வேலை வேணுமா?'

'இல்லை சார், வேண்டாம். எனக்கு வேண்டியது ஒரு கேள்விக்கு பதில்!'

'நீங்க எப்ப வேணும்னாலும் இங்க வரலாம். வேலை தர்றேன். இறந்துபோன மூர்த்திக்கு நாங்க செய்யவேண்டிய கடமை, அஞ்சலி இது.'

'தாங்க்ஸ். தேவைப்பட்டா வரேன்!'

மாதவராவ் அந்தக் கையெழுத்து நிபுணரிடமிருந்து வந்திருந்த ரிப்போர்ட்டைப் பார்த்தார்.

> The slant of the final stroke measures 95 generally and the slant varies between 92 and 98. The final horizontal stroke 3 of an inch and the down stroke -4 of an inch. So the habit of the author is to produce down stroke 1 inch longer than the horizontal stroke...

மேசைமேல் எறிந்தார். 92 டிகிரியாக இருந்தால் என்ன 98 ஆக இருந்தால் என்ன. எனக்குப் பைசாவுக்குப் பிரயோசனமில்லை. என்ன ஒரு சுழல் இது! ஆரம்பித்த இடத்தில் கொண்டுவந்து நிறுத்திவிட்டது! அந்த ராமகிருஷ்ணனை மறுபடி உலுக்கிப் பார்க்கலாம். 'ராம்கி!' சிரித்துக்கொண்டார். என்னை 'மாது' என்று என் வாழ்க்கையில் யாராவது கூப்பிட்டிருக்கிறார்களா?

அவர்கள் சொன்ன காரணம் உதைக்கிறது. தன்னை நிராகரித்த ஒருவன் வேறு பெண்ணை மணம் செய்துகொண்டு ஹனிமூன் பண்ணுகிறான் என்பதால் தன் காதலனுடன் அதே ஹோட்டலில், அதே தினம் தேநிலவு கொண்டாடினாளாம். என்ன விநோதமான பெண்! இல்லை, வேறு எதாவது காரணம் இருக்கவேண்டும். காலணி விவகாரமும் கடித்துவிட்டது. சாயம் போடுபவன் யார்? மாதவராவ் மேசைமேல் இருந்த பெரிது படுத்தப்பட்ட புகைப்படத்தை...

18

மாதவராவ் மேசைமேல் இருந்த பெரிதுப்படுத்தப் பட்ட புகைப்படத்தை முதலில் அசுவாரஸ்யமாகத் தான் பார்த்தார். மூர்த்தியும் உமாவும் பார்க்கில். உமா சற்றே வெட்கத்துடன் கேமராவைப் பார்க்க மூர்த்தி அவளுடன் மிகையாக ஒட்டிக்கொண்டு, நாளைக்கு சாகப்போகிறோம் என்கிற சாயையே இல்லாமல்... இப்போது பெரிதுபடுத்தப் பட்டிருந் ததால், படத்தில் பின்னால் மரங்களும், டென்னிஸ் கோர்ட்டின் பகுதியும், அப்பாவின் கைவிரலைப் பிடித்துக்கொண்டு புதிதாக நடக்கும் குழந்தையும், மரத்தில் பாதி மறைந்து அவர்களை எட்டிப்பார்க் கும் ஒருவனும் தெரிந்தார்கள்.

மாதவராவ் முன்பு பார்த்த அந்தப் படத்தின் சின்னப் பிரதியில் அந்த எட்டிப் பார்ப்பவன் மரத்துடன் ஒன்று சேர்ந்த குழப்பத்தில் தெளிவில்லாமல் இருந் திருக்கவேண்டும். இப்போதுகூட ஃபோகஸுக்குச் சற்று வெளியேதான் இருந்தான். சற்று தூரத்தில் வைத்துப் பார்த்தால்தான் அங்கே ஒரு ஆள் பார்த்துக் கொண்டிருப்பது போட்டோவில் தெரிந்தது. அவன் மார்பில் பனியனில் எழுதியிருந்த எழுத்துகளில் பாதிபோல் இருந்தது.

எம்... ஏ...

மாதவராவ் தன் புலனுணர்வுகள் அனைத்தும் விழிப்பு பெற்று நிமிர்ந்தார். மணியடித்தார். 'சட்டுனு ஒரு பூதக்கண்ணாடி கொண்டு வாங்க. ஐ திங், ஐ ஹேவ் ஸம்திங் ஹியர்.'

பூதக்கண்ணாடி அதிகம் உதவவில்லை. குழப்பத்தை இன்னும் பெரிதுபடுத்திக் காட்டியது. அந்த எழுத்து, ஆங்கில 'எம்'மா அல்லது 'என்'னா என்று சரியாகத் தெரியவில்லை. முக அடை யாளங்களும் சரியாக இல்லை. இருந்தும் அவன் ஏன் மரத்தில் பாதி மறைந்திருக்க வேண்டும்? ஏன் அவர்கள் இருவரையும் பார்த்துக்கொண்டிருக்க வேண்டும்? அந்த உருவத்தைச் சுற்றிலும் சிவப்புப் பென்சிலால் கோடு போட்டார்.'

'ஜீப்பை எடுங்க.'

'எங்க சார் போகணும்?'

'மல்லேஸ்வரம், அன்னிக்கு போனோமில்லை. யூத் அஸோசி யேஷன். அங்கதான் மறுபடி போகணும்.'

அவருடைய ஆர்வத்தில் சற்றும் பங்கேற்க முடியாதபடி, மௌன மாக அவருடன் வந்து கொண்டிருந்த சப் இன்ஸ்பெக்டருக்கு மாதவராவின் மனத்தில் விரையும் நினைவுகள் தெரிந்திருக்க நியாயமில்லை. புகைப்படம் அவர் மார்புப் பையில் பத்திரமாக இருந்தது. சற்றே தூரத்திலிருந்து பார்த்தால் சுமாராக அடை யாளம்கூடச் சொல்ல முடியும். பரிச்சயமுள்ளவர்கள் யாராவது பார்த்தால் அடையாளம் கண்டுபிடிக்கக்கூடிய வாய்ப்புகள் இருக்கின்றன. கண்டுபிடித்து 'அட! இது நம்ம...'

'அந்த ஆள் எங்க இருக்கார் இப்ப?'

'இதோ இங்க இருந்து அடுத்த கிராஸில் கணேஷ் லாட்ஜில்!'

இன்று இரவுக்குள் கைது. நாளை செய்தித்தாளில் கொட்டை எழுத்துக்களில்...

'ஹனிமூன் மர்டரர் அரஸ்ட்டெட்.'

மார்கோஸா ரோடு மைதானத்தில் பெண் சாமியார்கள் உபதேசம் பண்ணுகிறார்கள் என்று வேடிக்கை பார்க்க மைதானம் நிரம்பியிருந்தது. ஒன்வேயைத் தவிர்த்து அடுத்த தெருவில் வலது பக்கம் திரும்ப, மாதவராவின் படபடப்பு அவருக்கு முன்னா

லேயே அந்தக் கட்டடத்தை அடைந்துவிட்டது. இந்தத் தடவை நிச்சயம் எதாவது தெரிந்தே ஆகவேண்டும். ராகவேந்திர சுவாமி துணை இருப்பார். பொறு! பொறு! பதட்டப்படாதே! இருட்டி விட்டதால் அந்த இடத்தை மறுபடி தேடிக் கண்டுபிடிப்பதில் சிரமம் இருந்தது. மல்லேஸ்வரத்தில் எல்லா கிராஸ்களும் எல்லா கிராஸ்களையும் போலிருக்க பத்து நிமிஷம் அல்லாடி விட்டுத் தான் அந்த மல்லேஸ்வரம் யூத் அஸோசியேஷன் என்கிற போர்டைப் பார்த்தார்.

உள்ளே புகைப்படலத்தில் ரம்மி ஆடிக்கொண்டிருந்தார்கள். பிளாஸ்டிக் டோக்கன்கள் ஜெயித்தவர் முன்னிலையில் குவிந்தி ருந்தன. டேபிள் டென்னிஸ் அடுத்த அறையில் படக் படக் என்று அடித்துக்கொண்டிருந்தது. மூன்றாம் பில்லியர்ட்ஸ் மௌனமாக இருந்தது. செக்ரட்ரி மாதவராவை அடையாளம் கண்டுகொண்டு அவசரமாக ஆபீஸ் அறைக்கு அழைத்தார். ‘ஸாரி! சார்! எதோ கேம்பிளிங் ரெய்டுன்னு மெம்பர்ஸ் எல்லாம் நினைப்பாங்க. என் ஆபீஸ்ல சாவகாசமாப் பேசலாம், கொஞ்சம் சின்ன ரூம்தான். இஃப் யூ டோண்ட் மைண்ட்... என்ன இப்ப? அதான் அன்னிக்கு விளையாடறவங்க லிஸ்ட் எல்லாம் கொடுத்தேன். ஆள் அகப் பட்டானா?’

‘இன்னும் இல்லை. இந்த போட்டோவைப் பாருங்க.’

பார்த்துவிட்டு, ‘நல்லா இருக்கு!’

‘நான் போட்டோவைப் பத்தின அபிப்பிராயத்துக்கு வரலை. பென்சிலால் சுழிச்சிருக்கே. அந்த ஆளைப் பாருங்க.’

‘ஆளா! மரம்னா இருக்கு!’

‘சரியாக் கூர்ந்து பாருங்க!’

‘சித்த இருங்க’ அவர் மேசையின் இழுப்பறையிலிருந்து எடுத்து உறையைத் திறந்து கண்ணாடி மாற்றிக்கொண்டார். ‘கிட்டப் பார்வைக்கு இது. பைஃபோக்கல் யூஸ் பண்றதில்லை.’

‘ஆமா! ஆள் இருக்கு! நீங்க சொன்னது சரிதான்’ என்று போட் டோவை மாதவராவிடம் தந்தார்.

‘என்ன சார் இது! மறுபடி பாருங்க சார். இந்த ஆள் யாருன்னு சொல்ல முடியுமா உங்களால?’

அவர் பார்த்துவிட்டு, 'இப்படி ராத்திரி வேளையில பிராணனை வாங்கறிங்களே! பகல்லேயே பசு மாடு தெரியாத ஆசாமி நான். இங்க ஆள் நின்னுண்டிருக்கறதே ரொம்ப கஷ்டப்பட்டாத்தான் தெரியறது. கண்ல தண்ணிவர ஆரம்பிச்சிடுச்சி. இந்தப் புள்ளியை அடையாளம் வேற கண்டுபிடிக்கணும்னா சிரமம் சார். முடிஞ்சா போட்டோவை வெச்சுட்டுப் போங்கோ. கார்த்தால வேளையில் பார்த்து தெரிஞ்சா போன் பண்றேன்.'

'அட சரியாப் பாருய்யா.'

'கஷ்டம் சார்! நாம் பாட்டுக்கு யாரோ மாதிரி இருக்குன்னா நீங்க போய் அந்த ஆளை டின் கட்டிடுவிங்க. அதெல்லாம் கூடாது!'

'உங்க கிளப் மெம்பர்ஸ் யாராவது போல இருக்கா?'

'அதெல்லாம் ஒருத்தரும் இல்லை சார். இது ஒரு மனுஷன், அவ்வளவுதான் சொல்ல முடியும். அதுவே சந்தேகமாக இருக்கு எனக்கு.'

'வேற யாராவது சுமாரா அடையாளம் கண்டுபிடிச்சுச் சொல்லக் கூடியவங்க இருக்காங்களா?'

'இந்தக் கிளப்பில என்னை விட்டா மெம்பர்ஸ் எல்லாரையும் தெரிஞ்சவங்க யாரும் இல்லை.'

'நீங்களும் கோ-ஆப்பரேட் பண்ண மாட்டிங்க.'

'என்ன சார் பண்றது. என்ன இது வம்பாப் போச்சு. அடையாளம் தெரியலைங்கறேன்...'

சப்-இன்ஸ்பெக்டர், 'நீங்க தெரிஞ்சுக்கிட்டே அடையாளத்தை மறைக்கிறீங்க' என்றார்.

செக்ரட்ரியின் முகம் கடுமையாகி 'இந்த மாதிரி சொன்னிங்கன்னா எப்படி?ஆல்ரைட்! எழுதிக்கங்க. எனக்கு ஒண்ணுமே தெரியாது. அனாவசியத்துக்கு என்னைத் தொந்தரவு பண்ண வேண்டாம்.'

'நீங்க சும்மாருங்க சாமப்பா. சார், டேக் யுவர் டைம். இந்த போட்டோ காப்பி ஒண்ணு உங்ககிட்ட கொடுத்துட்டுப் போறோம். பகல் வேளையில் பாத்து ஏதாவது தெரிஞ்சுதுன்னா எனக்கு டெலிபோன் பண்ணுங்க. போலீஸ் எக்ஸ்சேஞ்சைக்

கூப்பிட்டு, இன்ஸ்பெக்டர் மாதவராவ், கிரைம் பிராஞ்ச்னு சொன்னாப் போதும் என்ன!'

'சரி சார்.'

'இன்னொரு விஷயம். உங்க கிளப்பில எப்பவாவது மெம்பர் ஸுக்கு டி ஷர்ட் கொடுத்திங்களா, உங்க கிளப் பேர் போட்டு?'

'டி ஷர்ட்டுன்னா?'

'அதான் சார். இப்ப எல்லாரும் மாட்டிக்கிறாங்களே. பனியன்ல விதவிதமா எழுதிக்கிட்டு ஆம்பிளை பொம்பளை எல்லாரும் அலையறாங்களே.'

'ஓ, அதுவா?'

அவர் யோசிக்கிறார் போல் உச்சந்தலையைச் சொரிந்து கொண்டார். 'ஆமா, ஞாபகம் இருக்கு, சில மெம்பர்ஸ்க்கு அந்த மாதிரி பனியன் போன வருஷம் சப்ளை பண்ணோம். அதுல மாயான்னு எழுதிக் கொடுத்தோம்.'

'இப்ப இந்த போட்டோவைப் பாருங்க.'

'ஆமா! பனியன்ல கொஞ்சம் தெரியறது.'

'இப்ப மறுபடி முகத்தைப் பாருங்க.'

பார்த்து தலையை ஆட்டினார். 'ம்ஹூம், ஸாரி சார். நீங்க எதுக்கும் வெச்சுட்டுப் போங்க.'

மாதவராவ் விடாமுயற்சியாக 'நான் போன தடவை வந்தபோது உங்களை சுலேகா ஸ்போர்ஸ்ட்ல வாங்கின காலணிகளைப் பற்றிக் கேட்டேனே, நினைவிருக்கா?'

'இருக்கு சார்.'

'அந்த மாதிரிக் காலணிகளை பாஸ்கெட் பால், கிரிக்கெட் இரண்டு அணிகளுக்கும் கொடுத்திங்க இல்லே.'

'கொடுத்தேன்.'

'அந்த அணிகளைச் சேர்ந்தவர்களுக்கு இந்த டி ஷர்ட்டுகளும் கொடுத்ததா ஞாபகம் இருக்கா?'

'ஞாபகம் இருக்கு. குறிப்பா கிரிக்கெட் கோஷ்டியைச் சேர்ந்த வங்களுக்குக் கொடுத்ததா.'

'கிரிக்கெட்! வெரிகுட். அந்த கிரிக்கெட் கோஷ்டியைச் சேர்ந்த வங்க பெயர்ப் பட்டியல் இருக்கா?'

'தேடிப் பார்க்கணும் சார். போன வருஷத்துக்குப் பட்டியல். பலபேர் விட்டுட்டுப் போய்ட்டாங்க.'

'தேடுங்க சார்! தேடுங்க. எனக்கு அந்த பட்டியல் வேணும்.' மாதவராவ் குரலில் அழுத்தத்துடன் அதட்டினார்.

'காலைல கொடுக்கறேன்.'

'இப்ப, இந்த க்ஷணமே வேணும்.'

'எங்க சார் தேடுவேன். ராத்திரி வேளைல வந்து உயிரை வாங் கறிங்களே.'

'லுக் மிஸ்டர்! என்னுடைய ஊகம் சரின்னா, அந்தக் கோஷ்டியில ஒரு ஆள் ஒரு இளம் கணவனைக் கொலை செஞ்சிருக்கான். எப்படிப்பட்ட கொலை? குத்திக் குதறியிருக்கான்! அவனைக் கண்டுபிடிக்கிறதில நாம ஒரு நிமிஷம் தாமதம் செய்தாலும் அவன் நம்மகிட்ட இருந்து இன்னும் ஒரு மைல் விலகிப் போய்டுவான். அவசரம், மகா அவசரம்! ராத்திரி பன்னண்டு மணியானாலும் நான் காத்திருக்க தயார். எடுங்க லிஸ்ட்டை.'

அவர் அலுத்துக்கொண்டு உள்ளே சென்று பழைய காகிதங்களை உஃப் என்று தட்டி அறையில் இருந்த மற்றொரு விளக்கைப் போட்டுக் கொண்டு ஒவ்வொரு காகிதமாகப் பிரித்துப் பார்க்க மாதவராவ் மறுபடி அந்தப் புகைப்படத்தைப் பார்த்தார்.

நாளை லாபில் கொடுத்து இன்னும் பெரிசு பண்ணிப் பார்க்க வேண்டும். சற்று, சற்றே ஒரு செகண்டு முன்னால் போட்டோ எடுத்திருந்தால் முழு உருவமும் விழுந்திருக்கும். இப்போது தெரிவது முக்கால் முகம். தெளிவில்லாத முகம். மார்பில் பனியனில் இரண்டு எழுத்துக்கள். இருந்தும் இது மிக முக் கியமான படம். மூர்த்தி கொலை செய்யப்படுவதற்கு முந்தைய மாலை எடுத்த படம். அதில் பின்னால் ஒருத்தன், அவன் மார்புச் சட்டையில் அந்த வார்த்தையின் பாதி. மறுநாள் நடந்த கொலையின் வார்த்தை! நிச்சயம் இது தற்செயலான நிகழ்ச்சி

அல்ல. முதல்நாளே அவன் அவர்களைப் போகும் இடமெல்லாம் பின்தொடர்ந்திருக்கிறான். போட்டோ எடுப்பதைப் பார்த்து மறைய முற்பட்டிருக்கிறான். நோக்கம் ஏதும் இல்லாதவன் எதற்காக மறையவேண்டும். நோக்கம் இருக்கிறது. கொலை நோக்கம். முன்பே தீர்மானிக்கப்பட்ட கொலை. ப்ரிமெடிட்டேஷன்! நரம்புகள் அனைத்தையும் யாரோ இழுத்துக் கட்டினது போல உணர்ந்தார். அவர் தொழிலில் குற்றவாளியைச் சந்திப்பதற்குமுன் அவருக்கு ஏற்படும் பரிச்சயமான உணர்ச்சி அது. கண்ணாமூச்சி விளையாட்டில் மெளன மூலையை நெருங்கும் போது ஏற்படும் பரபரப்பு அது.

'என்ன கிடைச்சுதா?'

'இந்தாங்க 1979-80-ல் கிரிக்கெட் ஆடினவங்க பேர்கள் எல்லாம். எனக்குத் தெரிஞ்சவரை இதுதான்.'

பட்டியலை வாங்கிக்கொண்டார்.

'சார்! நான் இந்த லிஸ்டை முன்னமே ஒரு தடவை கொடுத்தேனே.'

'கொடுத்திங்க. அதுக்கு முன்னால பாஸ்கெட் பால் லிஸ்ட்டு கொடுத்திங்க. அதில ஒரு பேர் பரிச்சயமான பேரா இருந்து கேஸைப் போட்டுக் குழப்பிருச்சு. இவங்கள்ள எத்தனை பேர் பனியன், அதாவது டி ஷர்ட்டு வாங்கினாங்க தெரியுமா?'

அவர் பரிதாபமாக, 'எப்படி சார் சொல்ல முடியும்? சில பேர் வாங்கினாங்க. சில பேர் வாங்கலை.'

'ஏதும் குறிப்பு எழுதி வெச்சுக்கலையா?'

'எங்கேயோ நோட் பண்ணி வெச்சிருக்கேன் சார். ரொம்பத் தேடணும்.'

'சுமார் எத்தனை பேர் ஷர்ட் வாங்கினாங்க. அதாவது தெரியுமா?'

'பத்து பேர் இருக்கலாம். அதுவும் அனுமானம்தான். பன்னெண்டாவும் இருக்கலாம். எட்டாவும் இருக்கலாம்.'

'இவங்க அட்ரஸ் எல்லாம் தேடிப்பார்த்து நாளைக்குத் தரிங்களா?'

செக்ரட்ரி மிகுந்த ஆறுதலுடன், 'அப்பாடா! ஆளைவிட்டான்' என்கிற ரீதியில் 'நிச்சயம் சார்' என்றார்.

மாதவராவ் அந்தப் பட்டிலை மற்றும் ஒருமுறை பார்த்தார்.

சாரி, இம்மதியாஸ் அஹமத், பாபு, முரளிதர், சங்கமூர்த்தி, மாடப்பா, ராகேஷ், விஜயகுமார், நாராயணராவ்... மொத்தம் பதினைந்து பெயர்கள் இருந்தன. மாதவராவ் பெருமூச்சுடன் அந்தப் பட்டியலை மடித்துப் பைக்குள் போட்டுக்கொண்டார்.

உமா காய்கறிகளைக் கூடையில் எடுத்துக்கொண்டு நிழலோர மாக நடந்தாள். காலை வேளையில இதாவது ஒரு உருப்படி யான காரியம் செய்ய மாமியார் அனுமதிக்கிறார். முன்பெல்லாம் ஆனந்த் கூட நடந்து வருவான். இப்போது எதாவது சாக்கு சொல்லித் தப்பித்துக்கொள்கிறான். எல்லோருக்கும் அம்மாவின் நாக்குக்கு பயம். எசக்கேடாகச் சொல்லி வைத்துவிடுகிறாள். 'மன்னி! கோவிச்சுக்காதிங்கோ. நாம ரெண்டு பேரும் ரோடில நடந்துபோறது பாக்க நன்னாருக்காதுன்னு...'

'அம்மா சொன்னாளா ஆனந்த்? சரி, நான் தனியா நடந்து போறேன். பாக்க நன்னாருக்கும்.'

'ஸாரி, என் நிலைமையை...'

காய்கறிக் கடை ஒரு ஃபர்லாங்தான். இருந்தும் அதிகாலைப் பசுமையைப் பார்ப்பதில் மனசுக்குள் ஒரு சிறிய நிம்மதி. 'பீன்ஸ் என்னம்மா விலை?'

'வாங்க அய்யர் வீட்டு அம்மா! பச்சு பச்சுனு கோஸு வந்திருக்கு. அதையும் எடுத்துக்கோயேன்!'

பின்னால் 'ஹலோ' என்று குரல் கேட்க ராகேஷ் நின்று கொண் டிருந்தான். ஒரு செகண்டு உள்ளம் சந்தோஷத்தில் பதறிவிட்டு உடனே சுதாரித்துக்கொண்டது.

'உமா, உங்களுக்கு ஒரு முக்கியமான செய்தி. 'உங்க கணவரைக் கொன்னவனைப் பத்தி முக்கியமான தகவல் கிடைச்சிருக்கு எனக்கு' என்றான் புன்னகையுடன்.

19

வெயிலில் அவன் தலைமயிருக்குள் கொஞ்சம் வெள்ளி காட்டியது. தலை கலைந்திருந்தது. இடுப் போடு ஒட்டினமாதிரி ஜீன்ஸ். பட்டை பெல்ட், வயிற்றில் லேசான தொப்பையை அடக்க முற் பட்டிருந்தது. வெளிர் நீலத்தில் கைப்பக்கம் வரி போட்ட பனியன் அணிந்திருக்க, அவன் மார்பில் அதிக ரோம அடர்த்தி இல்லை என்று தெரிந்தது. நல்ல சிவப்பாக இருப்பான் என்று தோன்றியது. சற்றே மிளிரும் பெண்மை எப்படியோ எங்கோ அவன் தோற்றத்தில் தென்பட்டது. அவன் கை விரல்கள்...

'என்ன இது, அவன் தோற்றத்தை இவ்வளவு நுணுக் கமாகக் கவனிக்கிறாய்' என்று உமாவுக்குள் ஒரு குரல் அதட்டியது.

'கொண்டாங்க, நான் வெச்சுக்கிறேன்' என்று காய்கறி நிரம்பிய பையை வாங்கிக்கொண்டான். சுலபமாக அவள் கையைத் தொட்டிருக்கலாம்; தொடவில்லை.

'என்ன தகவல் கிடைச்சுது உங்களுக்கு?'

'மாயாங்கறது யாருன்னு எனக்குத் தெரிஞ்சுப் போச்சு.'

'அப்படியா.'

'ஆமாம், ஆனா இன்னும் அவளை நான் பாக்கலை. போலீஸுக்குத் திட்டவட்டமாகத் தகவல் கொடுக்கற அளவுக்கு எங்கிட்ட ஆதாரம் இல்லை. ஆனா மாயான்னு காங்கிரீட்டா ஒரு பெண் இருக்கா. உங்க கணவரோட ஒரு பழைய சினேகிதி.'

'அப்படியா?' என்றாள் மறுபடி.

'அவளை நீங்க சந்திக்க விரும்பறிங்களான்னு எனக்கு முதல்ல தெரியணும். அதுக்கு அப்புறம்தான் மேற்கொண்டு இந்த விவரத்தை நான் தொடரப் போறேன்.'

'அவளைச் சந்திக்கிறதுக்கு முன்னாடி நீங்க என்ன, எப்படிக் கண்டுபிடிச்சிங்கன்னு எங்கிட்ட சொன்னிங்கன்னா நல்லது.'

'சொல்றேன். ஆனா மாயாதான் இந்தக் கொலையைச் செய்தான்னோ அல்லது அவ அந்தக் கொலைக்கு உடந்தையா இருந்திருக்கான்னோ இன்னும் ஏதும் சொல்ல முடியாது.'

'பின்ன என்ன கண்டுபிடிச்சிங்க?'

'மாயான்னு ஒரு பெண் உங்க கணவருடைய வாழ்க்கையில இருந்திருக்கா, அவ்வளவுதான்.'

'யார் அவ?''

'சொல்றேன். எல்லாத்தையும் சொல்லி முடிக்க உங்களுக்கு டயமிருக்கா?'

'இல்லை, இப்ப இல்லை.'

'அப்ப எப்ப வரிங்க?'

'எங்கே?'

'நீங்க எங்க சொல்றிங்களோ, அங்க.'

உமா யோசித்தாள். எதற்கு இதைத் தொடர வேண்டும்? பயமாக இருந்தது. பயம் மாயாவைப் பற்றி இல்லை. இந்த ராகேஷ் என்பவனுடன் மேற்கொண்டு தொடர்பு வைத்துக்கொள்வதில் தன்னம்பிக்கை சுழன்ற பயம். இவன் கூட இருக்கும்போது உடம்பை என்னவோ செய்கிறது. சற்றுக் கூசுகிறது. எங்கேயாவது இடுப்புப் பக்கம் தெரிந்து விடுமோ என்று இழுத்துப்

போர்த்திக்கொள்ள வேண்டியிருக்கிறது. நாக்கு சற்று உலர்கிறது. இவன் நேராகப் பார்க்கும் பார்வை சற்றுத் தகிக்கிறது. எல்லாம் தனக்கு நல்லதில்லை என்று எச்சரிக்கை தெரிந்தும் இவன் குரலும் நடத்தையும் ஏதோ ஒருவிதத்தில் விரும்பத் தகுந்ததாக இருப்பது மகா பாவம் என்று அந்த பரிச்சயமான சின்னக்குரல் சொல்கிறது.

'நான் எங்கயும் தனியா வரக்கூடிய நிலையில இல்லை மிஸ்டர் ராகேஷ்.'

'மிஸ்டர் என்ன மிஸ்டர். ராகேஷ்னே கூப்பிடுங்கன்னு சொன்னேன்.'

உமா பேசாமல் இருந்தாள்.

'நீங்க மிஸ்டேக் பண்ணிக்கலைன்னா நான் உங்களை என் ரூமுக்கு அழைச்சிட்டுப் போகட்டுமா?'

'எப்ப' என்றாள் வேண்டாம் என்பதற்கு மாற்றாக.

'எப்ப வேணா.'

'ஆனந்த் வந்தா கூப்ட்டுட்டு வரட்டுமா?'

'தாராளமாக் கூப்ட்டுட்டு வாங்க.'

இந்த பதில் அவளுக்குக் கொஞ்சம் நிம்மதி அளித்தது. இவன் நோக்கம் என்னைத் தனியாக அழைப்பதல்ல. ஏதோ செய்தி வைத்திருக்கிறான். போய்க் கேட்டுத்தான் பார்க்கலாமே. ஆனந்த் வரும்போது கூட்டிச் செல்வதில் என்ன பயம்.'

உமா! உன் பயம் வேறு பயம். உள்ளுக்குள் நீ இவன்பால் சற்றுக் கவரப்படுவதில்தான் உன் சகல பயமும்.

'உங்ககூட இந்தக் கூடையைத் தூக்கிட்டு வரதில உங்களுக்கு ஆட்சேபம் இருக்காதே.'

'வேண்டாம். நானே தூக்கிகிட்டுப் போறேன். ஒண்ணும் கனம் இல்லையே.'

'உங்க தயக்கம் எனக்குப் புரியுது. வீதில நாம ரெண்டு பேரும் நடந்துபோனா ஜனங்க எதாவது தாறுமாறாப் பேசுவாங்க. அதானே?'

'அது மட்டும் இல்லை.'

'வேற என்ன காரணம் இருக்க முடியும்?'

உமா சற்று யோசித்து 'வேற காரணம் இல்லை. நான் வரட்டுமா?' என்றாள்.

'இருங்க இருங்க! எப்ப வரேன்னு சொல்லாமப் போறிங்களே.'

'போன் நம்பர் கொடுத்திருக்கிங்களே, நான் போன் பண்றேன்.'

'என்னிக்கு?'

'என்னிக்கு ஆனந்த் ஃப்ரீயா இருப்பானோ, அன்னிக்கு நான் சொல்றேன்.'

'அந்த போன்ல நான் இல்லைன்னாலும் மெஸேஜ் கொடுத் துடுங்க. எங்கிட்டச் சொல்லிடுவாங்க. உங்க காலை நான் தினம் எதிர்பார்த்துக்கிட்டு இருப்பேன். உமா! நான் உங்ககிட்ட சொல்ல நினைச்சு, சொல்ல வார்த்தை வராத எவ்வளவோ விஷயங்கள் இருக்கு.'

உமா அவசரமாகப் புன்னகைத்துவிட்டுக் கிளம்பினாள்.

'போறதுக்கு முன்னாடி...' அவன் தன் பைக்குள்ளிருந்த ஒரு கடி தத்தை எடுத்து, 'உங்க ஆர்வத்தை அனாவசியமாக் கிளப்பறதா நினைச்சுக்காதிங்க. இந்தக் கடுதாசியைப் படிச்சுப் பாருங்க.'

அவள் கடிதத்தை வாங்கிக்கொள்ளும்போது அவன் விரல் நுனி அவள் கையில் பட்டது. அவன் எந்தத் திக்கில், எப்படிப் போனான் என்று கட்டாயமாகக் கவனிக்காமல் இருந்தாள். மோட்டார் சைக்கிள் கிளப்பப்படும் ஒலி கேட்டது. கஷ்டப்பட்டுக்கொண்டு திரும்பாமல் இருந்தாள்.

ஆனந்த் காலேஜுக்குக் கிளம்பிக்கொண்டிருந்தான்.

'ஹலோ ஆனந்த்!'

'என்ன உமா, ஐம் இன் எ ஹர்ரி!'

'ஒருநாள் என்னை நீ வெளியில அழைச்சுண்டு போகணும் ஆனந்த்.'

'வெள்ளிக்கிழமை! வெள்ளிக் கிழமை அம்மா நைட்கிளப்புக்குப் போவா. அப்ப.'

'நைட் கிளப்பா.'

'ஆமா. உபன்யாசம்! இப்ப நம்ம ரெண்டு பேரையும் பேசிண் டிருக்கிறதைப் பார்த்தா போச்சு. ரெண்டு பேரும் காதல் பண் ணிண்டிருக்கணும்னு சத்தம் போட ஆரம்பிச்சிடுவா. வெள்ளிக் கிழமை நிச்சயம் அழைச்சுண்டு போறேன். ஸாரி, உங்ககூட நிறையப் பேசணும். சமூகம் அலவ் பண்ண மாட்டேங்கறதே. முணுக்குன்னா படுக்கையை விரிச்சுர்றதே!'

'ஆனந்த்! என்னடா வம்புப் பேச்சு?'

'ஒண்ணுமில்லேம்மா, போய்ட்டு வரேன். டாட்டா... பாத்தியா சமூகம்!'

ஆனந்த் சைக்கிளில் பாய்ந்தான். பின்னால் கேரியரில் விசுவாச மாகப் பொட்டலம் கட்டிக்கொண்டு இப்போதே ஒரு பொறுப் புள்ள நடுத்தர வர்க்கப் பிரஜை ஆகிக் கொண்டிருக்கிறான். ஒரு கணம் இவனைக் கலைத்தால் என்ன என்ற யோசனை பளிச்சிட்டு உடனே மறைந்தது. உமாவுக்கு திடீரென்று தனக்கு நேர்ந்த அநியாயத்தின் ஆத்திரத்தால் ஏதாவது கன்னா பின்னா என்று செய்யவேண்டும் போல் ஆசை ஏற்பட்டது. திடீரென்று படா ஸ்டைலாக டிரஸ் போட்டுக்கொண்டு மாமியாரைத் தாக்கினால் என்ன, அல்லது துக்கம் கேட்க இத்தனை நாள் ஆன பின்னும் வருபவர்களிடம், நிஜமாகவே துக்கம்னா என்னை ரெண்டாம் கல்யாணம் பண்ணிக்கிறிங்களா ஸ்வாமி என்று கேட்க ஆசை. எப்படியாவது அவர்களை அதிர்ச்சிக்கு உள்ளாக்க வேண்டும். நான் பட்ட அதிர்ச்சிக்கு, கொஞ்சமாவது அவர்கள் திருப்பிப் பெற வேண்டாமா?

அதே சமயம் உமாவுக்கு அந்த பயமும் இருந்தது. தன் நினைவு களை ஒழுங்குபடுத்தவில்லை என்றால் தனக்குப் பித்துப் பிடித்து விடும் வாய்ப்பு இருக்கிறது என்று.

'என்ன உமா, மறுபடியும் பீன்ஸையும் முட்டைக்கோஸையும் வாங்கிண்டு வந்திருக்கே. ஃபிரிஜ்ஜைத் திறந்து பாரு.'

'வேற ஒண்ணும் இல்லைம்மா அங்கே.'

'வேற இல்லைன்னா வெறுங்கையோட வரது. இதுக்காக செல வழிச்சு கழுதை விஷ்டை கை நிறையன்னு வாங்கினதையே வாங் கிண்டு வருவாளோ ஒரு பொம்மனாட்டி? நன்னாயிருக்கு போ.'

'என்னம்மா பண்றது. உங்க பிள்ளை ஞாபகம் வந்துடுத்து.'

மாமியார் உடனே சகலமும் அடங்கிப்போய், 'சரி சரி, எடுத்து வை' என்றாள்.

உமா சிரித்துக்கொண்டே காய்கறியை எடுத்து வைத்துவிட்டு மாடிக்குப் போய் மூர்த்தியின் அறைக்குள் கதவைச் சாத்திக் கொண்டு படுக்கையில் சாய்ந்து அந்தக் கடிதத்தை எடுத்துப் படிக்குமுன் எதிரே கணவனின் போட்டோவைப் பார்த்துக் கொண்டாள். அவள் ஏற்பாடு செய்த படம். ஆல்பத்திலிருந்து எடுத்து, ஆனந்திடம் கொடுத்து, பெரிது பண்ணச் சொல்லி சம்பிர தாயமாக மாட்டி, சம்பிரதாயமாக அதைச் சுற்றி சதா ஜரிகை மாலை போட்டு அதன்கீழ் 'என் உயிருக்குயிரான மூர்த்தி. தோற்றம் 15-3-...., மறைவு 17-3-....' என்னைப் பொருத்தவரையில் உள் ஆயுள் இரண்டு நாள்தானே மூர்த்தி!'

டியர் மூர்த்தி!

திடுக்கிட்டாள். அதே எழுத்து. அதே பச்சை மசி, உமாவின் ஞாபகத்தில் அந்த 'வருகிறேன்' கடிதம் மின்னலிட்டது.

அன்று இரவு நிகழ்ந்ததற்குக் காரணம் நான் நான் நான் (நூறு முறை எழுதிக் கொள்ளவும்). நீ சொன்னதைக் கேட்டிருந்தால் ராத்திரி சுருக்கமாக இருந்திருக்கும். இந்த மாதிரி இன்னும் இன்னும் கொஞ்ச(ம்)வேண்டும் என்று ஏங்கிக்கொண்டிருக்க மாட்டேன். மூர்த்! இந்தக் கடிதம் நீ... ஸாரி, நாம் செய்வதற்குக் குற்றச்சாட்டாக இல்லை. எப்போது மறுபடி என்று கேட்கவே!

Those pretty wrongs
    that liberty commits
When I am sometime
    absent from thy heart
Thy beauty and thy years
    full well befits
For stil temptation follows
    where thou art

முத்தங்கள் மாயா (இரவு பத்தரை மணி, படுத்துக் கொண்டு நீ தொட்ட இடத்தை எல்லாம் ஒத்திகை பார்த்துக் கொண்டு)...

இரவு பத்தரை மணிக்கு படுத்துக்கொண்டு பக்கத்தில் ஆறிக் கொண்டிருக்கும் பால் டம்ளரைக் கவனிக்காமல் மாதவராவ் அந்தப் பட்டியலை மறுபடி கண்ணோட்டினார்.

சாரி, இம்தியாஸ் அஹமத், பாபு, முரளிதர், சங்கரமூர்த்தி, மாடப்பா, ரா...

இப்போதைக்கு இதுபோதும். இவர்களை ஒவ்வொருவராகப் பார்க்கலாம்.

'போலீஸ்காரங்களுக்குப் பொறுமை ரொம்ப வேணும், மாதவராவ். ஒவ்வொருத்தரா சளைக்காம விசாரிங்க. நெவர் டேக் எனிதிங் ஃபார் கிரான்ட்டெட். புஸ்தகங்களிலேயோ தொடர்கதைகளிலேயோ வர மாதிரி அவ்வளவு சுலபம் இல்லை. பர்ஸிவிரன்ஸ்! அதான் முக்கியம்.'

'சரி சார், எல்லாரையும் பார்த்துர்றேன்.'

'மிஸ்டர் சாரி! ஐ'ம் இன்ஸ்பெக்டர் மாதவராவ்.'

'ஓ! கம் இன்! நான் ஒழுங்கான ஆசாமி சார். ஸ்கூட்டர்ல போற போது ஹெல்மெட் தவறாமப் போட்டுக்கிட்டுப் போறேன். ரோட் டாக்ஸ், இன்கம் டாக்ஸ், ப்ரொஃபஷனல் டாக்ஸ் எல்லாத் தையும் ஒழுங்காக் கட்டிக்கிட்டு வரேன். ரேடியோ லைசன்ஸ் கூட...'

'நோ, நோ! நான் அதுக்காக எல்லாம் வரலை.'

'பின்ன? எனக்கும் சட்டத்துக்கும் சம்பந்தமே கிடையாதே!'

'நீங்க கிரிக்கெட் ஆடுவிங்கல்ல.'

'ஆடினேன்! இப்ப...' உள்ளே குழந்தை அழும் சப்தம் கேட்க, 'ஆட முடிவதில்லை. நிரூபமாவை மடில வெச்சுண்டு இருக்கறது தான் என் பொழுதுபோக்கு.'

'போனமாசம் பதினேழாம் தேதி எங்க இருந்திங்கன்னு சொல்ல முடியுமா?'

'மார்ச் பதினேழு! கொஞ்சம் இருங்க...' யோசித்துப் பார்த்து 'மெட்ராஸ் போயிருந்தேன்.'

'அதுக்கு எதாவது ஆதாரம் இருக்குமா?'

'நீங்க எதுக்காக இதெல்லாம் கேக்கறிங்கன்னு சொன்னா உபகாரமா இருக்கும்...'

'ஐ'ம் இன்வெஸ்டிகேட்டிங் எ மர்டர்!'

'ஓ, மை காட்! கொஞ்சம் இருங்க வரேன்.' அவர் பயந்து உள்ளே சென்றார்.

மாதவராவ் ஏற்கெனவே பட்டியலிலிருந்து அவர் பெயரை அடித்துவிட்டார். உயரம் ஐந்து நான்கு. வாசலில் இருந்த செருப்பு சின்னதாக இருந்தது.

'இதப் பாருங்க, நான் மெட்ராஸில் இருந்து என் மனைவிக்கு எழுதின கடிதம். டேட்டைப் பாருங்க. அப்புறம் இந்த பில்லைப் பாருங்க. ஹோட்டல் மாரிஸ் பில்லு. யார் பேருக்கு பாருங்க. வி.எஸ். சாரி. டேட்டைப் பாருங்க! அப்புறம் இந்த...'

'இனஃப் இனஃப்.'

'சார், நான் சார்ட்டர்ட் அக்கவுண்டன்ட். எல்லாத்திலயும் சிஸ்டமாட்டிக், பி.காம். படிக்கிறபோது மாவல்லி டிபன் ரூம்ல சாப்ட்ட ரவா இட்லி முதக்கொண்டு அக்கவுண்ட் வெச்சிருக்கேன்!' அவரைவிடச் சின்னதாக வந்த மனைவியிடம், 'பாத்தியாடி, எதுக்கெடுத்தாலும் அக்கவுண்டான்னு என்னைக் கேலி பண்ணுவியே, இப்ப எப்படி உபயோகப்படறது பாரு! இது என் ஒய்ஃப் மிஸஸ் சாரி. பூர்ண பிரக்ஞாவில் டீச்சரா இருக்கா.'

'மிஸ்டர் சாரி, உங்களை நான் சந்தேகப்படலை. உங்களுக்குச் சின்னச் சின்ன விவரமெல்லாம் இவ்வளவு தெளிவாக ஞாபகம் இருக்கிறதைப் பாராட்டறேன். நீங்க போலீஸ் ஆபீஸராக இருக்கவேண்டியவர்.'

'பாத்தியாடி' என்று மனைவியைப் பார்த்து எல்லாப் பற்களாலும் சிரித்தார்.

'இந்த போட்டோவைப் பாருங்க. மரத்தின் கிட்ட ஒரு மூஞ்சி தெரியுதா?'

'மூஞ்சியா? என்ன சார் விளையாடறேள்?'

'சரியாப் பாருங்க?'

பார்த்து 'மரந்தான் தெரியறது' என்றார்.

'அவருக்குக் கண்பார்வை கொஞ்சம் மங்கல். கணக்கெழுதி கணக்கெழுதி! கண்ணாடி போட்டுக்கங்கன்னா கேட்டாத்தானே.'

'இருடி! தெரியறது. ஒரு ஆள் எட்டிப் பார்க்கற மாதிரி. அதானே? முன்னால இருக்கறவா யாரு?'

'அதிருக்கட்டும், எட்டிப் பார்க்கிறவனை எங்கயாவது பார்த்த மாதிரி இருக்கா?'

அவர் உதட்டைப் பிதுக்கினார். 'ஸாரி சார்! அடையாளம் கிளியரா இல்லை. இன்னும் கொஞ்சம் தெளிவா இருந்தாப் பரவா யில்லை. என்ன சார் கேஸ்?'

'இந்தப் படத்தின் முன்னால இருக்கிற கணவன் கொலை செய்யப்பட்டான்.'

'அய்யய்யோ! ஏன்னா! உள்ள வந்துருங்கோ, ராத்திரி வேளைல எங்கயோ கடலை எண்ணெய் சீப்பாக் கிடைக்கிறதுன்னு தனியா ஓடறேளே!'

'ஏய் அராத்து, சும்மாரு. குழந்தை அழறது பாரு. கால் ஸ்பூன் லாக்டோஜென் கரைச்சுக்கொடு.'

'சாவி கொடுங்கோ.'

மாதவராவ் வெளியே வரும்போது, 'இன்னொரு சின்ன விஷயம் மிஸ்டர் சாரி, நீங்க ஹேர் டை உபயோகிப்பிங்களா?'

'அது என்ன விலை இருக்கும்?'

'நீங்க மல்லேஸ்வரம் கிளப்பில ஆடறப்ப உங்க கிரிக்கெட் கோஷ்டியைச் சேர்ந்தவங்க யாராவது உபயோகிச்சுப் பாத் திருக்கிங்களா?'

'இல்லை சார்.'

மாதவராவ் முதல் பெயரைப் பட்டியலிலிருந்து நீக்கினார்.

20

வாசலில் இரண்டு கார்கள் நின்றுகொண்டிருந்தன. பைஜாமா இளைஞன் மாதவராவைச் சற்றே விரோத மாகப் பார்த்தான். டிரைவர் கிளம்புவதற்குத் தயாராக இருந்தான்போல இருந்தது. கரிய நிற வெல்வெட்டில் சிவப்பாக இருந்த பெண்கள் இருவர் காரில் ஏறிக்கொள்ள பின் சீட்டில் ஒரு இடம் காத்திருந்தது.

'கிஸ்கோ சாஹீயே ஆப்கோ.'

'மிஸ்டர் இம்தியாஸ் அகமத்.'

'இம்தியாஸ்! கோயி போலீஸ்வாலே ஆயேன் ஹை!'

வெளிப்பட்ட இம்தியாஸ் அகமதுக்கு இருபத்தைந்து வயசு இருக்கலாம். இவனும் நல்ல சிவப்பாக இருந்தான். மார்பின் குறுக்கே மேல்வாட்டில் எழுதப் பட்ட ADIDAS. அருகே வர மேல்நாட்டு மஸ்க் மணம். விரலில் பச்சைக்கல் மோதிரம். மணிக்கட்டில் டிஜிட்டல். 'எஸ்? வாட் டு யூ வான்ட் சார்?' என்றான்.

'உங்களைப் பார்க்கத்தான் வந்தேன்.'

'என்ன விஷயம்? சினிமாவுக்குக் கிளம்பிக் கொண் டிருக்கிறோம்.'

'இம்தியாஸ்! ஆவோனா! தேர் ஹோ ரஹா ஹை.'

‘கான் யூ ஸி டுமாரோ?’

‘நோ!’ என்றார் மாதவராவ் சற்றுக் கடுமையாக.

‘வாட் இஸ் திஸ்? எனிதிங் அர்ஜெண்ட்?’

‘ஆம்! ஒரு கொலையைப் பற்றி விசாரித்துக் கொண்டிருக்கிறேன்.’

அவன் கண்களில் சற்றே பயம் தெரிய, ‘யார்?’’ என்றான்.

‘எங்கேயாவது உட்கார்ந்தால் சொல்லலாம்.’

‘இம்தியாஸ்!’

இம்தியாஸ் அஹமத் தர்மசங்கடமாகப் பார்த்தான். ‘ஒன் மினிட்’ என்று கார் அருகில் சென்று தாழ்ந்த குரலில் பேசினான். அந்தப் பெண்கள் முகத்தை மறைத்துக்கொள்ள, சற்று நேரத்தில் கார் இம்தியாஸ் இல்லாமல் புறப்பட்டது.

அவன் திரும்பி வந்து, ‘பதினைந்து நிமிஷத்தில் முடிந்து விடுமா?’ என்றான்.

‘அது உங்கள் ஒத்துழைப்பைப் பொருத்தது! ஸாரி, உங்கள் சினிமா ப்ரொக்ராமில் குறுக்கிட்டு விட்டேன்.’

‘உள்ளே வாருங்கள்.’

தொப்பி அணிந்து நூற்றிருபது வயது இருக்கும்போல ஒரு கிழவர் ‘இம்தியாஸ், யார் இது’ என்று சாடையில் கேட்டதற்கு அவர் காதருகில் சென்று ‘போலீஸ் கிஸி பூச்னே ஆயே ஹை’ என்றான்.

‘இன்கம் டாக்ஸ்?’ என்று கேட்டார் கிழவர்.

‘நை பாபா’ என்று சிரித்தான். ‘இந்த வயசில்கூட இன்கம் டாக்ஸ் கவலை தாத்தாவுக்கு… உட்காருங்கள்’ என்று வராந்தாவில் லேசாக ஆடிக்கொண்டிருந்த மேல்நாட்டு நாற்காலியைக் காட்டினான். கொசகொசவென்று ஒரு நாய் வந்து வாலா தலையா என்று தெரியாமல் ஆட்டியது. ‘ஸூஸி கோ!’ என்றான்.

‘சொல்லுங்கள்…’ கேட்காமல் சாய் வந்தது, மேல்நாட்டுக் கோப்பைகளில்.

'மிஸ்டர் இம்தியாஸ் அகமத், சுற்றி வளைக்காமல் சொல்லிவிடு கிறேன். நீங்க மல்லேஸ்வரம் யூத் அஸோஸியேஷனில் கிரிக் கெட் ஆடியிருக்கிறீர்களா?'

'ஆம்! போன வருஷம். அப்போது நல்ல டீம் இருந்தது. இப்போது கார்னெட்டுக்கு ஆடுகிறேன். ஃபர்ஸ்ட் டிவிஷன்.'

'மல்லேஸ்வரத்துக்கு ஆடினபோது உங்களுடன் ஆடினவர்களை ஞாபகம் இருக்கிறதா?'

'இருக்கும், சாரி, பாபு விஜயகுமார், ராகேஷ், மூர்த்தி... ஏன்?'

'சொல்கிறேன். மார்ச் பதினேழாம் தேதி உங்களுக்கு ஞாபகம் இருக்குமா?'

'வெயிட் எ மினிட்! விஷயம் என்ன என்று நீங்கள் விவரமாகச் சொல்லவில்லையே.'

'மார்ச் பதினேழு நீங்கள் எங்கிருந்தீர்கள் என்று சொல்லுங்கள்.'

'பங்களூரில்தான், ஏன்?'

'அன்றைக்கு எங்கெல்லாம் போனீர்கள் என்று ஞாபகமிருக்கா?'

'ஓ மை காட்! எப்படி ஞாபகமிருக்கும்? இம்பாஸிபிள்!'

'ஞாபகப்படுத்திக்கொள்வது உங்களுக்கு நல்லது. மிக நல்லது.'

'புதிராகவே பேசுகிறீர்கள், சிகரெட்?'

'நோ, தாங்க்ஸ்! மார்ச் பதினேழு அன்று ஒரு கொலை செய்தது அந்த கிரிக்கெட் அணியைச் சேர்ந்த ஒருவனாக இருக்கலாம் என்று நம்ப வாய்ப்பு இருக்கிறது. ஒவ்வொருவராகப் பார்த்துக் கொண்டு வருகிறேன்.'

'கொலையா?'

'ஆம்! நீங்கள் பேப்பர் படித்திருப்பீர்கள். தேநிலவுக்கு வந்த ஒரு கணவன் கொலை செய்யப்பட்டது பற்றி.'

'ஓ எஸ்! படித்த ஞாபகம் இருக்கிறது. அதுவா இது? என்ன கேட்டீர்கள்?'

'மார்ச் பதினேழாம் தேதி!'

'லெட் மீ ஸீ. மார்ச் பதினேழா? கடையில்தான் இருந்திருப்பேன்.'

'என்ன கடை?'

'கமர்ஷியல் ஸ்ட்ரீட்டில் பெரிய கடை. 'அஹ்மத்ஸ்' பார்த்ததில்லையா?'

'ஓ எஸ், பார்த்திருக்கிறேன்! இரண்டு மாடிக் கட்டடம், துணிக் கடை...'

'ஏறக்குறைய டிபார்ட்மெண்ட் ஸ்டோர் போல. பேஸ்மெண்டில் குழந்தைகள் ஆடைகள், மாடியில் ஸாரிகள், மில் கிளாத், விமல் ஸாரிகளுக்கு சோல் ஏஜென்ட்ஸ்...'

'விமல் கிடக்கட்டும், பதினேழாம் தேதி?'

'எனக்கு எல்லாத் தேதியும் ஒன்றுதான் இன்ஸ்பெக்டர்! மார்ச் பதினேழு என்ன கிழமை?'

'செவ்வாய்.'

'வெள்ளிக் கிழமைதான் எங்கள் விடுமுறை. நிச்சயம் கடையில் தான் இருந்திருப்பேன். காலை எட்டிலிருந்து மாலை எட்டு எட்டரை வரை.'

'கடையை யார் யார் பார்த்துக்கொள்வீர்கள்?'

'நானும் என் தம்பியும். இந்தச் சரக்கு பிடிக்க அவன் அடிக்கடி பம்பாய் போவான். நான்தான் எப்போதும் கடையில் இருப்பேன்.'

'சரி, அன்று நிச்சயமாகக் கடையில் இருந்ததற்கு ஆதாரமாக ஏதாவது காட்ட முடியுமா?'

'இப்போதா?'

'இப்போ வேண்டாம். நாளைக்கு அல்லது நாளன்றைக்கு.'

அவன் யோசித்து, 'முடியும்' என்றான். 'இன்வாய்ஸ்களில் அல்லது எல்.ஆரில் கையெழுத்து போட்டிருப்பேன். லெட்டர் எழுதியிருப்பேன். ஊழியர்கள் சாட்சி சொல்லலாம்.'

‘இந்த போட்டோவைப் பாருங்கள்.’

இம்தியாஸ் பார்த்து, ‘இவன்தான் கொலையுண்டவனா?’ என்றான்.

‘ஆம்! மரத்தின் பின் பாருங்கள்.’

‘மரத்தின் பின்? ஓ எஸ்! ஒரு ஆள் இருக்கிற மாதிரி இருக்கிறது. கொஞ்சம் நல்ல பிரதியாக இல்லையா?’

‘ஒரே பிரதி! இந்த ஆளை அடையாளம் தெரிகிறதா?’

‘ஸாரி, ரொம்பக் கஷ்டம். எங்கள் கிரிக்கெட் கோஷ்டியில் யாருக்கும் பொருந்தும்போல் இருக்கிறது. ரொம்ப வேக். நான் இல்லை. அது மட்டும் சொல்லலாம்.’

‘மாயா டி-ஷர்ட் கொடுத்தார்களா?’

‘புரியவில்லை.’

‘அந்த அஸோசியேஷனின் சார்பில் மாயா என்று எழுத்துக்கள் அச்சடிக்கப்பட்ட டி-ஷர்ட் விற்பனை செய்தார்களாமே?’

‘செய்திருக்கலாம். நான் இண்டியன் எதையும் வாங்குவதில்லை.’

‘ஆனால், விற்பீர்கள் இல்லையா?’

சிரித்து, ‘ஆம்’ என்றான். ‘வெல்!’ எனிமோர் கொஸ்டின்ஸ்?’

‘ஒன்லி ஒன் மோர்! அந்த கிரிக்கெட் டீமில் யாராவது விநோதமாக நடந்துகொண்டவர்கள் இருந்தார்களா?’

‘விநோதமாக?’

‘விநோதமான பேச்சு, நடத்தை, மானரிஸம், இப்படி...’

‘சரியாகச் சொல்ல முடியாது. நான் அந்தக் கிரிக்கெட் அணியில் இருந்ததே ஆறு மாதம். அன்னியோன்னியமாக ஒருத்தருடனும் பழக்கமில்லையே.’

சற்று நேர மௌனத்துக்குப் பிறகு மாதவராவ் ‘சரி, நீங்கள் சினிமாவுக்குப் போகலாம்’ என்றார். இம்தியாஸ் காத்திருந்த இரண்டாவது காரில் டிரைவர் சீட்டில் உட்கார்ந்துகொண்டு, ‘மன்னிக்கவும்! என்னால் அதிகம் பயன் இல்லை அல்லவா?’

'இல்லை...' கார் கிளம்ப, 'இம்தியாஸ், உங்களால் நான் கேட்காத ஏதாவது தகவலைக் கொடுக்க முடியுமா?' என்றார். எதற்காக இந்தக் கேள்வியைக் கேட்டோம் என்று பலமுறை பிற்பாடு மாதவராவ் யோசிக்கப் போகிறார்.

'எது பற்றி தகவல் வேண்டும்?'

'அந்த கிரிக்கெட் அணியைப் பற்றி?'

'ம்... ம்... க்ரூப் போட்டோ இருக்கிறது என்று நினைக்கிறேன்.'

'மை காட்! அதுதான் எனக்கு வேண்டும். நான் இதை முன்பே கேட்டிருக்க வேண்டும். முட்டாள் நான்!'

'ஆல்பத்தில் இருக்கிறது. மக்ஸூத்!' என்று விளித்தான். பைஜா மாவுடன் வேகமாக உருதுவில் பேசினான். 'இஃப் யூ டோண்ட் மைண்ட், நான் போகிறேன். இவனிடம் அந்த ஆல்பத்தை உங்களுக்குக் காட்டச் சொல்லியிருக்கிறேன்.'

'சரி, போங்கள்.'

'ஆயியே.'

அவனுக்கும் இம்தியாஸுக்கும் தோற்ற வித்தியாசம் சமூக நிலையைக் காட்டியது. இன்கம் டாக்ஸ் கிழவர் மாதவராவைக் கழுகு போல பார்த்துக்கொண்டிருந்தார். 'பூரே ஸாட் ஸால் கா கமாயி ஹை ஏ ஸப்' என்றார். மாதவராவ் 'அச்சா' என்றார். அவருக்கு இந்தி புரியும், ஆனால் பேசவராது. மாதவராவ் ஆல்பத்தை மெல்லப் புரட்டினார். உள்ளே மெஹதி ஹாஸனின் குரல் கேட்டது. இம்தியாஸ் கிரிக்கெட் பேட் அளவே இருந்ததி லிருந்து எடுத்த போட்டோக்கள், வீதி கிரிக்கெட், ஸ்கூல் கிரிக்கெட், கல்லூரி கிரிக்கெட், எக்ஸ்பிரஸ் நாளிதழிலிருந்து கத்தரிப்புகள், Sparking 59 By Imtiaz, லீக் கிரிக்கெட், எம்.சி.சி கிரிக்கெட் கிளப் க்ரூப் போட்டோ, அதன் அடியில்...

'மாயா! ஸ்டாண்டிங் லெஃப்ட் டு ரைட்: விஜயகுமார், நாராயண ராவ், சங்கரமூர்த்தி, ராகேஷ், மாடப்பா...'

பக்கத்தில் ஒரு பக்கத்தில் ஒரு மகத்தான வெற்றியின் ஞாபகத் துக்கு என்று அந்தப் போட்டோவில் உள்ளவர் ஒவ்வொருவரின் கையெழுத்தும் இருந்தது.

ஒரு கையெழுத்து மட்டும் பச்சை மசியில் இருந்தது. ராகேஷ் என்பவனின் கையெழுத்து.

'ராகேஷ்! ராகேஷ்! வேர் இஸ் ராகேஷ்?' மாதவராவ் பக்கத்தை சரக்கென்று கிழித்தார்.

'ஹௌஸர்' என்றான் மக்ஸௌத் அதிர்ந்து.

மாதவராவ் ஜீப்புக்கு ஓடினார்.

ராகேஷ், உமாவின் காப்பி கலக்கும் கரங்களைப் பார்த்துக் கொண்டிருந்தான். ஆனந்த் இங்குமங்கும் வருவோர் போவோரைப் பார்த்துக்கொண்டு அடிக்கடி கடிகாரத்தைத் திருட்டுத்தனமாகப் பார்த்துக்கொண்டிருந்தான்.

'என்ன ஆனந்த் பரபரப்பா இருக்கே?' என்றாள் உமா.

'ஸாரி கோவிச்சுக்காதிங்கோ. எனக்கு லைப்ரரிக்குப் போகணும். ஆறு மணிக்கு மூடிடுவான்.'

'அப்ப கிளம்பலாம்' என்று எழுந்தாள் உமா.

'சேச்சே! நீங்க பேசிண்டிருங்கோ. போய் நிமிஷமா புக்கை ரிட்டர்ன் பண்ணிட்டு வந்துர்றேன்.'

உமா தயக்கத்துடன் 'சரி' என்றாள்.

ராகேஷ் அவள் கரங்களையே இன்னும் கவனித்துக் கொண்டிருந்தான்.

'லெட்டரைப் படிச்சிங்களா?'

'படிச்சேன்.'

மௌனமாக இருந்தான். 'ஐ'ம் ஸாரி! சில வேளைகளில் உண்மை தாக்கும் இல்லை?'

'அந்த லெட்டர் எப்படிக் கிடைச்சுது உங்களுக்கு?'

'கேக்காதீங்க. அந்த லெட்டரை யார்கிட்டயாவது காட்டினீங்களா?'

'இல்லை, இன்னும் இல்லை.'

‘காட்டப் போறிங்களா?’

‘ஆமாம். போலீஸுக்கு அனுப்பப் போறேன்.’

‘வெரிகுட். நானும் நீங்களும் ஒரே மாதிரி நினைக்கிறோம். பாருங்க உமா, அந்த லெட்டரை ஒரு ஃபோட்டோஸ்டாட் காப்பி எடுத்து பங்களூர் போலீஸுக்கு நானே அனுப்பிச்சிருக்கேன்.’

‘அனுப்பிச்சிட்டிங்களா?’

‘வைட்டல் எவிடன்ஸ் இல்லையா?’

‘அப்ப நான் அனுப்பவேண்டாமா?’

‘வேண்டாம்... ஏன் ஒரு மாதிரி இருக்கீங்க?’

‘ஏதோ யோசனை.’

‘இப்ப நீங்க என்னைப் பாக்க வந்தது, அந்தப் பெண்ணைப் பத்தி மேல் விவரம் கேக்கதானே?’

‘ஆமாம்.’

‘பின்ன ஏன் கேக்காம உக்காந்திருக்கீங்க?’

‘நீங்க முன்ன சொன்னதுதான் காரணம். உண்மை தாக்கறது. மாயான்னு ஒருத்தரும் இல்லைன்னு நினைச்சுக்கிட்டிருந்தேன். ஒரு மாயை ரூபம்னு நினைச்சுக்கிட்டிருந்தேன். மூர்த்தியைப் பத்தி எனக்கு ஒரு துல்லியமான வடிவம் இருந்தது. அது இப்ப அசிங்கமாய்டுத்து.’

‘அதுல உங்களுக்கு ஒரு ஆறுதல் ஏற்படலை?’

‘ஆறுதலா?’

‘ஆமாம், ஆறுதல்! உமா, உங்களுக்கு இனிமே எந்தவிதமான தயக்கமும் வேண்டாம், இல்லையா?’

‘எதுக்கு?’

‘மிச்சமிருக்கிற உங்க வாழ்க்கையை உங்க இஷ்டத்துக்கு அமைச்சுக்கிறதுக்கு. அதில எந்தவிதமான மனச்சாட்சிக்குத் தொந்தரவும் வேண்டாம் இல்லையா?’

'நீங்க சொல்றது எனக்குப் புரியலை.'

'உமா, மூர்த்தியோட இருண்ட பகுதியை உங்களுக்குக் காட்ட றதில் எனக்கு முதல்ல விருப்பமே இல்லை. இறந்துபோன ஒருத்தரைப் பத்தி அனாவசியத்துக்கு அவதூறு சொல்ற இந்த அநாகரிகமான செயலை உங்க நன்மைக்காக நான் செய்தேன். மூர்த்தியை இனிமே நீங்க மறந்துரலாம். அவன் ஒண்ணும் நினைவுக்கோயில்ல வெச்சுக் கும்பிடவேண்டிய பிரகிருதி இல்லை. இவன் உங்களைக் கல்யாணம் பண்ணிக்கிறதுக்கு முன்னாடி எப்படி வாழ்ந்தான்னு ஒரு சாம்பிள் காட்ட அந்தக் கடிதம். அவன் செத்துப்போனதுக்கு அவனேதான் காரணம். அவன் செய்து தப்பிச்சுண்ட பாவங்கள், அவனைத் துரத்தி இருக்கு. அவன் இறந்தது சட்டப்படி, சமுதாயப்படி நியாயமா அநியாயமான்னு இப்ப நாம கவலைப்பட வேண்டியது இல் லைன்னு நினைக்கிறேன். என்ன சொல்றீங்க?'

'என்ன சொல்றது? குழப்பமா இருக்கு.'

'உமா! ஆனந்த் வரதுக்குள்ள இந்தக் கேள்வியை நான் கேட்டே ஆகணும்!'

'...'

'என்னைக் கல்யாணம் பண்ணிப்பிங்களா?'

21

உமா அவனை ஆச்சரியத்துடன் பார்த்தாள். பதிலுக்காக அவளை நேராகப் பார்த்துக்கொண்டு காத்திருந்தான். கண்கள் அசையாமல் அவள் உதட்டின் மேல் படிந்திருக்க, உமா கேள்விக்கு பதில் அளிக்கும் பொறுப்பிலிருந்து தப்பித்துக்கொள்ள ஆனந்த் வந்துவிட மாட்டானா என்று காத்திருந்தாள்.

'நீங்க எனக்கு உடனே பதில் சொல்லவேண்டாம். யோசிச்சுச் சொல்லுங்க. ஒரு வாரம் கழிச்சு சொல்லுங்க. ஒரு மாசம் ஆகட்டும். ஒரு வருஷம் ஆகட்டும். காத்திருக்கேன். எப்போதும் காத்திருக்கேன். நீங்க வேண்டாம், முடியாதுன்னு சொன்னாக்கூட நான் கோபப்படப் போறதில்லை. எனக்கு உங்களை விட்டா வேற யார் மேலயும் பிரியம் கிடையாது. சத்தியமாச் சொல்றேன் உமா! உங்களுக்கு நடந்து போன அந்த அதிர்ச்சிகரமான சம்பவங்களைப் பூர்வ ஜென்மமா வெச்சுக்கங்க. இன்னிலேருந்து நாம ரெண்டு பேரும் புதுசாப் பிறக்கலாம். என்ன சொல்றிங்க?'

உமா லேசாக, 'நீங்க யாருன்னே எனக்கு முதல்ல சரியாகத் தெரியாதே' என்றாள்.

'என்னைப் பற்றி எல்லா விவரமும் சொல்றேன். ஒரேமுறை என் அறைக்கு வரீங்களா? தனியா வரவேண்டாம். ஆனந்தைக் கூட்டிக்கிட்டு வாங்க.

என்மேல் உங்களுக்கு இன்னும் நம்பிக்கை ஏற்படலை. நியாயம்தான்! நான் இன்னும் உங்களுக்கு அந்நியன்தான். ஆனா நீங்க எனக்கு அந்நியர் இல்லை. உங்களைப் பார்த்த முதல் கணத்தில் இருந்து நான் உங்களுக்கு நெருங்கிப்போன உறவாய்ட் டேன். உங்களுக்காக நான் ரத்தம் சிந்தத் தயாராய்ட்டேன். எதையும் செய்யத் தயாராய்ட்டேன்.'

'உங்க முழுப்பேர் என்ன?'

'ஆர்.எஸ். ராகேஷ்.'

'என்ன வேலை செய்யறீங்க?'

'வேலை செய்யலை. எங்கப்பாவுடைய ஃபேக்டரி இருக்கு.'

'எங்க?'

'பெங்களூர்ல பீண்யால. இங்க அம்பத்தூர்ல. அதுல ட்ரெயினிங் எடுத்துக்கிட்டு இருக்கேன். பிற்காலத்தில் அதை எடுத்து நடத்தற துக்கு, முதல்ல எல்லாரையும்போல ஃபேக்டரில் எல்லாப் பகுதிகளிலும் கொஞ்சம் கொஞ்சம் வேலை செஞ்சுட்டு அப்புறம் அமெரிக்கா போய் ஹார்வர்டில் ஒரு எம்.பி.ஏ. பண்ணிட்டு வான்னு எங்கப்பா சொல்லியிருக்கார். லா படிச்சது வேஸ்ட்டு!'

'உங்கப்பா எங்க இருக்கார்?'

'இப்ப ஜெர்மனியில் இருக்கார். அடுத்த வருஷம்தான் வருவார். கோனிக்ஸ்பர்க்னு ஒரு ஊர்ல லோரன்ஸ் கம்பெனில கன்ஸல் டேஷன் பண்ணிக்கிட்டு இருக்கார். இந்த ஃபேக்டரிங்களை அவர் எனக்காகத்தான் ஏற்படுத்திக் கொடுத்திருக்கார். சில ஸ்பெஷல் மெஷின் டூல்ஸ் எல்லாம் பண்றோம். கொலாப ரேஷன்ல. எச்.எம்.டில பண்ணாதது. ஆர்டர் நிறையவே இருக்கு. எக்ஸ்போர்ட்கூட பண்றோம்.'

'அம்மா?'

'அம்மா கிடையாது.'

உமாவுக்கு ஏனோ கொஞ்சம் ஆறுதலாக இருந்தது.

'ஒரே பையன் நான்... பணம் காசு இது விவரங்கள் உங்களுக்கு முக்கியமில்லைன்னு நினைக்கிறேன். முக்கியம்னா எனக்கு

ஏராளமாகவே இருக்குன்னு சொல்வேன். இதப் பாருங்க, இதைக்கூட உங்களுக்குத்தான் வாங்கி வச்சிருக்கேன். சந்தர்ப்பம் சரியா இருக்கறப்ப காட்ட...' நீல வெல்வெட்டில் ஒரு மாலை மின்னியது. நிச்சயம் வைரம், நிச்சயம் தங்கம்.

உமா சிரித்தாள். 'இதெல்லாம் பாத்தா எனக்கு சிரிப்புத்தான் வாது.'

'தெரியும். இதை காட்டறது அசந்தர்ப்பம், தெரியும். ஸாரி!' மூடிவிட்டான். 'உமா! நான் காத்திருக்கிறேன். எப்ப உம்முன்னு சொல்றிங்களோ அப்ப வரைக்கும்.'

உமா பேசாமல் இருந்தாள். இன்னொரு கல்யாணமா! ஒரு கல்யாணம் பண்ணிக்கொண்டு வாழ்ந்தது போதாதா!

'உங்களுக்கு என் ரூமுக்கு வரத் தயக்கமா இருந்தா எங்க ஃபேக்டரிக்கு வரலாம் இல்லையா? அங்க ஒருத்தரும் கடிச்சு சாப்பிட்டுர மாட்டா.'

'தயக்கம் ஏதும் இல்லை.'

'பின்ன என்ன? சொல்லுங்க?'

'இதோ ஆனந்த்! எங்க போய்ட்டே ஆனந்த்? இத்தனை நேரமாக்கிட்டே!'

'புஸ்தகம் வாங்கிண்டு. ஒரு கிலோ காப்பிக் கொட்டை பீபரி வாங்கிண்டு. அப்படியே...' அப்படியே அவன் செய்த பொறுப் புள்ள காரியங்களைப் பட்டியல் இட்டுக் கொண்டிருக்கையில் உமா, ராகேஷிடம் 'உங்களுக்கு விடை தரதுக்கு முன்னாடி நான் அந்த மாயாவை தூரத்தில் இருந்தாவது பார்த்தாகணும்' என்றாள் தீர்மானமாக.

ராகேஷின் முகத்தில் சற்று மாறுதல் ஏற்பட உடனே சமாளித்துக் கொண்டு, 'அதுக்கென்ன, ஏற்பாடு பண்ணிட்டாப் போச்சு' என்றான். 'போலீஸே ஏற்பாடு செஞ்சுருவாங்க.'

ஆனந்த் புரியாமல், 'வெய்ட் எ மினிட்! மாயான்னு ஒரு ஆள் இருக்காளா?'

'ஆமா ஆனந்த்! அவ உங்கண்ணாவுக்கு எழுதிய லெட்டர்கூட எங்கிட்ட இருக்கு.'

ஆனந்த் விசிலடித்து ‘அட! கதை இவ்வளவு தூரத்துக்குப் போயிருக்கா. எனக்குத் தெரியவே இல்லையே! அவ யாரு?’

‘உங்கண்ணாவுடைய சினேகிதி!’

‘அண்ணாவோட சினேகிதியா? இம்பாஸிபிள்!’

‘உங்கண்ணா ரொம்ப நல்ல பிள்ளை, இல்லை மிஸ்டர் ஆனந்த்?’ என்று சற்றுக் கேலியுடன் கேட்டான் ராகேஷ்.

‘ஆமாம், நிச்சயமா.’

‘ஹி இஸ் இன் பார் எ ஷாக், உமா!’

‘என்ன பேசறேள். புரியும்படியாச் சொல்லுங்கோ!’

‘அப்புறம் சொல்றேன் ஆனந்த்! வா போகலம். எல்லாருக்கும் ரெண்டு ரூபம் இருக்கு. அண்ணா, தம்பி, அம்மா, உறவுக்காரங் களுக்காக ஒரு ரூபம்! உள்ளுக்குள்ளே கருப்பா இன்னொரு ரூபம்!

‘மூர்த்தி அப்படி ஏதும் கிடையாது. நான் எந்தக் கோயில்ல வேணும்னாலும் சூடம் அணைச்சு சொல்வேன்.’

‘அவசரப்படாதே. நிறைய அதிர்ச்சி பாக்கியிருக்கு.’

‘மாயான்னு ஒருத்தியா? அப்படி இருந்தா போலீஸ் கண்டு பிடிச்சிருக்க மாட்டாளா!’

‘அவங்களுக்கு தகவல் சொல்லியாச்சு. இன்னேரம் சந்திச்சிருப் பாங்க.’

‘லெட்டரா?’

‘நான் வரட்டுமா?’ ராகேஷ் பில்லுக்காக அதிகப்படியான பணத்தை வைத்துவிட்டு எழுந்தான். ‘ஆனந்த்! உங்க சிஸ்டர்-இன்-லாவை ஜாக்கிரதையாப் பாத்துக்கங்க. குட் பை உமா! என்னைக் கேட்டா இதை அதிகம் நாம கிளறாம இருக்கிறது நல்லது. போலீஸ் பாத்துப்பாங்க. என்ன?’

திரும்பிச் செல்லும்போது ஆனந்த் பஸ்ஸில் துளைத்துக் கொண் டிருந்தான்.

'என்ன உமா, எனக்குத் தெரியாம நிறைய தெரிஞ்சு வெச்சுண்டிருக்கே போலிருக்கே.'

'ஆனந்த்! நான் ஏகப்பட்ட குழப்பத்தில் இருக்கேன். உங்கண்ணா இறந்துபோனதற்குக் காரணம் எங்கூட கண்ணாமூச்சி ஆடறது. மேற்கொண்டு கேள்விகள் கேக்கலாமா, விசாரிக்கலாமான்னா பயமா இருக்கு... சந்திக்கப்போகிற உண்மை அவ்வளவு ஆழமா இருக்கும்போல இருக்கு. அதைத் தாங்கிக்கறதுக்கு எனக்கு சக்தி இருக்கான்னு சந்தேகமா இருக்கு. இதைப் போய்க் கிளர்றதினால எனக்கு என்ன நன்மை ஏற்படப் போறது? நிம்மதி வருமா? தெரியலை! இறந்துபோனவரை அசிங்கப்படுத்தறது அநாகரிகம்னு படறது. ஆனா அதே சமயம் ஆர்வம் கிடந்து உறுத்தறது.'

'மூர்த்தி நல்லவன் உமா.'

'மூர்த்தி ஒரு பார்வையில் நல்லவர் ஆனந்த்.'

'என்ன லெட்டர்? எனக்குக் காட்டக் கூடாதா?'

'காட்டறேன். ஒரு கண்டிஷன் பேரிலே! இதைப் பத்தி வேற யாருக்கும் சொல்லக் கூடாது. உங்கம்மாகிட்டயோ, உங்க குடும்பத்தில் வேற யார்கிட்டயோ இதைப்பத்திப் பேசவே கூடாது. ஒண்ணு ரெண்டு பேர் கவலைப்பட்டா போதும். இருக்கறவா எல்லாருக்கும் ஷாக் கொடுக்கவேண்டாம்.

'சரி.'

'ராத்திரி அம்மா உபன்யாசத்துக்கு போனதும் வா, லெட்டரைக் காட்டறேன். ஆனந்த்! ராகேஷைப் பத்தி என்ன நினைக்கறே?'

'ஹி ஸீம்ஸ் டு பி ஆல்ரைட். டீஸண்ட்டா பிஹேவ் பண்றான். லா கிராஜுவேட்டாம்!'

'அவன் அப்பா ஏதோ இண்டஸ்ட்ரி வெச்சிருக்காராம். அதை இவன்தான் பாத்துக்கப் போறானாம்.'

'அவனுக்கு உன் கேஸ்ல ஏன் இத்தனை இன்ட்ரஸ்ட் உமா?'

உமா சட்டென்று 'தெரியலை' என்றாள்.

'எனக்குத் தெரியும்' என்றான்.

திடுக்கிட்டு, 'என்ன தெரியும்? எதாவது இமாஜின் பண்ணிக்காதே!'

'இல்லை உமா. அவன் உன்னை கிரிக்கெட் நாளில் இருந்தே பாத்துக்கிட்டு வரானாம். அவனுக்கு உன்மேல் ஒரு... ஒரு... ஈடுபாடாம்.'

'யார் சொன்னா?'

'அவனே சொன்னான்.'

பஸ்ஸிலிருந்து இறங்கி வீட்டுக்கு நடந்து போகையில் ஆனந்த் சற்று வேகமாக முன்னால் செல்வதை உமா புன்னகையுடன் கவனித்தாள். வீட்டுக்குள் நுழையும்போது சேர்ந்தாற்போல் நுழைய விரும்பவில்லை. கோழை மனத்தில் அந்த மாலை சற்றுப் பளிச்சிட்டது! 'பொட்டும் புடைவையுமாக மற்றொரு தேநிலவா! சே. வேண்டாம். நினைக்காதே' என்று அந்த எண்ணத்தைத் தூர எறிந்தாள். பந்துபோல் திரும்பி அவளிடமே வந்தது. ராகேஷ்! ராகேஷ்!

'ராகேஷ்! ராகேஷ்! இங்கயா? அப்படி யாரும் ஃப்ளாட்டில் இல்லையே!'

'இந்த அட்ரஸ்தானே கொடுத்திருக்காங்க' என்றார் மாதவராவ்.

'யார் கொடுத்தது?'

'மல்லேஸ்வரம் யூத் அஸோசியேஷன்.'

இந்த வீட்டில் நாலு ஃப்ளாட் இருக்கு. நாலுலயும் பேச்சிலர்ஸ். நாலு பேரும் சர்க்கார், பப்ளிக் செக்டர் உத்தியோகத்தில் இருக்கிறவங்க. கல்யாணம் பண்ணிக்கப் போறவங்க. ஒழுங்கா வாடகை கொடுக்கறவங்க. ஒருத்தர் பேரும் ராகேஷ் இல்லை.'

'கொஞ்ச நாளைக்கு முன்ன?'

'எப்பங்க?'

'போன வருஷம்?'

தலையைச் சொறிந்தார். அவருக்கு அது ஒரு மானரிஸம்போல. இதுவரைக்கும் ஆறு தடவை சொறிந்துவிட்டார். மூக்கருகே பெரிசாகக் கருப்புத் திட்டு. நரைத்த மீசை. பெங்களூர் கோட்டு...

‘சார், நான் இங்க மேனேஜர் மாதிரிதான். ஒண்ணாந்தேதி வாடகை வசூலுக்கு மட்டும் வருவேன். டாக்ஸ் கட்ட, ஏதாவது மராமத்து இருந்தா போன் பண்ணுவாங்க வீட்டில. நாலு ஃப்ளாட்டையும் எடுத்திருக்கிறவங்க பேர் இருக்கு. ஆனா அவங்கதான் தங்கி இருக்காங்கன்னு சொல்ல முடியாது. சில வேளைகளில் அவங்க ஃப்ரெண்ட்ஸூம் இருப்பாங்க. ரெண்டு ரூம் ஃப்ளாட்டு. சிலதுல ரெண்டு, ஏன் மூணு பேர்கூட இருக்காங்க. அவங்கள்ளாம் சாயங்காலம் ஆறு மணிக்குள்ள வந்திருவாங்க. அப்ப வந்திங்கன்னா எல்லாம் தெரிஞ்சுக்கலாம்.’

‘சரிங்க, அவங்களைக் கட்டாயமா இருக்கக் சொல்லுங்க.’ மாதவராவ் ஜீப்பில் ஏறிக்கொண்டார். பெயர் கிடைத்தபிறகு இதுவரைக்கும் நாற்பது லிட்டர் அலைச்சலாகிவிட்டது. இன்னும் பெயர் மட்டும்தான் இருக்கிறது. டி.ஸி.யிடம் இன்னும் சொல்லவில்லை. சொல்லிவிடவேண்டும். ராகேஷ்தானா? அவன் எங்கு இருக்கிறான்? ஸம்பிகே ரோடில் பிளாட்பாரத்தில் போகும் நூறு முகங்களில் யாராவது ஒருவனாகக்கூட இருக்கலாம். அவர்களில் ஒருத்தனா? எப்படி அவன் பங்களூரில் இருக்கிறான் என்று நிச்சயம் சொல்ல முடியும்? முதலில் பெங்களூரில்தான் தேடவேண்டும். சட்டென்று அவர் மனத்தில் அந்த வாக்கியம் உரைத்தது. ‘வருகிறேன்! மாயா!’ என்று உமாவுக்கு வந்த கடிதம்! பச்சை மைக் கடிதம்! ஒருவேளை உமாவைத் தேடிப் போயிருப்பானோ? உடனே உமாவுடன் டெலிபோனில் தொடர்புகொள்ள வேண்டும் என்று தோன்றியது அவருக்கு.

‘நேரா ஆபீஸ் போப்பா, போயிட்டு மறுபடி இங்கே வரலாம்.’

அலுவலகத்துக்கு வந்து எல்லாக் காகிதங்களையும் சோதித்துப் பார்த்தார். விலாசம்தான் இருந்தது. பக்கத்தில் இருக்கும் டெலிபோன் ஏதும் இல்லை. போஸ்ட் ஆபீஸைக் கூப்பிடலாமா? அதற்குமுன் ராகேஷ்தான் என்று நிச்சயப்படுத்திக் கொள்ளலாமா? எப்படி? அதற்குமுன் டி.ஸி.யிடம் சொல்லி யோசனை கேட்கலாமா? அதற்குமுன் அவளுக்கு ஒரு தந்தி அனுப்பிவிடலாமா? ஒரு காகிதத்தை எடுத்து தந்தியின் வார்த்தைகளை அமைத்தார்.

> ‘ராகேஷ் என்பவன் உன்னை அணுகினால் உடனே எங்களுக்குத் தகவல் தெரிவிக்கவும் - மாதவராவ்.’

தமிழ்நாடு போலீசை ரேடியோ தொடர்புகொண்டு... இரு! இரு! மாதவராவ்! கேஸ் இன்னும் அவ்வளவு தெளிவு பெறவில்லை. முதலில் அவனைப் பற்றி இன்னும் அறிந்துகொள்ளவேண்டும்.

மிகவும் திறமையாக, பிசகாமல் தீர்மானமாக ஆராய்ந்துகொண்டு வந்த அந்த கேஸில் மாதவராவ் செய்த ஒரே ஒரு தவறு அந்தத் தயக்கம். பின்னால் அதைப் பற்றி வருத்தப்படப்போகும் மாதவ ராவ் கையெழுத்து நிபுணர் சொன்னதை நினைவுபடுத்திக் கொண்டார்.

> 'ரொம்பக் கஷ்டம் சார் இது. இங்கிலீஷில் ஒரு சிக்னேச்சர். தமிழில் ஒரு குறிப்பு. இரண்டும் பச்சை மசியில் இருக்கிறதுங் கறதைத் தவிர வேற எதும் ஒற்றுமை சொல்ல முடியாது! ரொம்பக் கஷ்டம்!'

மாதவராவ்! அவசரப்படாதே! அவசரத்தால் பாழாய்ப்போன கேஸ்கள் எத்தனை! திம்மராயப்பா கேஸை எப்போதும் ஞாபகப் படுத்திக் கொள்!

'இருப்பா! அந்தத் தந்தி இப்ப போகவேண்டாம். கொஞ்சம் விசாரிச்சுட்டு அப்புறம் அனுப்பலாம்.'

மாதவராவ் மறுபடி அந்த ஃப்ளாட்டுக்கு வந்தபோது அந்த இளைஞர்கள் காத்திருந்தார்கள்.

'ராகேஷ்! ஓ.எஸ். ராகேஷ்! அவனை எனக்குத் தெரியும் சார்.'

'அந்தாளு எங்க இருக்கார்?'

'தெரியாது! இப்ப எங்க இருக்கான்னு தெரியாது. ஆனா ஆறு மாசத்துக்கு முன்னாடி... என்னோட ரூம் மேட்டா இருந்தான்.'

'இந்த க்ரூப் போட்டோவைப் பாருங்க. இவன்தானா?'

'இவன்தான். கிரிக்கெட் ஆடுவான், தெரியும்!'

'ஸ்டுடண்ட்டா?'

'இல்லை. லா படிச்சு முடிச்சிருந்தான். பிராக்டிஸ் பண்ணலை. அவங்கப்பா ஃபேக்டரி பீண்யாவில் இருக்குது. மெஷின் டூல் ஃபேக்டரி. அதில் அப்ரெண்டிஸ்ஷிப் மாதிரி பண்ணிண்டிருந்தான்.'

‘ஃபேக்டரி பேர் தெரியுமா?’

‘ஞாபகமில்லை. ஆனா டெலிபோன் டைரக்டரியில பாத்தா ஞாபகம் வந்துரும்னு நினைக்கிறேன்.’

‘பாத்துச் சொல்லுங்க! ஒரு டெலிபோன் டைரக்டரி எடுத்துட்டு வாய்யா! அது வரதுக்குள்ளே அவன் எப்படிப்பட்ட ஆளுன்னு பொதுவாச் சொல்ல முடியுமா?’

‘கொஞ்சம் ரிசர்வ் டைப்! டி.எஸ். இலியட் எல்லாம் படிப்பான். ஷேக்ஸ்பியர் படிப்பான். சிவப்பா கொஞ்சம் பெண்மைத்தனமா இருப்பான். சியர்ஃபுல்லாப் பேசுவான். திடீர்னு பத்து நாள் பேசாம இருப்பான்...’

‘வயசு என்ன இருக்கும்?’

‘கொய்ட் யங். 26.’

மாதவராவ் அடுத்த கேள்வியைக் கேட்கச் சற்றுத் தயங்கினார். ‘மிஸ்டர் வாசுதேவன், அவன் தலை நரைக்கு சாயம் போட்டுப் பானா?’

‘மை காட்! எப்படி சார் உங்களுக்குத் தெரியும்!’

மாதவராவ் தன் ரத்த அழுத்தத்தைப் பற்றிக் கவலைப்பட்டார். ஈஸி, ஈஸி! பதட்டப்படாதே. மாதவராவ் மெல்ல மெல்ல அருகே வந்து கொண்டிருக்கிறார்...

‘சரியாச் சொல்லுங்க, அந்த ஆளு தலைக்கு சாயம் பூசிப்பானா?’

‘ஆமா சார்.’

‘நரையா?’

‘நரையோ அல்லது செம்பட்டையோ தெரியாது. ஒருமுறை அவன் காத்ரெஜ் ஹேர் டை வாங்கிப் பூசறதைப் பார்த்திருக் கிறேன்.’

‘அவன் எங்க இருக்கான்னு உங்கள்ல யாருக்காவது தெரியுமா?’ இதற்குள் அறையில் கூட்டம் சேர்ந்துவிட, ‘என்ன பிரதர். ராகேஷ் சிவப்பா உயரமா ஒரு பையன், கிரிக்கெட்கூட ஆடுவானே. ஞாபகம் இருக்கா?’

'மீசை வெச்சுண்டு வெடவெடன்னு?'

அவர்கள் ஒருவருக்கொருவர் தாழ்ந்த குரலில் பேசிக்கொள்வதைக் கவனித்தார். எல்லோருக்கும் போலீஸைப் பார்த்ததும் தயக்கம். எங்கேயாவது மாட்டிக்கொண்டு விடுவோமோ, சாட்சிக்குக் கூப்பிட்டு விடுவார்களோ என்று அவரவர் வார்த்தைகளை மென்று முழுங்குகிறார்கள். ஒருத்தரை ஒருத்தர் பார்த்து உதட்டைப் பிதுக்கிக்கொள்கிறார்கள்.

'ஜென்டில்மென்! உங்களில் யாருக்காவது அவனைப் பற்றி ஏதாவது விவரம் தெரிந்திருந்தால் அது போலீஸுக்கு உபயோக மாக இருக்கப்போகிறது. ஒரு முக்கியமான கொலை வழக்கில். உங்களுக்கு எந்தவிதமான பயமோ தயக்கமோ வேண்டாம். உங்களை நாங்கள் எந்தவிதத்திலும் தொந்தரவு செய்ய மாட்டோம்.'

மௌனம்.

'வெறும் தகவல் மட்டும் போதும்' என்றார்.

இன்னும் மௌனம்தான். ஒருவருக்கு ஒருவர் பார்வை பரிமாற் றம்தான்.

டெலிபோன் டைரக்டரி வந்தது.

'ஃபேக்டரி பேரையாவது கொஞ்சம் ஞாபகப்படுத்திச் சொல் றிங்களா?'

'எந்த ஃபேக்டரி சார்?'

'மை காட்! இப்பதானே சொன்னிங்க. பீண்யாவில் மெஷின் டூல்ஸ் ஃபேக்டரி இருக்குன்னு.'

அவன் தீர்மானம் இல்லாமல் அதைப் பிரித்துப் புரட்டி, 'எப்படின்னு தேடறது பேர் தெரியாம...'

'பின்ன எப்படி ஞாபகம் வரும்னு சொன்னிங்க?' என்று அதட்டினார்.

இதற்குள் கூட்டத்திலிருந்த ஒருவன் 'ஓ, அந்த ஆளா? ராகேஷ், லெஃப்ட் ஹாண்டட்...' என்றான்.

'இல்லைடா, அது சிவக்குமார்.'

'பின்ன இவன் விக்கெட்கீப்பரா இருந்தானோ?'

'சார், இதப் பாருங்க, இதா இருக்கலாம். ஆனா ஐம் நாட் வெரி ஷ்யூர். ஆதர்ஷ் மெஷின் டூல்ஸ், பி 1-7, பீண்யா இண்டஸ்ட்ரியல் எஸ்டேட், பங்களூர் - *58. 38417.*'

'எப்படி ஞாபகம் வந்தது?'

'டைரக்டரிக்குப் பின்பக்கத்தில் கிளாஸிஃபைடு கைடில் இந்த கம்பெனி பேர் இருந்ததா ஞாபகம் வந்தது. இதானான்னு சரியாச் சொல்ல முடியாது.'

'இதா இருக்கலாம் இல்லையா?'

'இருக்கலாம். நீங்க எதுக்கும் போன் பண்ணி விசாரிச்சுப் பாத்துருங்களேன். ராகேஷ் அங்க இருந்தானா, அதான் இடம்னு தெரிஞ்சுக்கலாம், என்ன.'

'தாங்க்ஸ், ஆனா அவன் அப்பா பீண்யாவில் இண்டஸ்ட்ரி வெச்சிருக்கிறது என்னமோ நிஜம்தானே?'

'நிச்சயம்! அவனே என்கிட்ட ஒரு முறை சொல்லியிருக்கான்.'

'சரி, தாங்ஸ், வரேன்.'

மாதவராவ் வெளியே வரும்போது உற்சாகம் குறைந்திருந்தார். தலைக்குச் சாயம் பொருந்துகிறது. உயரமான ஆள் என்றார்கள். கிரிக்கெட் எல்லாம்... இரு, இரு, பார்க்கலாம். இப்போது இந்த ராத்திரி வேளையில் தொழிற்சாலைக்குப் போய் என்னத்தைக் கண்டுபிடிக்க முடியும். எதற்கும் ஒரு ரிங் அடித்துப் பார்க்கலாம். ஷிஃப்டில் வேலை செய்யும் தொழிற்சாலையாக இருந்தால்கூட ஒரு வாட்ச்மேனாவது இருக்கமாட்டானா...

அலுவலகத்துக்கு வந்தவுடன் அந்த எண்ணைச் சுற்றிப் பார்த்தார். ரொம்ப நேரம் அடித்தது. இன்னும் எட்டு முறை பார்க்கப் போகிறேன். அதன் பின் வைத்துவிடப் போகிறேன்.

ஒன்று, இரண்டு, மூன்று, நான்கு...

'ஹலோ.'

'ஹலோ! இஸ் தட் ஆதர்ஷ் மெஷின் டூல்ஸ்?'

'ராங் நம்பர்!' என்றது அந்தமுனை தூக்கக் குரல். மாதவராவ் வெறுப்புடன் டெலிபோனை வைத்துவிட்டுச் சற்று நேரம் யோசித்தார். டி.ஸி.க்கு போன் செய்து இதுவரை கண்டுபிடித்ததைச் சொல்லவேண்டாமா? இதுவரை என்ன கண்டுபிடித்திருக்கிறோம்? சற்று அவசரப்பட்டு விட்டோம். பச்சை மசியில் கடிதமும் கையெழுத்தும் மட்டும் போதுமா! டி.ஸி. நிச்சயம் போதாது என்பார். நாளைக்கு அந்த போட்டோவைப் பெரிதுபடுத்தக் கொடுத்திருப்பது வந்துவிடும். இரண்டையும் பார்க்க போட்டோவின் பின்புறத்தவனையும், இம்தியாஸின் கிரிக்கெட் ஆல்ப போட்டோவையும் ஒரே அளவுக்குப் பெரிதுபடுத்தி ஒப்பிட்டுப் பார்த்து தீர்மானமாக ஏதும் தெரிந்தால்தான் இந்த ராகேஷை முழுமையாகச் சந்தேகிக்க முடியும். நாளை பீண்யா போய் விசாரித்துவிட்டு வரவேண்டும். டெலிபோன் எண் மாறியிருக்கலாம். அல்லது ஃபேக்டரி நின்று போயிருக்கலாம். சொல்லாதே! ஃபேக்டரி நின்று போகக்கூடாது. கடவுளே! இந்தத் துப்பு பாதியில் நின்று விட்டது என்றால், நான் சோர்ந்து அப்படியே விழுந்துவிடுவேன்.

ராகேஷ்! ராகேஷ்! எங்கிருக்கிறான் இந்த ராகேஷ்! இவன்தானா அல்லது இதுவும் மாயையா? பொறுத்துப் பார்க்கலாம். மாதவராவுக்கு வருத்தமாக இருந்தது. இவ்வளவு தூரம் வந்துவிட்டுத் தடைப்படுகிறது. கேஸ் தடுமாறுகிறது.

ராகேஷ்தானா என்று நிச்சயமாக இன்னும் தெரியவில்லை. நாளைக்கு எப்படியாவது அவனைப் பார்த்துவிடவேண்டும். என்ன முட்டாள்தனம்! அவன்தான் கொலைகாரனாக இருந்தால் எப்படி இந்த ஊரிலேயே இருப்பான் என்ற எதிர்பார்க்க முடியும். சொல்ல முடியாது. சில வேளைகள் அவர்கள் ஊரைவிட்டுப் போகாமல் இருப்பதும் உண்டு. கொலை பிஸினஸில் மாதவராவ் தெரிந்து கொண்டதெல்லாம் இதற்குப் பொதுப்படையான விதிகளே கிடையாது என்பதே. எல்லாம் விதி விலக்குகள்தான்! அசாத்தியப் பொறுமையும் எதையும் கடைசிவரை துரத்தும் விடாமுயற்சியும்தான் பெரும்பாலான கேஸ்களில் உதவும்.

22

மாதவராவ் வீட்டுக்குச் சென்றபோது மணி இரவு ஒன்பதரை ஆகிவிட்டது. அவர் மனைவி 'ரெண்டு மூணு தடவை உங்களுக்கு கால் வந்தது' என்றாள்.

'யாரு? பேர் கேட்டு வெச்சுண்டியா?'

'பேர் சொல்லலை.'

'ஆணா, பெண்ணா?'

'ஆண் குரல்தான்.'

'மறுபடி போன் பண்றதாச் சொன்னானா?'

'சொல்லலை.'

'யாராக இருக்கும்' என்று சற்றுநேரம் யோசித்துப் பார்த்தார்.

'இனிமே யாராவது போன் வந்ததுன்னா பேர் கேட்டு வெச்சுக்க.'

'அவங்க பேர் சொன்னாத்தானே.'

காலை எழுந்து சீக்கிரமே குளித்துவிட்டு சிற்றுண்டி செய்துவிட்டு பீண்யாவில் விசாரிக்கப் புறப்பட்டு விட்டார். அந்த பி. 1-7-ஐத் தேடிச் சென்றார்.

தனித்தனியாக ஆஸ்பெஸ்டாஸ் கூரைகளுடன் சின்னச் சின்ன கட்டடங்கள் நிற்கும் தொழிற்பேட்டைப் பகுதியில் ஐ.எஸ்.ஆர்.ஓ. தெரிந்தது. இங்கேயா ஆப்பிள் சாட்டிலைட்டைத் தயாரித்தார்கள் என்று வியந்தார். தாழ்வான கட்டடங்கள். வானத்தை விரும்பிக்கொண்டு ஒரு சிக்கலான ஆன்டெனா தெரிந்தது. கடந்து சென்று பின்பகுதிக்கு வந்தார். ஆதர்ஷ் மெஷின் டூல்ஸ் என்ற பெயர்ப் பலகையைப் பார்த்ததும் அவருக்கு நம்பிக்கை அலைமோதியது. சின்ன இடம்தான். உள்ளே சுறுசுறுப்பில்லை. ஒரு வாட்ச்மேன் மட்டும் காக்கியில் காத்திருந்தான். கதவைச் சப்தப்படுத்த, மெல்ல வந்தான்.

'வாய்யா சீக்கிரம்' என்று அதட்டினார்.

அவன் ஓடிவந்து, 'ஃபேக்டரி இன்னிக்கு லீவுங்க' என்று சொல்லிக்கொண்டே திறந்தான்.

'முதலாளி யாரு?'

'தெரியாதுங்க.'

'ராகேஷ் இங்க வருவாரா?'

அந்தப் பெயர் அவனுக்குப் பரிச்சயமற்றது என்பது முகத்தில் தெரிந்தது.

'உனக்கு யாரு மேலதிகாரி?'

'செக்யூரிட்டி ஆபீஸருங்க.'

'அவர் எங்க இருக்கார்?'

'தெரியாதுங்க!'

'ஏன்யா ஒண்ணும் தெரியாதா உனக்கு? இப்ப இந்த ஃபேக்டரி யில திருட்டு, தீ விபத்து ஆயிருச்சுன்னா எப்படி, யாருக்கு தகவல் சொல்வே.'

'டெலிபோன் நம்பர் கொடுத்திருக்காங்க. பாபு சார் வீட்டுது.'

'அதைத்தான் கொண்டா.'

'அவரே இப்ப வருவாருங்க. எல்லாம் சரியா இருக்கான்னு ஒருமுறை பாத்துட்டுப் போக.'

‘சரிதான்’ என்று மாதவராவ் காத்திருந்தார். வாட்ச்மேன் ஒரு தொல்பொருள் நாற்காலியை அவரருகில் கொண்டுவந்து ‘உக்காருங்க அய்யா’ என்று போட்டான். ஷட்டர் மூடியிருந்த வாசலில் உட்கார்ந்தார்? மற்றொரு காத்திருத்தல்! இந்த கேஸில் இது எத்தனை? எல்லா இடங்களிலும் காத்திருந்தாகிவிட்டது. மார்ச்சுவரியில், லாபில், மல்லேஸ்வரம் கிளப்பில், சாரி, இம்தியாஸ் போன்றவர்கள் வீட்டு வாசலில். எல்லாம் சேர்ந்து எத்தனை மணி நேரம் காத்திருந்திருப்பேன்? எத்தனை நாட்கள்?

பாபு சார் இளைஞராகத்தான் இருந்தார். விடுமுறையானதால் சீருடை அணியவில்லை போலும். பச்சையில் வெயில் கண்ணாடி அணிந்து பதினைந்து நிமிஷத்துக்கு முன்தான் சவரம் செய்திருந் தவர்போலத் தோன்றினார். நெற்றி சின்னதாக இருந்தது.

‘உங்க பேர்?’

‘பாபு ஜான்.’ சிரியன் கிறிஸ்தவர்கள் இல்லாத தொழிற்சாலையே கிடையாது...

‘மிஸ்டர் பாபு, நான் ராகேஷைப் பற்றி விசாரிக்க வந்தி ருக்கிறேன்.’

அவர் முகம் மாறியது. ‘என்ன ஆச்சு, அவன் எதாவது சிக்கலில் மாட்டிக்கொண்டு விட்டானா?’

‘இல்லை, அவன் எங்கே இருக்கான் என்று தெரியவேண்டும்.’ அப்பா! முதல் முறையாக ராகேஷ் இருப்பது தெரிகிறது.

‘இங்கே வருவதே இல்லையே.’

‘எப்போது கடைசியாக இங்கு வந்தான் என்று சொல்ல முடியுமா?’

‘ஏஜஸ்! எட்டு மாசம் ஆகியிருக்கும். எனக்குத் தெரிந்தவரை ஃபேக்டரியை இப்போதெல்லாம் அவன் கவனிப்பதே இல்லை. எல்லாம் ஒர்க்ஸ் மேனேஜர் கணேசன்தான் பார்த்துக் கொள் கிறார்.’

‘ராகேஷ் எங்கே தங்கி இருக்கிறான்?’

‘நீங்கள் கேஸ் என்ன என்று சொல்லுங்கள்.’

‘ஐ ஜஸ்ட் வாண்ட் டு டாக் டு ஹிம்.’

‘எதாவது தப்புத் தண்டா?’

‘வெறும் சந்தேகம்தான். அவன் அப்பா அம்மாவைப் பார்க்க விருப்பம்.’

‘அப்பா ஜெர்மனியில் இருக்கிறார். அம்மா உயிருடன் இருப் பதாகத் தெரியவில்லை.’

‘அவனை நான் சந்தித்து ஆகவேண்டுமே.’

பாபு ஜான் தயங்கினார்.

மாதவராவ் யோசித்து, ‘ஒன்றுமில்லை, ஒரு சின்ன விசாரிப்பு தான். நீங்களும் என்கூட வாருங்களேன். உங்களுக்கும் அவனைப் பார்த்ததுபோல இருக்கும்.’

‘அதுகூடச் சரிதான்’ என்று அவர் ஜீப்பில் ஏறிக்கொண்டார். ‘பேலஸ் அப்பர் ஆர்ச்சர்டுக்குப் போங்க’ என்றார். ‘அங்கதான் இருக்கணும். ஃப்ளாட் நான்தான் எடுத்துக் கொடுத்தேன். மை காட்! அவனைப் பார்த்து ஒரு வருஷமாச்சுன்னு நினைக்கிறேன்.’ ஜீப் புறப்பட, ‘ஒரு டேப் காஸட் வாங்கச் சொல்லியிருந்தான். அதை எடுத்துட்டு வீட்டுக்குப் போனபோது பார்த்ததுதான். ஃபேக்டரியில் ட்ரெய்னிங் எடுத்துக்கட்டும்னு பெரியவர் இங்க விட்டுட்டுப் போயிருக்கார். அவன் அதைத் தவிர பாக்கி எல்லாம் செய்துக்கிட்டிருக்கான். இப்ப என்ன கேஸ்னு சொல்லவே இல்லை; டிரக்ஸ்...’

‘அதெல்லாம் இல்லை. சும்மா ஒரு ரொட்டின் இன்வெஸ் டிகேஷன்.’ அனாவசியத்துக்கு இப்போது குழப்ப விருப்ப மில்லை. ஆசாமி ஒத்துழைக்கிறான்.

பாஷ்யம் வட்டத்தில் சுற்றி ஏரிக்கரை நீச்சல் குளத்தைத் தாண்டி தனித்தனி சொர்க்க பொம்மைகளான வீடுகளைக் கடந்தார்கள். பேண்ட் போட்ட நங்கைகள் பவுடர் போட்ட நாய்களைப் பின் தொடர்ந்துகொண்டிருந்தார்கள்.

‘இதான்...’

தனி வீடு. இறங்கி வாசலுக்கு வந்து வராந்தாவுடன் ஒட்டிக் கொண்டிருக்கும் புல்வெளியில் நடந்து வாயில்கதவு அழைப்பு மணியை அழுத்திக் காத்திருந்தார்கள். ஜன்னல்கள் மூடியிருந்தன.

மறுபடி அழுத்திவிட்டு மாதவராவ் கண்ணாடிக்குள் எட்டிப் பார்த்தார்.

'கொஞ்சம் இருங்க. வேலைக்காரன் அவுட்ஹவுஸில் இருப் பான். பார்த்துட்டு வரேன்.'

மாதவராவ் உள்ளே பார்த்தார். மேசை சுத்தமாக இருந்தது. காப்பிக் கோப்பைகள் அலமாரியில் பூட்டப்பட்டு சுவர்க் கடிகாரம் 1:17-ல் நின்றிருந்தது. யாரும் இல்லை.

'எங்கய்யா போயிருக்காரு?'

வேலைக்காரன் துண்டால் முகத்தை ஒத்திக்கொண்டு வந்தான். மாதவராவைப் பார்த்து ப்ரேக் போட்டான். அவன் கையில் சாவிக்கொத்து.

'அய்யா வரவே இல்லிங்களே!'

'எத்தனை நாளாச்சு?'

'அது ஆச்சுங்க ஒரு மாசத்துக்கு மேல! திறக்கணுங்களா?'

'திற.'

செக்யூரிட்டி ஆபீசரை அவன் பார்க்க அவர் சற்றுத் தயக்கத்துடன் 'எதுக்குன்னு சொன்னிங்கன்னா நல்லது' என்றார்.

'சொல்றேன், உள்ளே போனதும் சொல்றேன்.'

'திறய்யா.'

ஹாலில் மொஸாய்க் தரையில் லேசாகத் தூசு இருந்தது.

'ஏன்யா, கூட்டிப் பெருக்கறதில்லையா நீ?'

'வாராவாரம் செய்யறேனுங்க. ராகேஷ் அய்யாதான் எதையும் கலைக்கக்கூடாதுன்னுட்டு...'

'எங்க போயிருக்கார்னு தெரியவே தெரியாதா உனக்கு?'

'ம்ஹூம். எங்கிட்ட சொல்ல மாட்டாருங்க. திடீர்னு நாள் கணக்கா காணாமப் போயிடுவாரு. திடீர்னு வருவாரு...'

சுவரில் இருந்த காலண்டரில் நாள் தாள்கள் கிழிக்கப்படாமல் மார்ச் 17. மாதவராவுக்கு இதயம் ஒரு துடிப்பை விட்டுவிட்டது.

‘இதுதான் பெட்ரூமா.’

படுக்கை நாள்கணக்காகப் படுக்கப்படாமல் போர்த்தியிருந்தது. கபோர்டில் சட்டைகள் தொங்கின. டிரஸ்ஸிங் மேஜையில் தைலம், சீப்பு, ஹேர் பிரஷ், பவுடர்... காத்ரெஜ் சாயம்... இழுப் பறைகள் ஒவ்வொன்றாக இழுத்து இழுத்துப் பார்த்தார். மேல் மூன்றும் திறந்துகொள்ள சட்டைகள், கடிதங்கள், டயரி, திறந்தார்... எழுதப்படாத டயரி... நான்காவது இழுப்பறை பூட்டியிருந்தது.

‘இந்த டிராயருக்கு சாவி உங்கிட்ட இருக்குதா?’

‘இல்லிங்க, அவர்தான் வெச்சிருக்காருங்க!’

‘ஒரு கடப்பாரை கொண்டு வா!’

‘இன்ஸ்பெக்டர், ஐ மஸ்ட் அப்ஜெக்ட்! நீங்க உள்ள நுழைஞ்சதை...’

‘ஆல்ரைட்! ஆல்ரைட்! ஒரு சர்ச் வாரண்ட்டுக்கு ஏற்பாடு செய்யறேன்! பக்கத்தில் டெலிபோன் இருக்குதா?’

‘பக்கத்து வீட்டில் இருக்குங்க.’

‘உங்க பேர் என்ன?’

‘ராம் மோஹன்.’

‘மிஸ்டர் ராம் மோஹன். கொஞ்ச நேரம் வெய்ட் பண்றிங்களா?’

‘கேஸ் என்னன்னு சொன்னிங்கன்னா உபகாரமா இருக்கும்!’

‘தேடினப்புறம் தெளிவா சொல்றேன்... இல்லீகலா எதையும் செய்ய விரும்பலை நான்... ஐ’ல் கெட் எ வாரண்ட் ஃபர்ஸ்ட்.’

‘அட நீங்களா’ என்றான் ராகேஷ். ‘வாங்க வாங்க, உள்ள வாங்க உமா. ஏன் அங்கேயே நிக்கறிங்க. ஆனந்த் வரலையா?’

‘வரச் சொல்லியிருக்கேன்!’

'அப்பாடா! வழி தெரிஞ்சுதா கடைசியில... உக்காருங்க... ஸாரி, ரூம் குப்பையா இருக்கு. ஒரு ஃப்ளாட் எடுக்கணும். பெங்களூர்ல வீடே இருக்கு... கம் இன் ப்ளீஸ்! தயங்காதீங்க.'

உமா உள்ளே தயங்கிக்கொண்டுதான் நுழைந்தாள். என்ன தைரியமான, அடாவடித்தனமாக காரியம் இது. எதற்காக இங்கு வசீகரிக்கப்பட்டு வந்திருக்கிறேன். அது மாயாவின் வசீகரமா, ராகேஷின் வசீகரமா... இல்லை, மாமியாரின் கட்டுப்பாட்டுக்கு நான் தெரிவிக்கும் எதிர்ப்பா? இனி நான் சுதந்தரன் என்கிற ஊர்ஜிதமா? லேசாக உட்கார்ந்து சுற்றுமுற்றும் பார்த்தாள்...

'...சொல்லுங்க, முதல் தடவையா ரூமுக்கு வந்திருக்கீங்க, என்ன சாப்பிடறீங்க?'

'சாப்பிட வரலை, பேச வந்தேன்.'

'மை ப்ளெஷர்.'

சர்ச் வாரண்ட்டுடன் வந்த மாதவராவ் உள்ளே சென்று அந்த பூட்டப்பட்டிருந்த டிராயரை இரும்பு ஆயுதத்தால் நெம்பித் திறந்தார். உள்ளே பலப்பல புத்தகங்கள் அடுக்கியிருந்தன. அவற்றை ஒவ்வொன்றாக வெளியே எறிந்தார். கீழே ஒரு செய்தித்தாள் பொட்டலம் தென்பட்டது. எடுத்தார். கிழித்தார். சட்டை.

கரு ரத்தக் கறை படிந்த சட்டையைப் பிரித்தார். ரத்தம் உறைந்து போன கத்தி.

'இவன்தான்!' என்றார் மாதவராவ்.

23

'ராகேஷ், உங்களை எனக்குப் பிடிச்சிருக்கு' என்றாள் உமா.

உமா சொன்னதைக் கேட்ட ராகேஷுக்கு உடனே கண்களில் கண்ணீர் ததும்பியது. 'இந்த மாதிரி நீங்க ஒரு நாள் சொல்லப் போறிங்கன்னு காத்திருந்தேன். உமா! உமா! உமா! உங்களுக்கு எப்படி என் மன கனத்தைச் சொல்வேன். உங்களுக்காக நான் எத்தனை செய்திருக்கிறேன் தெரியுமா?'

'செய்திருக்கிங்களா? என்ன செய்திருக்கிங்க?'

'எல்லாம் செய்திருக்கேன்! அதைச் சொல்ல வேண்டிய சந்தர்ப்பம் வரும்போது சொல்றேன்.'

'இப்பத்தான் சொல்லுங்களேன்.'

'இப்ப சொன்னா தற்பெருமை ஆகிவிடும். உமா, இது சந்தோஷ வேளை. முதல் முதலா என் முயற்சிகளுக்குப் பலன் கிடைக்க ஆரம்பிச்சிருக்கிற வேளை. கொண்டாடவேண்டிய வேளை. நான் எப்படி என் சந்தோஷத்தைத் தெரிவிக்கிறதுன்னே தெரியலை. குட்டிக் கரணம் போடட்டுமா?'

'வேண்டாம்' என்று சுருக்கமாகச் சிரித்தாள். 'எனக்கு உங்களைப் பத்தி இன்னும் கொஞ்சம் தெரிஞ்சுக்க ஆவல்.'

'கேளுங்க.'

'கல்யாணம் ஆகலைன்னு நினைக்கிறேன்.'

'ஓ நோ, காத்துக்கிட்டு இருக்கேன், உமா சரின்னு சொல்ல!'

மௌனமாக இருந்தாள்.

'உமா! உங்களுக்கு ஒரு கதை சொல்லட்டா, என் நண்பருடைய கதை. அவர் ஒரு ஆங்கிலோ இந்தியர். ஜாக்ஸன்னு பேரு. அவங்க கம்யூனிட்டியிலேயே ஒரு பெண்ணைக் காதலிச்சார். பேர் எலிசபெத். அவளையேதான் கட்டிப்பேன்னு பிடிவாதமா இருந்தார். அப்ப அவர் நல்ல வேலையில் இல்லை. பெண்ணுடைய பெற்றோர்கள் அவளை வசதியுள்ள இன்னொருத்தருக்குக் கல்யாணம் செய்து கொடுத்துட்டாங்க. அந்த மனச்சோர்வில் அவர் கல்யாணம் செய்துக்கவே இல்லை. அந்தம்மா கல்யாணம் செய்துக்கிட்டு, புருஷன்கூட ஆஸ்திரேலியா போய், நாலு குழந்தை பெத்துக்கிட்டு, வயசாகிப்போய், பெருத்துப் போய், அழகெல்லாம் அழிஞ்சுபோய், கணவன் நாளடைவில் இறந்துபோய், இருபது வருஷம் கழிச்சு, குழந்தைகளோட இந்தியா திரும்பி வந்தாங்க. ஜாக்ஸன் ஏர்போர்ட்டில் காத்துக்கிட்டு இருக்கார். அவளை அடுத்த சந்தர்ப்பத்தில் கல்யாணம் செய்துக்கிட்டார்! குழந்தைகளைத் தன் குழந்தைகளாப் பாவிச்சுக்கிட்டார்! 'எனக்கு மூச்சு விடறதுக்கு ஒரு நாள்தான் பாக்கி இருந்து, அன்னிக்கி நீ வந்தாலும் உன்னை நான் கல்யாணம் செய்துகிட்டு இருப்பேன் எலிஸபெத்'னார். உமா, அதேதான் நானும் உங்களுக்குச் சொல்ல விரும்பறேன்.

'உங்களை முதல் தடவை கிரிக்கெட் மைதானத்தில் பதிமூணு பெண்கள் மத்தியில் பைனாக்குலர் மூலமாப் பாத்த அந்தக் கணத்தில் இருந்து உங்களைத் தவிர மத்த யாரையும் நான் பார்க்கவே இல்லை. நீங்க ஓடறதையும், பந்து வீசறதையும், மத்த பெண்களோட பேசறதையும், நடக்கிறதையும், குனியறதையும், அடிக்கடி பின்னலைத் தள்ளிவிட்டுக்கறதையும், எல்லாத்தையும் பார்த்துக்கிட்டே வந்திருக்கிறேன். எல்லாத்துலயும் கொஞ்சம் பெண், கொஞ்சம் சின்னப் பையனுடைய தன்மை, ஒரு வித 'அடானிஸ்'தனம் இருக்கிறதைக் கவனிச்சு இருக்கேன். அது எனக்கு ஒரு விநோதமான வசீகரம். நான் மத்த பெண்களைக் கவனிச்சதே இல்லை.

‘உங்க முகத்தில் அரும்பற வியர்வையைச் சேகரிச்சு சின்ன முத்தா பத்திரப்படுத்த ஆசைப்பட்டிருக்கேன். நீங்க டூர் போனப்ப எல்லாம் உங்க பின்னாடி வந்திருக்கேன். உங்களுக்கு ஞாபகம் இருக்கா. ஒருமுறை பங்களூர் போனப்ப பிருந்தாவன்ல வந்து சந்திச்சுப் பேசினேன். முதல்முறை உங்ககூட நான் பேசினது. அதுக்கு முந்தி எத்தனையோ தடவை கற்பனையில் உங்ககூடப் பேசியிருக்கேன்.

‘நீங்க காலேஜ் போறப்ப பாத்திருக்கேன். ஆனுவல் டேல உங்க சட்டைல மெடல் குத்தினாங்க. தாஸப்ரகாஷ்ல ஒரு நா ராத்திரி ஐஸ்கிரீம் சாப்பிட்டபோது கவலைப்பட்டிருக்கேன். க்யூவில சிரிச்சுக்கிட்டே நின்னுகிட்டு காஸினோவில் டிக்கெட் வாங்கி னிங்க. அப்புறம், அப்புறம்... உங்க கல்யாணத்தின்போது காலைல முகூர்த்தத்துக்கு வந்திருந்தேன். சாயங்காலம் ரிசப்ஷன், கச்சேரிக்கு அப்பறம் உங்களை மாப்பிள்ளை வீட்டில கொண்டுவிட்டபோது பார்த்துக்கிட்டுத்தான் இருந்தேன். புதுப்புடைவை எல்லாம் உடுத்திக்கிட்டு அந்த அறைக்குள்ள நீங்க நுழையறப்ப பாத்துக் கிட்டுத்தான் இருந்தேன். உமா, அன்னிக்கு ராத்திரி நானே மூர்த்தியா என்னை நினைச்சுக்கிட்டு உங்களை மானசீகமா... இதில இனிமே என்ன வெட்கம் சொல்லிக்கிறதுக்கு... கட்டித் தழுவி அனுபவிச்சேன் உமா. நீங்க களங்கப்படலை இன்னும். நான்தான் மூர்த்தி ரூபத்தில் உங்களை ஆட்கொண்டேன். நான்தான், நான்தான்...’

‘மை காட்! நீங்க ரொம்ப அப்ஸெஸ்டா இருந்திருக்கிங்க!’

‘அப்ஸெஷன் சாதாரண வார்த்தை. பைத்தியம்! உமாவை எந்த ரூபத்திலயும் எந்த நேரத்திலயும் ஏத்துக்கத் தயாரா இருக்கற தாஸானுதாஸத்தனமான பைத்தியம் உமா! உமா, உங்களுக்காக நான் பட்ட சித்திரவதையும் வேதனையும் சொல்லுக்கு அடங் காது. மூர்த்தி செத்துப் போயாச்சு. அவன் முடிஞ்சுபோன சரித்திரம். இப்ப நடக்கிறது நம்ம ரெண்டு பேருக்காக ஒரு புது சரித்திரம். உமா சொல்லுங்க, சம்மதம்னு சொல்லுங்க!’

‘இல்லை ராகேஷ்! இன்னும் யோசிக்கணும்.’

‘இனிமே என்ன யோசனை இருக்கு உமா? நீங்க இதுவரைக்கும் ஆடின முப்பத்து எட்டு கிரிக்கெட் மேட்சையும் பாத்திருக்கேன். ஒவ்வொண்ணிலயும் உங்க ஸ்கோர் என்னன்னு சொல்லட்டுமா. எத்தனை விக்கெட் எடுத்தீங்கன்னு சொல்லட்டுமா?’

'வேற வேலையே இல்லாம என்னையே துரத்தியிருக்கிங்க! ஆனா ஒரு பேச்சுக்குக் கேக்கறேன். ஏன் என்கிட்ட வந்து பழக முயற்சி எடுத்துக்கவே இல்லை நீங்க?'

'உமா, நான் சுபாவத்தில் ரொம்ப சங்கோஜி.'

'ஆனாலும் இப்படி...'

'ஒரு வேளை நீங்க 'சீ போடா ராஸ்கல்'னு சொல்லிட்டா என்ன செய்யறதுன்னு பயம். என் வாழ்க்கை பூராவும் சொல்லாம விட்டுப்போன விஷயங்கள் எத்தனை தெரியுமா. எனக்கு லா படிக்க இஷ்டமில்லை. கிரிமினாலஜியைத் தவிர மத்ததெல்லாம் போர். அதை அப்பாகிட்ட சொல்லத் தைரியம் வராம அவர் சொன்னபடியே படிச்சு முடிச்சேன். எனக்கு தொழிற்சாலை மேற் பார்வையில் இஷ்டமே இல்லை. ஆனா அதுக்கு உண்டான பயிற்சி எடுத்துக்கன்னு அப்பா சொன்னவுடனே ஆடுமாதிரி போய்ப் பயிற்சி எடுத்துக்கிட்டேன். எனக்கு இஷ்டமான காரியங்கள் எதையும் நானா, சொந்தமா விரும்பிச் செய்ய எங்கப்பா இடம் கொடுக்கலை.'

'உங்களுக்கு இஷ்டமான காரியம் எது?'

'உமா.'

'நான் கேட்டது காரியம்!'

'அதுவும் உமாதான்.'

'புரியலை.'

'உமா, உங்களை நான் முத்தமிடலாமா?'

'ஓ. நோ!'

'உங்க கையைப் பிடிச்சுக்கிட்டு நான் கொஞ்ச நேரம் வெச்சுக் கலாமா?'

'உங்களை என்ன சொல்றதுன்னே தெரியலை.'

'பைத்தியம்னு சொல்லுங்க. உமாப் பைத்தியம்! கொஞ்சம் இருங்க' என்று அவன் அலமாரியிலிருந்து ஒரு பெரிய புத்தகத்தை எடுத்து அதை ஜாக்கிரதையாகப் பிரித்தான். பிரித்து

அதிலிருந்து நுட்பமாக ஒரே ஒரு தலை மயிரை எடுத்தான். 'உங்க தலைமயிர்! அப்புறம் இதைப் பாருங்க... உங்க கர்ச்சீப். அன்னிக்கு ஹோட்டல்ல நான் திருடிக்கிட்டேன். அப்பறம் இது. இது... சொன்னா நம்ப மாட்டிங்க. இது உங்க புடைவையில் கிடைச்ச ஒரு நூல்!'

அவனைப் பார்த்தபோது அவள் மனத்தில் இப்போது லேசாக ஒரு சந்தேக மின்னல் ஏற்பட்டது. 'ஹி இஸ் நாட் நார்மல்!'

'சொன்னா நம்பமாட்டிங்க. உங்க கர்சீப்பைக் கையில் வெச்சுக் கிட்டு லேசாத் திரிச்சு என் முகத்தில் குருகுருன்னு பண்ணிக் கிட்டே இருந்தாத்தான் எனக்குத் தூக்கம் வரும்.'

உமா சற்றுக் கலைந்துபோய் மெல்லிய குரலில் 'இந்த மாதிரி ஒருத்தர் என்னைப் பத்தி எப்பவும் நினைச்சுண்டிருக்கார்ங்கறது எனக்குப் பெருமையாகவும் அதே சமயம் பயமாகவும்கூட இருக்கு ராகேஷ்! நான் வரட்டுமா?'

'எனக்குப் பதில் சொல்லலையே இன்னும் நீங்க.'

'என்ன பதில்?'

'என்னைக் கல்யாணம் பண்ணிக்க உங்களுக்குச் சம்மதமா இல்லையான்னு?'

'அப்புறம் சொல்றேனே.'

'எப்ப? எப்ப?'

'இன்னும் கொஞ்சநாள் ஆகட்டுமே!'

'ஏன் உமா, ஏன்? உங்களுக்காக நான் எவ்வளவு செஞ்சிருக்கேன். எவ்வளவு தூரம் போயிருக்கேன். எவ்வளவு கா... வேண்டாம் அதைப்பத்தி என்ன பேச்சு இப்ப... எனக்கு எப்ப பதில்? அதைச் சொல்லாம நீங்க இந்த இடத்தை விட்டுப் போக விட மாட்டேன்... அன்புக் கட்டளை!'

'ராகேஷ், இது உடனே தீர்மானிக்கவேண்டிய காரியம் இல்லை. எங்கப்பா அம்மாவைக் கேட்கணும். அதைவிட எனக்கு எல்லாமே அவசரப்பட்டு நடக்கிறமாதிரி தோண்றது. மூர்த்தியோட சுவடுகள் எங்கிட்ட இருந்து அழியவேண்டாமா? அதுக்குக் கொஞ்ச நாள் ஆகவேண்டாமா?'

'எவ்வளவு நாள்? மூணு மாசம்? ஒரு வருஷம்? எவ்வளவு நாள், சொல்லுங்க உமா! காத்திருக்கேன்!'

'உமா யோசித்தாள். 'நமக்குள்ள ஒரு ஒப்பந்தம் வெச்சுக்கலாம். நீங்க எனக்கு அந்த மாயா யாருன்னு காட்டுங்க. நான் உங்க கேள்விக்குப் பதில் சொல்றேன்.'

'ஆல்ரைட். இட்ஸ் எ டீல்! என்னிக்குக் காட்டணும்?'

'என்னிக்கு உங்களால காட்ட முடியுமோ?'

'இன்னிக்கே? இப்பவே?'

'அதுவும் சரிதான்.'

'மாயாவைக் காட்டணும். அவ்வளவுதானே?'

'அவ்வளவுதான்.'

'வாங்க, காட்டறேன்.'

'இப்பவேவா?'

'இப்பதான்! முடிச்சுரலாம்! போஸ்ட்போன் பண்ணிக்கிட்டு இருக்கறதில் பிரயோசனம் இல்லை. என்கூட வரிங்களா!'

'எங்க?'

'மாயாவைப் பார்க்கறதுக்கு.'

உமா தயக்கத்துடன் அவனைத் தொடர்ந்து அடுத்த அறைக்குச் சென்றாள். அங்கே ஒரு சன்னலைத் திறந்து, 'உமா! அதோ பாருங்க. அதுதான் மாயா' என்றான்.

'மாதவராவ் அந்த ஓட்டல் ரிஜிஸ்தரை மறுபடி பார்த்தார். பட்டியலில் மூர்த்தி இறந்த அன்று தங்கியிருந்தவர்கள் பெயர்கள் அத்தனையும் இருக்க, நிதானமாக பென்சிலால் அதை ஆராய்ந்து கொண்டே வந்தார்.

ஆர்.எஸ். சேகர் என்ற பச்சை மசிக் கையெழுத்தில் நிறுத்தினார்.

'சேகர்! ராகேஷ்! இனிஷியல்கள் ஒத்துப்போகின்றன. தங்கின அறை? மூர்த்தியும் உமாவும் தங்கின அறைக்கு நேர் எதிர்

கட்டடத்து அறை. ராகேஷ் என்கிற கையெழுத்துக்கும் சேகர் என்கிற கையெழுத்துக்கும் ஒற்றுமை இருப்பது தெரிந்தது. ஆங்கில கே எழுத்தை ஆர் போலப் போடும் பழக்கம் இரண்டிலும் தெரிந்தது. இவனை ஏன் நாம் அப்போது விசாரிக்கவில்லை? பிரம்மாண்டமான ஓட்டல்! மூர்த்தி தங்கியிருந்த பிளாக்கில்தான் முழுவதும் விசாரித்தோம். இவன் தூரத்தில் இருக்கும் எதிர் பிளாக்கில் தங்கியிருக்கிறான். அங்கிருந்து கண்காணித்திருக்கிறான். பாடம்... இவர்களை விசாரித்தால் போதும் என்று நீயாகவே தீர்மானிக்காதே! அந்த இடத்தில் அருகில் இருக்கும் புல் பூண்டுகளைக்கூட விட்டு வைக்காமல் இனி விசாரிக்க வேண்டும்!'

'உங்க ஓட்டல் செக் அவுட் டைம் எப்ப?'

'பகல் பன்னிரண்டு.'

'இந்த ஆளு பதினேழாம் தேதி காலி பண்ணிட்டுப் போயிருக்கான். அப்படின்னா சம்பவம் நடந்துகொண்டிருக்கிற அதே சமயம் செக் அவுட் பண்ணதா அர்த்தமா?'

'அப்படிச் சொல்ல முடியாது சார். சில வேளைகளில் சித்த முன்னப் பின்ன இருக்கும். பத்து மணிக்குக்கூட அவர் போயிருக்கலாம்.'

'அதேபோல ஒரு மணிக்குன்னு இருந்தால்கூட நீங்க இன்னொரு நாள் வாடகை சார்ஜ் பண்ணுவீங்களா?'

'இல்லை சார். அப்படி இன்சிஸ்ட் பண்றதில்லை.'

'எந்த மணி வரைக்கும் அந்த மாதிரி இன்சிஸ்ட் பண்ண மாட்டிங்க?'

'மூணு, நாலரை வரைக்கும்கூட அனுமதிப்போம்.'

'இந்த ஆளு உங்க டெஸ்க் மூலமாத்தான் செக் அவுட் பண்ணியிருப்பானோ?'

'இல்லை சார், இது அந்த பில்டிங்களுக்கு உண்டான ரூம். அதுக்கு செப்பரேட் ரிசப்ஷன் செக்ஷன் இருக்கு?'

'ரெண்டு பில்டிங்களுக்கும் தொடர்பு இருக்குமா?'

'ஒரு சர்வீஸ் என்ட்ரன்ஸ் மூலமா இணைப்பு இருக்கு.'

‘அந்த ரூம்ல போய்ப் பார்க்கணும்.’

‘வாங்க காட்டறேன். ஏன் சார், இன்னும் ஆளைக் கண்டு பிடிக்கலையா நீங்க?’

‘ஆளைக் கண்டுபிடிச்சுட்டோம். தேடிக்கிட்டிருக்கோம்.’

மாதவராவ் அந்த அறைக்குச் சென்று பார்த்தார். மூர்த்தி கொலை யுண்ட அறைக்கு நேர் எதிரே இருந்தது. அறை காலியாக இருந்தது. உள்ளே சென்றார். சுவரில் மாட்டியிருந்த நவீன சித்திரம் அவருக்குப் புரியவில்லை. கோட்டு மாட்டுவதற்கு அலமாரி இருந்தது. இரண்டு படுக்கை. ‘இதை சிங்கிளாவும் கொடுப்போம். சார்.’ பாத்ரூமில் குழாய் கசிந்துகொண்டிருந்தது. ராகேஷ் இங்கேதான் தங்கியிருந்திருக்கிறான். அவன்தான் என்று கண்டுபிடித்தாகிவிட்டது. எங்கே இருக்கிறான் என்றுதான் தெரியவில்லை. இங்கே இருந்திருக்கிறான், அங்கே இருந்தி ருக்கிறான் என்றுதான் இதுவரை சொல்ல முடிந்திருக்கிறது. சென்னைத் தொழிற்சாலைக்கு டிரங்க் கால் போட்டுப் போட்டு கேட்டாகிவிட்டது. அந்தப் பக்கமே வரவில்லையாம். சென்னை யில் அவன் சாதாரணமாகத் தங்கும் அறைக்கும் போய்த் தேடி யாகிவிட்டது. அவன் அந்த அறையை சென்ற ஆறு மாதங்களாக உபயோகிக்கவே இல்லையாம்.

‘என்ன சார் பாக்கறீங்க. ஏதாவது பர்ட்டிக்குலரா...’

‘என்ன பாக்குறேன்னு எனக்குத் தெரியாதுங்க.’ மாதவராவ் அசந்தர்ப்பமான இடங்களை எல்லாம் பார்வையிட்டார். படத்துக்குப் பின்னால், கார்ப்பெட்டுக்கு அருகில், மர பீரோ வுக்கு மேல்புறத்தில், இந்த இடங்கள் எல்லாம் தினசரிச் சுத்தங் களிலிருந்து தப்பிப்பவை. கொஞ்சம் சரித்திரம் கிடைக்கலாம். நாற்காலியில் ஏறிப் பார்த்தார். அலமாரிக்கு மேல் ஒரு சிகரெட் பெட்டி இருந்தது. திறந்து பார்த்தார். ஒரு சிகரெட் பாக்கி யிருந்தது.

எப்படி இங்கு வந்திருக்க முடியும்? படுத்திருப்பவன் விளை யாட்டுத்தனமாக அதை மேல்நோக்கி வீசி எறிந்திருக்கலாம். அது அங்கே அகப்பட்டுவிட மேலே ஏறி எடுக்க சோம்பல்பட்டு, விட்டிருக்கலாம். முக்கியமில்லாத விஷயம் என்று ஒதுக்க இருந்தவர் சிகரெட் பெட்டியின் உள் ஜிகினாக் காகிதத்தை

அசுவாரஸ்யமாகப் பிரித்தார். இப்போது தெரிந்த உள் அட்டையில் 'மாயா சென்னை - 4' என்று எழுதியிருந்தது. மாதவராவ் சற்று நேரம் யோசித்தார். 'சரி, தாங்க்ஸ், அப்புறம் வரேங்க' என்று கிளம்பி கீழே வந்து ஜீப்பை அடைந்து புறப்பட்டு, தபாலாபீஸுக்குச் சென்று உமாவின் விலாசத்துக்குத் தந்தி கொடுத்தார். முன்பு தீர்மானித்த வாக்கியத்தைச் சற்று மாற்றிவிட்டார்.

'ராகேஷிடம் ஜாக்கிரதையாக இருக்கவும். அவன் உன் கணவனைக் கொன்றவன் - மாதவராவ்.'

24

தந்தியைக் கொடுத்துவிட்டு மாதவராவ் டி.ஸி.யைப் பார்க்க விரைந்தார். வாசலில் இரண்டு பேர் காத்தி ருக்க, உள்ளே சலுகையுடன் நுழைந்தார். டெலிபோ னில் பேசிக் கொண்டிருந்தவர் அவரை சைகையில் உட்காரும்படிச் சொன்னார். உட்காரவில்லை. காத் திருந்தார்.

'என்ன மாதவராவ், யூ லுக் எக்ஸைட்டட்?' என்றார். டி.ஸி. டெலிபோனைப் போத்திக்கொண்டு.

'சார், கண்டுபிடிச்சுட்டேன்! அந்த ஹனிமூன் மர்டர் கேஸ்!'

'அப்படியா! ஐ'ல் டாக் டு யு லேட்டர் சம்பத்.'

டெலிபோனை வைத்துவிட்டார்.

'அவன் பேர் ராகேஷ். எவிடன்ஸ் எல்லாம் பொருந் தறது...'

'குட்ஷோ. அரஸ்ட் பண்ணிட்டிங்களா?'

'இல்லை சார்! இன்னும் இல்லை. ஆள் எங்க இருக்கான்னு தெரியலை.'

'அப்ப பாதி கேஸ்தான் முடிஞ்சிருக்கு.'

'சார், ஐ'ல் கெட் ஹிம்! ஐ'ல் கெட் ஹிம்!' இரண்டா வது 'கெட்'டை அழுத்தினார்.

'நிதானமா என்ன கண்டுபிடிச்சிருங்கன்னு சொல்லுங்க. உக்காருங்க. எவ்வளவு நேரம் நின்னுக்கிட்டு இருப்பீங்க?'

மாதவராவ் ஒவ்வொன்றாகச் சொன்னார். போஸ்ட்மார்ட்டம் ரிப்போர்ட்டில் ஒரு மயிர்க் கீற்றில் சாயம், அகஸ்மாத்தாக எடுக்கப்பட்ட போட்டோ பெரிதாக்கப்பட்டு பின்புறத்தில் தெரிந்தவன் பனியனில் மாயா, காலணிகளைத் தேடி அலைந்தது. மல்லேஸ்வரம் யூத் அஸோசியேஷன். அங்கே சென்று விசாரிப்புகள், பாஸ்கெட் பால் பாதையில் தவறாகச் சென்றது. அப்புறம் கிரிக்கெட், ஒவ்வொருத்தராக விசாரித்து, இம்தியாஸிடம் குரூப் போட்டோ கிடைத்தது. ராகேஷ் என்கிற பெயர் கிடைத்தது. அவன் எப்போதோ இருந்த ரூமுக்குச் சென்று விசாரித்தது. தொழிற்சாலைக்குச் சென்றது. அதன்பின் பேலஸ் ஆர்ச்சர்டில் ஃப்ளாட்டுக்குச் சென்றது. அங்கே மூடப்பட்ட இழுப்பறையில் சிக்கிய ரத்தத் தடயங்கள், மறுபடி ஓட்டல் விசாரிப்புகள், பச்சை மசி, எல்லாவற்றையும் சொன்னார்.

'ரிமார்க்கபிள் மாதவராவ்! உங்களுக்கு எப்ப ப்ரமோஷன் வேணும் சொல்லுங்க!'

'அவனைப் பிடிச்சப்புறம் கொடுங்க சார்.'

'சிகரெட் காகிதத்திலும் மாயான்னு எழுதியிருந்ததா?'

'ஆமா சார். ஒரு வேளை நம்மைக் கொஞ்சம் டீஸ் பண்றதுக்காக இந்த மாதிரி தடயங்களை விட்டுட்டுப் போயிருக்கானோ?'

'இது ஒரு வகையான ஸின்ட்ரோம்தான். ஆசாமி கொஞ்சம் மென்டல்லி அப்ஸெட்டுனு தோணுது.'

'எப்படி சார்?'

'பச்சை மசி! அப்புறம் இந்த மாதிரி மாயான்னு எழுதிக் காட்டினது. அகப்பட்டுக்கணும்னு லேசா ஒரு இச்சையைக் காட்டறது இல்லை. போலீஸுக்கு ஒரு சவால் மாதிரியாகவும் கொடுத்ததா வெச்சுக்கலாம். அவனைப் பத்தி ஃப்ரெண்ட்ஸ் என்ன சொன்னாங்க?'

'சில வேளைகளில் ரொம்ப சிநேகிதமாகவும் சில வேளைகளில் ரொம்ப நாள் பேசாமலும் இருப்பானாம்.'

'இட் ஃபிட்ஸ்.'

'கையெழுத்து இதுவரை மூணு சாம்பிள் கிடைச்சிருக்கு. எல்லாத்தையும் எக்ஸ்பர்ட்கிட்டே கொடுத்திருக்கேன். ஓட்டல் ரிஜிஸ்தர்ல சேகர்னு ஒரு கையெழுத்து போட்டிருக்கான். அந்த ரத்த உடைகளையும் கத்தியையும் லாபுக்கு அனுப்பி ரிப்போர்ட் வாங்கிட்டேன். மூர்த்தியுடைய ரத்தத்தோடு மாட்ச் ஆறது. கத்தியோட பிளேடில் அழகா பிரிண்ட்ஸ் பதிஞ்சிருக்கு. அவனை எல்லா மூலையிலயும் பிடிச்சாச்சு!'

'ஆளைத் தவிர!'

'ஆளைத் தவிர! மெட்ராஸ் போலீஸுக்கு மெஸேஜ் அனுப்பி யிருக்கேன். போட்டோ அனுப்பிச்சிருக்கேன். ஆள் எங்க இருந் தாலும் உடனே அரஸ்ட்! அந்தம்மாவுக்கும் ஒரு தந்தி கொடுத் திருக்கேன். அவன் வந்த உடனே...'

'மோட்டிவ்?'

'காரணம் இன்னும் தெரியலை சார்! முதல்ல ஆள் பிடிபடட்டும்.'

'பங்களூர்லயும் துப்புரவாகத் தேடறதுக்கு...'

'ஏற்பாடு செய்துட்டேன் சார். எல்லா போலீஸ் நிலையத்துக்கும் போட்டோ காப்பி எடுத்து அனுப்பிக்க ஏற்பாடு செய்துட்டேன்.'

'பேரண்ட்ஸ் எங்க?'

'அப்பா மட்டும்தான் இருக்கார். ஜெர்மனியில!'

'ஒரு வேளை ஜெர்மனிக்குப் புறப்பட்டுப் போயிருப்பானோ?'

'சொல்லாதீங்க சார், ப்ளீஸ்!'

'எல்லாத்தையும் பாக்கணும். எதுக்கும் ஏர்லைன்ஸில் விசாரிச்சு பாஸஞ்சர் லிஸ்டை எல்லாம் பாத்துருங்க. பாஸ்போர்ட் ஆபீஸில் விசாரிக்கச் சொல்லுங்க, அவன் பேர்ல பாஸ்போர்ட் இருக் கான்னு. எத்தனை நாளைக்கு வாலிட்...'

'ஓ. எஸ். அதையும் பார்க்கணும் இல்லை?'

'மாதவராவ்! உங்க பொறுமையை நான் எப்ப பாராட்டுவேன்னா அவன் கிடைச்சப்புறம்!'

‘ஓ.கே! அவன் கிடைச்சப்புறம்’ என்று மாதவராவ் தன் தொப்பியை அணிந்துகொண்டு விரைப்பாக சல்யூட் அடித்துவிட்டுப் புறப் பட்டார்.

உமா பார்த்தாள். ‘என்ன ராகேஷ், எங்க மாயா?’

‘அதோ பாருங்க.’

அவன் காட்டின திசையில் டெலிவிஷன் ஏரியல்களும் நீல வானமும்தான் தெரிந்தன.

‘என்னது? யாரைக் காட்டறீங்க?’

‘ஆகாசம். அதான் மாயா! நீலமா இருக்கு இல்லை. கிட்டப்போய் தொட முடியுமா? முடியாது! அந்த நீலம் ஒரு மாயை. ஒரு தோற்றம். அது போலத்தான் மாயாவுக்கு ஒரு தோற்றம்!’

‘என்ன சொல்றீங்க. புரியவே இல்லை ராகேஷ்.’

‘உமா! மாயான்னு ஒருத்தரும் இல்லை! மாயாங்கறது ஒரு கற்பனைப் பாத்திரம்!’

‘அப்ப அவ எழுதினதா கடுதாசி எல்லாம் காட்டினீங்களே...’

‘நான் எழுதினது.’

‘வாட் ஃபார்?’ என்றாள் அதிர்ந்துபோய்.

‘நீங்க மூர்த்தியை வெறுக்கிறதுக்கு. மூர்த்தியை மறக்கறதுக்கு! மறந்துபோய் என்னை நினைக்கறதுக்கு.’

‘ஹௌ ஸில்லி!’

‘என்னை மன்னிச்சுருங்க உமா. நான் உங்களை எவ்வளவு தூரம் உபாசிச்சேன்னு திரும்பத் திரும்ப அதையே சொல்லிக்கிட் டிருக்க விரும்பலை. உங்களை எப்படி அந்தத் துக்கத்தை மறக்க வைக்கறதுன்னு எனக்குப் புரியவே இல்லை. உங்க வாழ்க்கை யில எப்படி மறுபடி பிரகாசம் அமைகிறது, எப்படி என்கிட்ட சேர்த்துக்கறது, எப்ப வருவிங்கங்கற திகைப்பில் எனக்கு இந்த யோசனை உதயமாச்சு. மாயான்னு ஒரு பெண் இருந்து, அந்தப் பெண் உங்க கணவன் மூர்த்திமேல் ஆசை வச்சிருந்தா, அவரும் ஆசை வெச்சிருந்தார்னு உங்களுக்கு ஒரு அபிப்பிராயம் ஏற்படுத்

திட்டா மூர்த்தியின் இழப்பை நீங்க சீக்கிரம் மறக்கறதுக்கு சான்ஸ் இருக்குங்கிற எண்ணத்திலதான் அந்த மாதிரி கடிதத்தை எழுதி உங்ககிட்ட கொடுத்தேன். வேற ஒண்ணும் இல்லை. உமா, நான் எவ்வளவு தூரம் உங்களை நேசிக்கிறேன்கிறதுக்கு இந்த அத்தாட்சி போதாதா?'

உமா தலையைப் பிடித்துக்கொண்டு, 'ஓ காட்! ஓ காட்! இப்ப எல்லாத்தையும் வேற மாதிரி யோசிக்கணுமா! அப்ப அப்ப... மூர்த்தி வந்து... மாயா வந்து... இருங்க இருங்க. எனக்கு ஒரே குழப்பமா இருக்கு. மூர்த்தி ஏன் கொல்லப்பட்டார்ங்கிறதைக் கண்டுபிடிக்கிற ஆர்வத்தில்தான் இதை எல்லாத்தையுமே நான் ஆரம்பிச்சேன். இப்ப அந்தக் கேள்வி அப்படியே நிக்கிறதா?'

'ஆமாம்' என்றான் ராகேஷ் தயக்கத்துடன். 'உமா உங்களை மிஸ்லீட் பண்ணதுக்காக என்னை மன்னிப்பிங்களா. எனக்குப் பொய் சொல்ல வரலை!'

உமா விசித்திரமாகச் சிரித்தாள்.

'அப்பாடா! சிரிச்சுட்டிங்க.'

'ஐ திங் யூ ஆர் க்ரேஸி! நான் வரட்டுமா?'

'இருங்க. ஆனந்த் வரதாச் சொன்னிங்களே?'

'அவன் ஆபீஸ்ல இருந்து வரதுக்கு இன்னும் கொஞ்சம் நேர மாகும் போல இருக்கு ராகேஷ். ஒரு காரியம் பண்றீங்களா. என்னை எங்க வீட்டில் கொண்டுவிட்டுர்றீங்களா?'

'ஓ. எஸ்! வித் ப்ளெஷர், என் மோட்டார் சைக்கிள்ள வருவீங்களா?'

'மோட்டார் சைக்கிள் வேண்டாம். எதாவது ஆட்டோ, டாக்ஸி, அல்லது பஸ் ஸ்டாண்ட் வரைக்கும் கொண்டுவிட்டால் போதும்.'

'இல்லை, டாக்ஸி பிடிச்சுப் போகலாம்!'

'எங்க வீட்டுக்குக் கொஞ்சம் முன்னாலேயே இறங்கிடலாம், என்ன?'

'ராகேஷ் சிரித்து, 'ஓ. எஸ். நீங்க எப்படி சொல்றீங்களோ அப்படி.'

'எதுக்கு சிரிக்கிறீங்க?'

'நீங்க இன்னும் மத்தவங்க பார்வைக்கு பயப்படறீங்க உமா! உமா, யூ அர் ஃப்ரீ! வி ஆர் ஃப்ரீ!'

'அந்த மாதிரி ஃபீல் பண்றதுக்குக் கொஞ்ச நாள் ஆகும்னு நினைக்கிறேன்... உங்களைப் பாத்தா பாவமா இருக்கு.'

'தாங்க்ஸ்.'

'எனக்காக ஒரு பொய்யை ஜோடிச்சு, அதை முழுக்க நடத்தி வைக்க முடியாம பாதில போட்டு உடைச்சிட்டு, 'எனக்கு பொய் சொல்ல வரலை'ன்னு சொன்னது.... ஹௌ ஸ்வீட்!'

'நான் செஞ்சதெல்லாம் உங்களுக்காக.'

'உனக்காகன்னு சொல்லுங்க.'

'ஆன் ஒன் கண்டிஷன்! நீங்களும்... ஸாரி, நீயும் என்னை ராகேஷ்னு கூப்பிட்டு ஏகவசனத்தில் பேசணும். சரியா?'

'சரி.'

'ராகேஷ்! நீ!' உமா சிரித்தாள். அவள் நெஞ்சுக்குள் சின்னச் சின்ன தங்க மீன்கள் ரொம்ப நாளைக்கு அப்புறம் முதன்முறையாக விளையாடின. இதோ ஒரு உபாசகன். 'தாஸானுதாஸன்!' என்னை அப்படியே முழுசாக ஏற்றுக்கொள்ளத் தயாராக இருப்பவன். என் துக்கம் குறைவதில் அக்கறை உள்ளவன். எனக்காகப் பொய் சொல்லி என்னை சந்தோஷத்துக்கு அவசரமாகத் திருப்பி அழைத்தவன். என் தலைமுடியைக் கேட்பவன். என் ஸாரியிலிருந்து நூலெடுத்துப் போற்றுபவன். என்னைத் தவிர யாரையுமே நினைக்காதவன். எனக்கு மறுவாழ்வு இவனிடத்தில் அல்லது வேறு யாரிடத்தில் கிடைக்கும்?

'போறதுக்குள்ள உங்களுக்கு... ஸாரி உனக்கு என் கையால ஒரு காப்பி போட்டுத்தர வேண்டாமா உமா?'

'வேண்டாம். நான் உனக்குக் காப்பிப் போட்டுத்தரும் நேரம் கிட்டவே இருக்கிறதா வெச்சுக்க ராகேஷ்!'

'இஸ் இட்!' விழிகள் சட்டென்று அகலமாக விரிய வாயில் விரல் வைத்து வெறும் காற்றாக விசில் அடித்தான். 'விசில் அடிக்கக் கூட வரலை.'

'கொஞ்ச நேரம் முன்னாடி பேசினதைப் பார்த்தபோது ஒரு கணம் உனக்குப் பைத்தியம்னே நினைச்சுட்டேன்.'

'உண்மைதான்! பைத்தியம்தான்! உமா மேல்! டாக்ஸி!'

தந்தி மாலை ஐந்தரைக்கு வந்தது, நான்கைந்து தந்திகளைச் சேகரித்துக் கொண்டு தந்தி சேவகர் கிளம்ப இன்னும் பதினைந்து நிமிஷமாயிற்று.

'ஆனந்த்துக்கு போன் பண்ணிச் சொல்லிடலாம். நேரா வீட்டுக்கே வந்துரும்படி...'

'நான் போன் பண்ணிட்டேன் உமா.'

'எங்க சார் போகணும்.'

உமா விலாசத்தைச் சொன்னாள்.

'உமா, உனக்கு ஒரு சவால்.'

தந்தி சேவகர் விசில் அடித்துக்கொண்டே அந்த வாழ்த்துத் தந்தியை முதலில் கொடுத்துவிட்டு அடுத்த தெருவுக்கு ஸ்டைலாக சைக்கிள் ஏறினார்.

'என்னைத்தான் ஏத்துக்கிட்டாச்சு இல்லை. இதை ஏன் இனி மூடி மறைக்கணும்?'

'என்ன செய்யணும்?'

'எதுக்காக நாம டாக்ஸில மூலைலயே இறங்கிக்கிட்டு பிரியணும். உங்க வீட்டு வாசல்லயே ரெண்டு பேரும் ஜம்முன்னு இறங்கறது.'

'அய்யோ, எங்க மாமியார் பார்த்தான்னா பிராணனை விட்டுருவா!'

'இனிமே அவ உன் மாமியாரில்லை உமா, என்னிக்காவது ஒருநாள் அவங்களுக்கு இந்த ஷாக் கொடுத்துத்தானே ஆகணும். அதையேன் தாமதம் செய்யணும்?'

'இருந்தாலும்?'

'என்ன இருந்தாலும்? நான்தான் இனிமே எல்லாத்தையும் பார்த்துக்கப் போறேன். உன்னைப் பூராவும் கவனிச்சுக்கப்

போறேன். எங்கிட்ட விடு. சும்மா பயப்படாம வா. யாருக்கும் இனிமே பயப்பட வேண்டியதில்லை. உமா, நீ என்னுடையவ...'

உமாவுக்குத் தயக்கமாகத்தான் இருந்தது. ஆனால் மனத்தின் மற்றோர் ஓரத்தில் அவன் சொல்வதில் நியாயம் இருக்கிறதாகப் பட்டது. இனி எனக்கும் அவர்களுக்கும் என்ன சம்பந்தம்? மூர்த்தியே போய்விட்டார். நான் தனியாள். சங்கிலி எல்லாம் அறுக்கப்பட்டவள். அங்கே எனக்கு என்ன வேலை? யார் என்னைக் கேக்கறது? இவன் கூட வந்தால் என்ன? இருந்தும், இருந்தும்... மூர்த்தியைக் கொன்றது யார்? எதற்காகக் கொலை செய்யப்பட்டான்? அது இன்னும் தெரியவில்லையே! அது தெரிந்தால், எந்த விதத்தில் உன் வாழ்க்கை மாறப்போகிறது? அது ஒரு ரத்த சொப்பனம்! மூர்த்தியின் கல்யாணத்துக்கு முற்பட்ட வாழ்க்கையில் மூர்த்தி ஏதோ ஒரு தப்பு செய்திருக்க வேண்டும். அதற்காகத்தான் அப்படி தண்டிக்கப்பட்டிருக்கிறான். அதை அறிந்துகொள்வதில் என்ன லாபம்? அதுவும் எனக்கு? என் வாழ்க்கை இன்னும் மிச்சமிருக்கிறதே! என்பால் இவ்வளவு அன்பு செலுத்துபவன் எப்போது கிடைப்பான்? இதுதான் தருணம்!

'சரி, வீட்டு வாசல்லயே இறங்கிக்கலாம்.'

'தட்ஸ் த கர்ள்!'

'இங்க உமாங்கறது யாருங்க?' தந்தி சேவகர் கேட்ட கேள்விக்கு அந்த மூன்றாவது சிறுமி ப்ர் என்று உதட்டைப் பிதுக்கி ஏரோப்ளேன் பாண்டியைத் தொடங்கினாள்.

'பதிமூணுங்கீழ் நாலு எதுங்க?'

'இது பதிமூணுங்கீழ் ஒண்ணு.'

தந்தி சேவகர் அங்கே சென்றபோது ராகேஷ் டாக்ஸிக்குப் பணம் எண்ணிக் கொடுத்துக்கொண்டிருக்க உமா சற்றுக் கலவரத்துடன் சுற்றுமுற்றும் பார்த்தாள். நல்லவேளை, மாமியாரை வாசலில் காணோம்... ஓ, இன்று உபன்யாசத்துக்குப் போயிருப்பாள்...

தந்தி சேவகர் ராகேஷிடம் வந்து 'உமாங்கறது இங்க தானுங்களே?'

'ஆமாப்பா! அவங்கதான் உமா!'

'டெலிகிராம்.'

'உமா உனக்கு டெலிகிராம் வந்திருக்கு.'

'நீங்கதான் கையெழுத்துப் போட்டு வாங்குங்களேன். எங்கிட்ட பேனா இல்லை.'

ராகேஷ் அதை வாங்கிக் கையெழுத்திட்டுவிட்டு உமாவிடம் கொடுத்தான். உமா அதைப் பிரித்தாள். சாயங்கால வெளிச்சம் சற்று மங்கலாக இருக்க, அதை ராகேஷிடம் கொடுத்துவிட்டு 'செத்த இருங்க, வாசல் விளக்கைப் போடறேன்' என்றாள்.

வராந்தாவுக்குச் சென்று வாசல் விளக்கைப் போட ராகேஷ் அதை சுதந்தரமாகப் படித்துக் கொண்டிருப்பதைப் பார்த்தாள். 'என்ன தந்தி!' என்றாள்.

25

ராகேஷ் அவளைச் சற்றே பிரமிப்புடன் நிமிர்ந்து பார்த்து, 'தந்தி உனக்கில்லை உமா. வேற யாருக்கோ போல இருக்கு' என்றான்.

'என்ன எழுதியிருந்தது?'

'புரியலை... ஏதோ வாழ்த்துத் தந்திபோல இருக்கு.'

'அப்ப அந்தத் தந்தி சேவகன்கிட்டயே திருப்பிக் கொடுத்துருங்க. வேற யாருக்காகவாது கொடுக்க வேண்டியதான்னு விசாரிச்சுப் பார்க்கட்டும்.'

'அதுகூடச் சரிதான்' என்று ராகேஷ் தந்தி சேவகனை நோக்கிச் செல்ல உமா வீட்டுக்குள் நுழைந்தாள்.

மாமியார் இல்லை. உபன்யாசம் கேட்கப் போயிருப் பாள். மாமனார் வாக்கிங் போயிருப்பார். ஆனந்த் வருவதற்குள் இன்னும் அரைமணியாவது ஆகும். ராகேஷ் தந்தியைத் திருப்பிக் கொடுப்பதுபோல பாவனை செய்துவிட்டு அதைக் கிழித்துப் போட்டு விட்டு இதோ ஐந்து நிமிஷத்தில் திரும்பி வரப் போகிறான். அதற்குள் ஏதாவது செய்து தொலைத் தாக வேண்டும். என்னதைச் செய்வேன்!

உமாவின் கரங்கள் கட்டுக்கடங்காமல் நடுங்கின. தந்தியைப் படிக்கவில்லை என்று அவள் ராகேஷி டம் பாசாங்கு செய்திருந்தாள். ராகேஷ் அதைக்

கையெழுத்திட்டு வாங்கி அவளிடம் கொடுத்தபோது சாயங்கால வெளிச்ச மங்கலில் அதன் வாசகங்களைப் படிப்பதில் சிரமம் இருந்தாலும் படிக்க முடிந்துவிட்டது.

'ராகேஷிடம் ஜாக்கிரதையாக இருக்கவும். அவன் உன் கணவனைக் கொன்றவன் - மாதவராவ்' என்று படித்ததும் உடனே எதிரே - அருகில் இருக்கும் ராகேஷை எண்ணி, 'செத்த இருங்க, வாசல் விளக்கைப் போடறேன்' என்று தன்னைச் சமாளித்துக்கொள்ள வராந்தாவுக்குச் சென்றாள். மை காட்! இவனுடன் இத்தனை அருகில் வந்துவிட்ட போது இந்தச் செய்தியா! இப்போது என்ன செய்வது! விளக்கைப் போடுவதற்கு முன் தந்தியைப் படித்துக்கொண்டிருந்த ராகேஷை இங்கிருந்து பார்த்தாள். அமைதி கலைந்த முகம். குற்றவாளியான தால்தான் தந்தியில் என்ன எழுதியிருக்கிறது என்று கேட்டபோது பொய் சொன்னான். எனக்குத் தெரிந்ததாகக் காட்டிக்கொள்ளக் கூடாது. அது முக்கியம். இப்போது - யாரும் இல்லாத சமயத்தில் - எனக்குத் தெரிந்துவிட்டதாக அவன் அறிந்தால் அவன் மிகவும் வன்முறைக்காரனாக மாறலாம் அல்லது உடனே ஓடிப்போய் விடலாம். என்னால் தனியாளாக அவனைப் பிடிக்க முடியாது...

இல்லை முடியுமா?

பார்த்துவிடலாம்!

அவன் திரும்ப வந்ததும் என்ன செய்வது என்று இப்போது யோசித் தாள். எப்படியாவது எதாவது ஒரு கடைக்குப் போய் அல்லது ஓட்டலுக்குப் போய் எஸ்.டி.டி. போட்டு மாதவராவுக்குத் தகவல் தெரிவிக்கவேண்டும். அல்லது முதலில் சென்னை போலீஸுக்குச் சொல்லிவிடலாம். இவனை முதலில் அனுப்பிவிட வேண்டும்.

ராகேஷைப் பார்த்து புன்னகை செய்தாள். 'நாளைக்குப் பார்க்க லாமா?' என்றாள். 'தந்தியைக் குடுத்தாச்சா?'

'குடுத்தாச்சு! அது உனக்கு இல்லை.'

'தப்பு அட்ரஸ் போல இருக்கு!'

'காலைல வரட்டுமா!'

'சரி ராகேஷ்! ராத்திரி யோசிச்சு காலைல முடிவு சொல்லிடறேன்.'

அவன் சற்றுத் தயக்கத்துடன் அவளைப் பார்த்துச் சிரித்தான். 'வரட்டுமா?' புறப்பட்டான்.

அவன் உருவம் மறையும்வரை காத்திருந்தாள். இப்போது அவள் கரங்கள் நடுங்க ஆரம்பித்துவிட்டன. உடனே டெலிபோனை நோக்கிப் பாயவேண்டும். எங்கே இருக்கிறது? ஓரத்தில் காசு போடும் டெலிபோன் இருக்கிறது. அதற்கு அவ்வளவு தூரம் நடக்கவேண்டும். இந்தப் பக்கம் மெடிக்கல் ஷாப்பில் இருக் கிறது. இங்கே போவதா, அங்கே போவதா என்று தடுமாறினாள். இந்த ஆனந்த் கடன்காரன் வரமாட்டானோ? மாமியாரையும் காணோம். சற்றே வேகமாக அந்த டெலிபோன் கூண்டை நோக்கி நடந்தாள். சில்லறை இருக்கிறதா என்று கைப்பையில் ஆராய்ந்தாள். போலீஸுக்கு போன் பண்ணுவதற்கு காசு உண்டோ? என்ன நம்பர்? முதல் பக்கத்தில் இருக்குமே? டைரக் டரி இருக்குமோ? தெரியவில்லையே.

டெலிபோன் கூண்டு சிதிலமாக இருந்தது. டைரக்டரி என்கிற பேச்சையே காணோம். 100 என்று ஞாபகம், இல்லை 99? கடவுளே, என்ன கஷ்டம்! என்ன செய்வது? நேராக இன்னும் கொஞ்ச தூரம் நடந்தாள். மளிகைக் கடையில் டெலிபோன் இருந்தது. அதன் அருகில் 'ஒன் ரூப்பி ஃபார் கால்' என்று இங்கிலீஷில் எழுதியிருந்தது.

'சார்! கொஞ்சம் அவசரமாக போலீஸுக்கு போன் பண்ணணும்!'

'போலீஸுக்கா!'

'ஆமா சார், ஆமா சார், ஒரு முக்கியமான தகவலை அவங் களுக்குத் தெரியப்படுத்தணும்.'

'என்ன தகவல்?' என்றார் கடைக்காரர், அவளைச் சந்தேகமாகப் பார்த்து.

'அவசரம் சார்! ப்ளீஸ், ப்ளீஸ்!'

'போலீஸ் கீலீஸ் எல்லாம் இங்கிருந்து வேண்டாம்மா. பப்ளிக் கால் ஆபீஸ் இருக்குதில்லை?'

'அதில டைரக்டரி இல்லை சார்! எனக்கு என்ன நம்பர்னுகூட சரியாத் தெரியாது.'

'நம்பர் சொல்றேன். அங்க போய் பண்றீங்களா?'

'என்ன சார், ஆபத்தில இருக்கிறவங்களுக்கு உதவி செய்யக் கூடாதா?'

'நீங்க ஆபத்தில இருக்கீங்களா? வாங்க பாஸ்கர், சௌக்கியமா? டேய் அந்த நாற்காலியை எடுத்துப் போடுரா!'

'கொஞ்சம் போன் பண்ணிக்கணும் முதலாளி.'

'தாராளமா.'

உமா அவனை முறைத்தாள். 'என்ன சார், நான் 'அவசரம்'னு சொல்றேன் உறைக்கலையா!'

'இதப் பாரும்மா, இங்கிருந்து பொடி நடையில இருக்கு போலீஸ் ஸ்டேஷன். அங்கே போய் புகார் கொடுக்கறதை விட்டுட்டு...'

'பாஸ்டர்ட்ஸ், உங்களை எல்லாம் சுடணும்' என்றாள்.

'என்னம்மா வார்த்தை வளருது. இந்த மாதிரி வாய் இருந்தா உங்களை யாரும் ஆபத்தில் இருந்து காப்பாத்த மாட்டாங்க.'

'போய்யா' என்று புறப்பட்டாள்.

'யாரு முதலாளி?'

'ஏதோ கேஸு போல இருக்குது. போலீஸுக்குப் போன் பண்ணணுமாம்.'

அவனைச் செருப்பைக் கழற்றிக் கன்னத்தில் அறைய சமயம் இல்லாமல் அந்த இடத்தை விட்டுப் புறப்பட்டாள். அய்யய்யோ, ஒரு போனுக்கு இந்த அல்லாடு அல்லாட வேண்டியிருக்கிறதே. போலீஸ் ஸ்டேஷன் எவ்வளவு தூரம் இருக்கும்.

'அய்யா! போலீஸ் ஸ்டேஷன் எந்தப் பக்கம்?'

'பீச்சாங்கைப் பக்கம் போய்க்கினே இரு.'

வேகு வேகென்று நடந்தாள். ஓடவேண்டும்போல இருந்தது. ஓடினால் எல்லோருக்கும் திரும்பிப் பார்ப்பார்கள். எல்லோரும் சமூக விரோதிகள். கடைக்காரன். போன் பேச வந்தவன். போன் கூண்டில் டைரக்டரியை வைக்காதவன். போலீஸ் ஸ்டேஷனை இவ்வளவு தூரத்தில் வைத்தவன். தெருவில் விளக்கு பல்பு போடாது இவ்வளவு இருட்டை உண்டாக்கியவன், எல்லோரும்! எங்கே அந்தப் பாழாய்ப் போன போலீஸ் ஸ்டேஷன்! விடுவிடுவென்று நடக்க, தனக்குப் பின்னால் காலடி ஓசை கேட்டுத் திரும்பினாள்.

‘என்ன உமா, எங்க இவ்வளவு அவசரமாப் போறீங்க!’

ராகேஷ் சிரித்துக்கொண்டு நின்றான். தூக்கிவாரிப் போட்டது.

‘ஒண்ணுமில்லை ராகேஷ் வந்து, எங்க மதர்-இன்-லா வராங்களான்னு பாக்கறதுக்கு.’

‘உங்க மதர்-இன்-லா இந்தப் பக்கம்தான் போயிருக்காங்களா?’ என்றான் சிரத்தையாக.

இவனுக்குத் தெரியாது. இன்னும் தெரியாது. சமாளிக்க வேண்டும்.

‘ஆமா, உபன்யாசத்துக்குப் போயிருக்காங்க.’

‘இருட்டில் தனியாகப் போறீங்களே. நான் இங்க டாக்ஸிக்காகக் காத்துக்கிட்டிருக்கறப்ப நீங்க வேகமா நடந்து போறதைப் பார்த்தேன். அதனால வந்து உடனே விசாரிக்கலாம்னுட்டு...’

‘தாங்ஸ்.’

‘நானும் உங்ககூட வெளிச்சம்வரை வரேன். இந்த மாதிரி சந்தில எல்லாம் நீங்க... இருட்டினப்புறம் போகக்கூடாது.’

‘திரும்ப வீட்டுக்குப் போயிடறேன்.’

‘நான் வீட்டுவரை கொண்டுவந்து விடறேன்.’

‘வேண்டாம், நான் பாத்துப்பேன், கிட்டக்கத்தான் வீடு.’

‘உமா! இஸ் எனிதிங் ராங்?’

‘நோ நோ! ஒண்ணும் இல்லை. எல்லாம் சரியாத்தான் இருக்கு!’

‘ஒரு மாதிரி இருக்கீங்களே.’

‘ஒண்ணும் இல்லை ராகேஷ். இன்னிக்கு சாயங்காலம் உங்களோட பேசினதுக்கப்புறம் ஐ ம் எ லிட்டில் ஃப்ளஸ்டர்ட்.’

‘உடம்பு ஒண்ணும் இல்லையே?’

‘சேச்சே, நான் வரேன்.’

‘ஏன் என்னைத் துரத்தப் பாக்கறீங்க. நான் உங்களை விடப் போறதில்லை’ சிரித்தான்.

‘சேச்சே, எங்கூட தாராளமா வீட்டுக்கு வாங்க.’ கை நடுக்கத்தைப் புடைவைத் தலைப்பில் மறைத்துக்கொண்டாள். இயல்பாக நடக்கிறதுபோல் சிரமப்பட்டாள். என் கணவனின் கொலைகாரன் என்னுடன் நடந்துகொண்டு வருகிறான். போலீஸுக்கு உடனே தகவல் சொல்ல முடியாமல் தவித்துக் கொண்டிருக்கிறேன். போலீஸ் ஒரு உதவாக்கரை. வெறும் தந்தி அடித்து என்ன பிரயோசனம்? நேராக வரமாட்டார்களோ? அவர்களுக்கு எப்படி இவன் இங்கிருக்கிறான் என்று தெரியும். ஊகிக்கவேண்டாமா? எல்லோரும் ரொம்ப மோசம். ஒரு பெண் கிட்டே எல்லாப் பொறுப்பையும் கொடுத்துவிட்டு வேடிக்கை பாக்கறாங்க. என்ன செய்யறது? இவனை முதலில் தட்டிக் கழிக்கணும். இவனுக்கு இன்னும் எப்படியாவது - எப்படியாவது... எப்படி? எதைச் சொல்லி? பாதகா! பாதகா! போகிற பஸ்ஸில் அப்படியே புடிச்சித் தள்ளிடட்டுமா! செத்து ஒழியட்டுமே! இப்ப திரும்பப் போனால் ஒண்ணு செய்யலாம்! வேண்டாம்! பார்க்கலாம்!

உமா எண்ணங்களில் திண்டாடினாள். வெளிச்சத்துக்கு வந்ததும் தூரத்தில் தெரிந்த கடைத்தெருவைப் பார்த்தாள்.

‘ராகேஷ்! எங்கயாவது கொயட்டா ஒரு ரெஸ்டாரண்டில் போய் ஒரு கப் காப்பி சாப்பிடலாமே. எனக்குத் தலையை ரொம்ப வலிக்கிறது.’

‘ஓ எஸ், வித் ப்ளஷர்! உமா, உங்ககூட செலவழிக்கிற ஒவ்வொரு கணமும் எனக்குத் தங்கம் மாதிரி.’

ஓட்டலில் மாடி இருக்கும்! கல்லாப்பெட்டிக்கு அருகே டெலிபோன் இருக்கும்!

இருந்தது. அந்த ஹால் சந்தடியாக இருந்தது. பேப்பர் மசாலாக்கள் தோள் உயரத்தில் சவாரி செய்துகொண்டிருந்தன. டபராக்கள் இரைந்து பேசிக்கொண்டிருந்தன. இருவரும் நுழையும்பொழுது ஓனரின் மகன் ‘மாடில ஏ.ஸி. ரூம் இருக்கு சார்’ என்றான்.

‘அங்க போகலாமா’ என்றான் ராகேஷ். ‘அங்க போகலாமா’ என்றாள் உமா.

‘இந்த முறை நான்தான் பே பண்ணுவேன். என் முறை’ என்றாள்.

நல்ல காலம். இன்னும் இவன் தெரிந்துகொள்ளவில்லை!

மாடிப்படிகளில் ஏறினார்கள். ரூஃப் கார்டன் என்று பெயருக்கு மொட்டை மாடியில் ஒன்றிரண்டு நாற்காலி மேஜைகள் போட்டிருந்தன. ஏ.ஸி. ரூம் தனியாக இருந்தது. நுழைந்தார்கள். உள்ளே நான்கைந்து பேர்தான் அரையிருட்டில் பேசிக் கொண்டிருந்தார்கள். அடைத்து வைக்கப்பட்ட காற்றினால் அறையில் ஒரு விதமான மணம் பரவியிருந்தது. ராகேஷும் உமாவும் ஒரு ஓரத்து மேஜைமேல் எதிர் எதிராக உட்கார்ந்தார்கள்.

சீருடை அணிந்த சர்வர் வந்து விசாரிக்க, 'ரெண்டு காப்பி!' என்றாள்.

அவன் ஏமாந்து மெனு அட்டையுடன் விலக, உமாவின் சற்று அருகே ஒட்டிக் கொள்ளும்படி உட்கார்ந்தான். உடலின் வியர்வை நாற்றத்தில் செண்ட் மணம் கலந்து உமாவுக்கு எரிச்சல் தந்தது. எப்படிப்பட்ட பாதகன் நீ! கணவனைக் கொன்றுவிட்டு மனைவியின் அருகே சல்லாப தூரத்துக்கு வந்துவிட்டாயே! அப்படியே... உன் மென்னியை நெரித்துக் கொன்றால் என்ன!

'என்ன பார்க்கறே உமா?'

'உங்களைத்தான். சரியாப் பார்க்கணும்போல இருக்கு.'

'எதுக்கு?'

'உங்களைப் பத்தி இன்னும் தெரிஞ்சுக்கறதுக்கு.'

'என்ன தெரியணும் இன்னும்?'

'உங்களை நிறையக் கேள்வி கேக்கணும்.'

'முதல்ல காப்பி சாப்பிடு.'

'அதுக்குள்ள வந்துடுத்தா! ஏம்ப்பா, பாத்ரூம் எங்க இருக்குது. லேடிஸ் பாத்ரூம்!'

'இதோ எதிர்த்தாப்பலே.'

'போச்சுரா, பாத்ரூம் போவதைக் காரணமாக வைத்துக்கொண்டு கீழே போய் போன் பண்ணலாம் என்று இருந்த நம்பிக்கை போய் விட்டது. இவனுடன் பேச்சுக் கொடுத்து இவனை இங்கேயே நிறுத்திவைத்து... போலீஸ் வரும்வரை இவனை எப்படியாவது நிறுத்தி வைத்துவிடவேண்டும். எப்படி? பாத்ரூம் திட்டம் உதவாது. வேறு என்ன...

‘என்ன எப்பப் பார்த்தாலும் யோசனை உமா?’

‘உங்களுக்குப் பிடித்தமான பொன்மொழி என்ன ராகேஷ்?’

‘பொன்மொழியா, நிறைய இருக்கு.’

‘எதாவது ஒண்ணு சொல்லுங்களேன்.’

‘ஆஸ்கல் ஒய்ல்டு சொன்னது. The best way to avoid to temptation is to yield to it.’

‘பிரில்லியண்ட்! இதை நான் எழுதி வெச்சுக்கறேன்’ என்று தன் கைப்பையிலிருந்து ஒரு துண்டுக் காகிதத்தையும் பால்பாயிண்ட் பேனாவையும் எடுத்து ‘சொல்லுங்க, தி பெஸ்ட் வே...’

அவன் அதை மெல்ல திருப்பிச் சொல்ல உமா அதை எழுதிக் கொள்கிற பாவனையில் ‘அவசரம், மிக அவசரம்! போலீஸுக்கு போன் பண்ணவும். நான் ஒரு கொலைகாரனுடன் மாட்டிக் கொண்டிருக்கிறேன் - உமா மூர்த்தி’ என்று எழுதினாள். அதை மடித்துக்கொண்டாள். சர்வர் பில்லுடன் வர, ராகேஷ் தன் பர்ஸை எடுக்க, அவனைத் தடுத்து, ‘நான்தான் பே பண்ணணும்னு முதல் லயே பேச்சு’ என்றாள்.

அவன் சிரித்துக்கொண்டே, ‘ஆல்ரைட்’ என்றான். ஐந்து ரூபாய் நோட்டின் நடுவில் அந்தக் காகிதத் துண்டையும் செருகினாள்.

நோட்டு படியிறங்கிச் சென்றது.

ராகேஷ் அவளையே பார்த்துக்கொண்டிருந்தான். பயமாக இருந் தது. பகவானே! ஓட்டல் முதலாளி கடிதத்துண்டைப் பிரித்துப் பார்க்கவேண்டும். தூக்கி எறிந்துவிடக் கூடாது. நடுவே எங்கும் விழுந்துவிடக் கூடாது. எத்தனை இருக்கிறது...

‘ராகேஷ், இன்னொரு காப்பி சாப்பிடலாமா’ என்றாள்.

‘ஏன்?’

‘உங்களோட இன்னும் கொஞ்ச நேரம் இருக்கணும்போல எனக்கு ஆசையா இருக்கு’ என்றாள்.

‘போலீஸ் வரவரைக்குமா?’ என்றான் ராகேஷ்.

26

ராகேஷ் அந்தக் கேள்வியை சாதாரணமாகத்தான் கேட்டான். கண்களில் மட்டும் சற்றுத் தீவிரமும் கூர்மையும் தெரிந்தது. உமா சற்றும் யோசிக்காமல் 'போலீஸா? நீங்க என்ன சொல்றீங்க ராகேஷ். போலீஸ் எதுக்கு வரணும்?'

'தெரியாத மாதிரி பாவனை செய்யாதீங்க உமா. எனக்குக் காது குத்தியிருக்கு!'

'நீங்க என்ன சொல்றீங்கன்னே தெரியலையே ராகேஷ். கொஞ்சம் புரியும்படிச் சொன்னா நல்லா இருக்கும்.'

'இன்னிக்கு சாயங்காலம் தந்தி வந்ததே, அதைப் படிக்கலையா?'

'நீங்கதான் படிச்சுப் பார்த்துட்டு வேற யாருக் கோன்னு சொல்லிட்டிங்க. என்ன ராகேஷ்? கமான்! எதையோ மனசுல வெச்சுண்டு சுத்தி வளைக் கிறிங்க. கமான்! அவுட் வித் இட்! என்ன சொல்ல ணும் உங்களுக்கு?'

'அப்ப அந்தக் கடைக்கு எதுக்கு அவசரமாகப் போனிங்க?'

'எந்தக் கடை? எந்த அவசரம்? மை காட்! ஆர் வி கோயிங் இன்ட்டு தட் எகய்ன்? எங்க அழகான

மாமியாரை உபன்யாசத்தில் இருந்து கூட்டிண்டு வரப்போனேன். என்ன இது, ஒரு மாதிரி சந்தேகப் பிறவியா இருக்கீங்க.'

'எதுக்காக ஒரு காப்பி முடிஞ்சதும் இன்னொரு காப்பி சாப்பிட லாம்னு நேரம் தாழ்த்தறிங்க?'

'உங்களோட இன்னும் பேசிண்டு இருக்கணும்ங்கற ஆசையி னால. அது தப்பா? தப்புன்னா வாங்க வீட்டுக்குப் போகலாம் உடனே!'

இப்போது அவன் கண்களில் இருந்த விரோதம் அணைந்துபோய் விட்டது. நிதானமாக மில்லி மீட்டர் மில்லி மீட்டராக உதடுகளை விரிய வைத்து காலந்தாழ்த்திப் புன்னகைத்தான்.

'உமா, இப்ப என் மனசு தெளிவாய்டுத்து. உமா, உங்கிட்ட ஒரு விஷயத்தைச் சொல்லியே ஆகணும். என்னைப் போலீஸ்காரங்க சந்தேகிக்கிறாங்கன்னு நினைக்கிறேன்!'

'என்ன சந்தேகம்?'

'மூர்த்தியை நான் கொன்னதா!'

உமா சிரித்தாள். 'அப்ஸர்ட். நீங்களா? யார் சொன்னாங்க? போலீஸ் உங்களை விசாரிச்சாங்களா? இல்லை. நீங்களா இமாஜின் பண்ணிக்கிறீங்களா?'

'இல்லை உமா, எனக்கு பங்களூர்ல நடக்கிறது எல்லாம் தெரியும். போலீஸ்காரங்ககிட்ட நாம எப்பவும் ஜாக்கிரதை யாகத்தான் இருக்கணும்.'

'ஆமாம். இந்த மாதிரி அபத்தமான முடிவுக்கு வந்து, இருக்கற வங்களைத் தொந்தரவு பண்ணுவாங்க. ஆனா இது அபத்தத்தின் சிகரம். நீங்களாவது... மூர்த்தியையாவது... உங்களை விட்டா அடுத்தது யாரு! நானா? என்மேலயும் சந்தேகப்பட வேண்டாமா...' என்றாள்.

'அப்ப நீ நம்பலையா உமா!'

'எதாவது நம்பறதுக்குக் கொஞ்சமாவது ட்ரூத் இருந்தாத்தானே ராகேஷ். இப்ப மூர்த்தி எக்கேடோ கெட்டுப்போகட்டும். மிச்சமிருக்கிறவளைக் கவனியுங்களேன்!'

இப்போது அவன் சந்தேகம் பூராவும் விலகிவிட்டது போலத் தான் தோற்றமளித்தான்.

'அந்தத் தந்திலகூட கன்னாபின்னான்னு என்னைப் பத்தித்தான் எதோ போட்டிருந்தது.'

'நீங்க என்னைத் தப்பா எடை போட்டுட்டிங்க. அதைப் படிச் சிருந்தா உடனே நம்பி இருப்பேன்னு எப்படி நீங்க நினைக்கப் போகும்?'

ராகேஷ் இப்போது உணர்ச்சி வசப்பட்டு 'உமா?' என்று அவள் கரத்தைப் பற்றி எடுத்துக் கன்னத்தில் வைத்துக்கொண்டான். உமா தடுக்கவில்லை. அவன் கன்னத்தைத் தடவிக் கொடுத்தாள். 'பாவிகளா, சீக்கிரம் வாருங்களேன். யாராவது என் குறிப்பை படித்திருக்கவேண்டுமே! படித்துவிட்டு அதை நிராகரிக்காமல் போலீஸுக்குத் தெரிவிக்கவேண்டுமே! எத்தனை நேரமாகும்? இன்னும் எத்தனை நேரம் இவனை என்னால் தாக்குப் பிடிக்க முடியும்! இப்போது என் கையை மார்பில் தேய்த்துக் கொண்டி ருக்கிறான். எத்தனை நேரம் இவனிடம் இந்த மாதிரி சல்லாபப் பாசாங்கு செய்ய வேண்டும்! அய்யோ! சீக்கிரம் வாருங்களேன்!

அவள் எழுதிக்கொடுத்திருந்த அந்தக் குறிப்பு ஐந்து ரூபாய் நோட்டுக்கு மத்தியில் வைக்கப்பட்டு கீழே கல்லாப்பெட்டியில் உட்கார்ந்திருந்த மேனேஜரிடம் போயிற்று. பில்லைப் படித்து விட்டு நோட்டைப் பிரிக்க இருந்தவர் அந்தக் காகிதத் துண்டைப் பார்க்காமல் அது கீழே விழுந்தது.

ராசேகஷ், 'உமா! ஒரு நாள் இல்லை, ஒருநாள் என் கதையை உங் கிட்ட சொல்லத்தான் போறேன். அதுக்கு உண்டான மனப் பக்குவம் உனக்கு வந்ததும்.' இப்போது அந்த ஏ.ஸி. ரூமில் உமா வையும் ராகேஷையும் தவிர மற்றவர் விலகிச் சென்றுவிட 'உமா, உனக்கு நான் முத்தம் கொடுக்கலாமா' என்றான்.

'இது பப்ளிக் ப்ளேஸ்.'

'கைல முத்தம் கொடுக்கக் கூடாதா?'

'பரவாயில்லை குடுங்க.'

அவன் உதடுகள் மிருதுவாகத்தான் இருந்தன.

'ஒருநாள் நமக்குக் கல்யாணம் ஆகி குழந்தை பொறந்து, அல்லது பேரன் பேத்தி எடுத்தப்புறம் என்னிக்கு உங்கிட்ட முழுக்க சொன்னா நீ தாங்குவேனு தெரியுதோ அன்னிக்கு எல்லாத்தையும் சொல்லிடப் போறேன். அன்னிக்குத்தான்!'

'இன்னிக்கே சொல்லுங்களேன்.'

எப்படியாவது காலந்தாழ்த்தியாக வேண்டுமே. என்ன செய்வது. இவனுடன் பேச்சை இழுத்தடிக்க வேண்டும். 'இன்னிக்கு எதுவரைக்கும் சொல்ல முடியுமோ அதுவரைக்கும் சொல்லுங்க. ஆனா ஏதாவது சொல்லுங்க.'

'என்னைப் பார்த்தா உனக்கு எப்படித் தோணுது உமா?'

'எப்படின்னா? புரியலையே. எல்லோரையும் போல நீங்களும் ஒருத்தர்.'

கீழே விழுந்த அந்தத் துண்டுக் காகிதத்தை கல்லாவுக்கு அருகேயே ஒரு மேஜையில் சாஸரில் காப்பியை ஊற்றிச் சாப்பிட்டுக்கொண்டிருந்தவர் கவனித்து, 'அய்யா, ஏதோ பேப்பர் விழுந்திருச்சுங்க' என்று அதை எடுத்து மேனேஜரிடம் கொடுக்க...

'உமா, என்னைப்போல தனிமையை அனுபவிச்சவன் உலகத்தில் யாருமே இருக்க முடியாது. ஆறு வயசில் இருந்து ஹாஸ்டல்ல! எங்கப்பா ஜெர்மனியில இருந்தார். எப்பவும் வியாபாரத்தைத் துரத்திக்கிட்டு இருந்தார்.'

'அம்மா?' 'இவன் அம்மா என்ன பாழாய்போனால் என்ன. யாராவது வரமாட்டார்களா? இந்நேரம் போன் பேசியிருப் பார்கள். தகவல் போய்ச் சேர்ந்திருக்கும். கடவுளே! அவர்கள் ஆர்ப்பாட்டம் இல்லாமல் பிடிக்கவேண்டும். இவன் இப்போது எதுவும் ஆயுதம் வைத்திருப்பானோ? ஏன் இருக்காது!'

'எங்கம்மா என்னைப் பொருத்தவரை ஒரே ஒரு போட்டோ படம். பாக்கறியா? ஒரே ஒரு படம்தான். நான் அவளை உயிரோட பார்த் ததே இல்லை. எனக்கு நினைவு தெரியறதுக்குள்ளேயே செத்துப் போய்ட்டா. எனக்கு அவ ஒரு படம்தான். பார்த்தா ஆச்சரியப் படுவே.'

கல்லாவில் உட்கார்ந்திருந்தவர் இரண்டு மூன்று தடவை உமாவின் குறிப்பைப் புரியாமல் படித்துவிட்டு, ‘இது யார்யா வெச்சிருக்கா?’

‘எது?’

‘ரெண்டு காப்பி அஞ்சு ரூபா?’

‘மாடில ஏ.ஸில சார்!’

உமா அந்த போட்டோவைச் சற்று நேரம் பார்த்தாள். பல வருஷங்களாக பர்ஸில் வைத்த பழமை தெரிந்தது. ரசாயன மாறுதல்களால் கொஞ்சம் பழுப்பாக மாறியிருந்தது. ‘அம்மா’ என்று சொல்ல முடியாது. ஏனெனில் போட்டோ இளமையாக இருந்தது. உமா அதை அவனிடம் திருப்பிக் கொடுத்தாள். ‘அழகா இருக்காங்க’ என்றாள். ‘எங்க இந்த போலீஸ்?’

‘போட்டோவைச் சரியாப் பாத்திங்களா?’ என்றான்.

‘ஏன்?’

‘எங்கம்மா யார் மாதிரி இருக்காங்க பாத்திங்களா?’

‘எங்கே, அதை மறுபடி காட்டுங்க.’

ராகேஷ் புன்னகையுடன் அதைக் காட்டினான். எங்கோ பார்த்த முகமாகத்தான் இருந்தது.

‘யார் முகம்?’

‘யோசித்துப் பாருங்க. உங்களுக்கு ரொம்பத் தெரிஞ்சவங்க முகம் இது...’

மறுபடி அதை உன்னிப்பாகப் பார்த்துத் திடுக்கிட்டாள். ‘ஓ. மை காட்! இது... இது... என்னைப்போல இருக்கு - சாயல்.’

போலீஸ் கண்ட்ரோல் ரூம் டெலிபோன் ஒலித்தது.

‘சார் என் பேர் பிரசாத். மைலாப்பூரில் இருந்து பேசறேன். நியூ சாரதா ரெஸ்டாரண்ட் மேனேஜர். இங்க எங்ககிட்ட விநோதமா ஒரு குறிப்பு கிடைச்சிருக்கு. மேலே ஏ.ஸி. ரெஸ்டாரண்டில் ஒரு பொண்ணும் ஆணும் சாப்பிட்டுக்கிட்டு இருக்காங்க. அந்தப் பொண்ணு ஒரு நோட் எழுதி ரூபா நோட்டுக்குள்ள மடிச்சு அனுப்பியிருக்காங்க.’

‘மை காட்! நம்பவே முடியலை. நிறைய ரிஸம்ப்ளன்ஸ்.’

‘இப்பவாவது புரியுதா உமா! உங்கமேல எனக்கு எத்தனை ஆசை ஏற்பட்டதுக்குக் காரணம் நீங்க உருவத்தில என் அம்மா மாதிரியே இருக்கீங்க. அவ மாதிரியே... எங்கம்மா மறுபிறவி எடுத்து வந்துட்டாப்பல!’

‘என்ன பேர் சொன்னீங்க?’

‘உமா மூர்த்தின்னு கையெழுத்து போட்டிருக்கு. பாத்தா ரெண்டு பேரும் சின்னவங்க போலத் தோணுது. இது ஏதோ விளை யாட்டுத்தனமாச் செய்த காரியமாக்கூட இருக்கலாம்.’

‘இல்லைங்க. உமா மூர்த்தி கேஸ் முழுக்க எங்களுக்குத் தெரியும். பெங்களூர்ல விசாரித்துக்கொண்டிருக்காங்க. ராகேஷ்ங்கற ஆள் அகப்பட்ட உடனே அரஸ்ட் பண்ண மெஸேஜ் கொடுத்திருக் காங்க. ஒண்ணு செய்யுங்க. நீங்க அவங்களை டிஸ்டர்ப் பண்ணா திங்க. கண்டுக்கவே கண்டுக்காதிங்க. நாங்க பாத்துக்கறோம். இன்னும் அங்கதானே இருக்காங்க ரெண்டு பேரும்?’

‘எங்கம்மாவை நான் இழந்தபோது எனக்கு நினைவு தெரியாத வயது. எனக்கு போட்டோ மூலமாத்தான் இருந்தா. உங்களை முதல்ல கிரிக்கெட் மேட்சில் பாத்தப்ப அப்படியே எனக்கு ஷாக் அடிச்சாப்பல ஆய்டுத்து. அதுக்கப்புறம் எனக்கு எல்லாமே நீங்கதான். ஸோஃபக்ளிஸ் படிச்சிருக்கீங்களா?’

‘இடிப்பஸ் ரெக்ஸ்?’

ராகேஷ் புன்னகையுடன் ‘பரவாயில்லையே, படிச்சிருக்காப்பல இருக்கே.’

உமா மௌனமாக இருந்தாள். கடிதம் எங்கோ கீழேதான் விழுந்திருக்க வேண்டும். இல்லையேல் இன்னேரம் வந்திருக்க மாட்டார்களா. ‘அதுக்கும் இதுக்கும் என்ன சம்பந்தம்?’

‘இருக்கு உமா. அதில விதிவசத்தினால் மகன் தாயையே கல்யாணம் செய்துக்கிடறான். இங்கயும் விதிவசத்தினால மகன் தாய் போலவே உருவம் உள்ள பெண்ணைக் கல்யாணம் செய்துக்கப் போறான்.’

‘எப்ப கல்யாணம்?’

'இன்னிக்கு ராத்திரியே!'

சிரித்தாள். 'விளையாடாதீங்க. துக்கப்படறதுக்குக் கொஞ்ச நாளாவது ஆகட்டும்.'

மாதவராவ் நிமிர்ந்தார். 'அலோ ராஜபாண்டியன், என்ன விஷயம், சொல்லுங்க!'

'உங்க பட்சி ராகேஷ் இங்க இருக்காப்பலே!'

'அட! பிடிச்சிட்டிங்களா!'

'இல்லை. ஒரு ஓட்டலல்ல அந்தப் பொண்ணு உமாகூட இருக்காப் பல. தகவல் வந்தது. உடனே ஓட்டலுக்குப் போகப்போறோம். என்ன, கேஸ் எல்லாம் ஸாலிடா இருக்குதா?'

'என்ன அப்படிச் சொல்லிட்டிங்க. அவனை அப்படியே ஆணி வெச்சு சிலுவைல அறைஞ்சாப்பல சாட்சியம் கிடைச்சுருச்சு. அவன்தான்னு நிச்சயம் தெரியுமா?'

'அந்தப் பொண்ணு சாமர்த்தியமா ஒரு நோட்டு அனுப்பிச் சிருக்கு. படிக்கிறேன் கேளுங்க. 'அவசரம், மிக அவசரம். நான் ஒரு கொலைகாரனுடன் மாட்டிக் கொண்டிருக்கிறேன் - உமா மூர்த்தி.'

'அவன்தான்! ராஜபாண்டியன், கேள்வி கேக்காம அரஸ்ட் பண் ணுங்க.'

'எங்க ஸ்டேட்டில் கேஸ் இல்லிங்களே!'

'அதெல்லாம் அப்புறம் பார்த்துக்கலாம். உங்க ஒத்துழைப்பு தேவைப்படுது. ப்ரொசிஜரை நான் வந்து பார்த்துக்கறேன்.'

'உடனே வரீங்களா?'

'இப்ப மணி 6-45. ஆறரைக்கு ஒரு ஃப்ளைட்டு உண்டு. உடனே ஏர்போர்ட்டுக்குப் போறேன். ஒரு வேளை ஃப்ளைட் டிலே ஆயிருந்தா, சான்ஸ் பாக்கறேன். புடிச்சுட்டு வந்துர்றேன். இல்லை, ராத்திரிக்குள் வண்டியை எடுத்துண்டு வந்துர்றேன். பாண்டியன்! கொஞ்சம் ஜாக்கிரதையா இருங்க. அவசரப்பட்டு ராதிங்க. அவன் கொஞ்சம் வயலண்ட்டா ஆயிரலாம்.'

‘கவலைப்படாதீங்க. கோழிக்குஞ்சு மாதிரி அமுக்கிர்றோம். நீங்க வந்து ஆளை சார்ஜு வாங்கிட்டு எக்ஸ்ட்ரடைட் பண்ணிக்கிட்டு போனாச் சரி.’

‘உங்கம்மாவைப் பாத்த ஞாபகமே இல்லையா?’

‘இப்பத்தான் பாத்துக்கிட்டு இருக்கேனே! உமா போகலாமா?’

‘இருங்க ராகேஷ், உங்கிட்ட பேசிக்கிட்டு இருக்கிறது சுவாரஸ்யமா இருக்கு.’

அவன் அவளை சந்தேகம் லேசாகத் தொனிக்கப் பார்ப்பதைக் கவனித்தாள். ‘மேலும், எனக்கு உங்ககூட பேசிக்கிட்டிருக்கிறதில ஒரு ரிலீஃப். எப்ப பாத்தாலும் மாமியார் மூஞ்சியையே பார்த்துக்கிட்டு இருக்கிறதினால திருப்பித் திருப்பி அந்தப் பழைய சம்பவம் நினைவுக்கு வந்துண்டே இருக்கு. உங்களைப் பாக்கறபோது...’

‘என்னைப் பாக்கறப்ப?’

‘எதிர்காலம் தெரியுது? நம்பிக்கை தெரியுது!’

‘யாருமே இல்லை. உங்ககிட்ட பக்கத்தில வந்து உக்காரலாமா உமா?’

‘அவ்வளவு தூரத்துக்கு நாம நெருங்கிட்டமாங்கறதுதான் இப்ப பிரச்சினை.’

‘நெருங்கியாச்சு உமா. இனிமே இந்த நிமிஷத்தில இருந்து உன் விதியும் என் விதியும் ஒரே பாதைல போப்போறது. எதுக்காக நாம இனிமே தனித்தனிப் பாதைல பிரிஞ்சு போகணும்? எதுக்காக உமா? எங்கூட வந்துரு! இன்னிலிருந்து நானும் நீயும் கணவன் மனைவியா வாழ ஆரம்பிக்கலாம்! இன்னிக்கு ராத்திரியே தேநிலவு கொண்டாடலாம். சொல்லு உமா! எங்க போகணும்...?’

‘நாட் தட் ஃபாஸ்ட் மிஸ்டர்!’ என்றாள் உமா கண்ணைச் சிமிட்டிக் கொண்டு.

ராகேஷ் தைரியம் பெற்று அவளருகில் வந்து உட்கார்ந்து கொண்டான். உமா சற்றுத் தள்ளி உட்கார்ந்தாள்.

ராகேஷ் வந்து உட்கார்ந்த இடம் முன்புற ஜன்னலுக்கு அருகில் இருந்தது. ஜன்னலில் பூந்தொட்டிகள் வைக்கப்பட்டிருந்தன. திரை பாதி மூடியிருந்தது. கண்ணாடிக் கதவுகள் வெளிப்புறக் காற்றை முழுவதும் அடைத்திருந்தன. அதனால் வெளிப்புறத்து ஓசைகள் கேட்கவே இல்லை. தெருவில் நடப்பது எல்லாம் ராகேஷுக்கு மௌனப்படத்தில் நடப்பதுபோல இருந்தது. போலீஸ் ஜீப் வந்து நிற்பது. அதிலிருந்து ஒரு அதிகாரி இறங்குவது, அவர் தன் தொப்பியைச் சரி செய்துகொள்வது, ஓட்டல் மேனேஜர் வெளியே வந்து அவரை வரவேற்பது, வரவேற்று மாடியை நோக்கி ஏதோ குறிப்பிட்டுக் கைகாட்டி என்னவோ சொல்வது. அவர் ஜீப்பிலிருந்து மற்றவர்களை இறங்கச் சொல்வது...

'என்ன பாக்கறிங்க ராகேஷ்?'

'அவங்க வந்தாச்சு' என்றான் ராகேஷ் புன்னகையுடன்.

27

'யார் வந்தாச்சு?' என்றாள் உமா அச்சத்துடன்.

'போலீஸ்' என்றான். 'எதுக்கு வராங்க உமா?'

'எனக்குத் தெரியாது.'

'நீதானே வரவழைச்சே!'

'நான் வரவழைச்சதா? எதுக்கு ராகேஷ்? நீங்க என்ன சொல்றீங்க?' உமாவுக்கே நடிப்பு போதாது என்று பட்டது.

'பாசாங்கு பண்ணாத உமா. நீ அந்தத் தந்தியைப் பார்த்துட்டடல்ல?' மௌனமாக இருந்தாள். இவனிடமிருந்து தப்பிக்கவேண்டிய வேளை வந்துவிட்டது. சுற்றிலும் பார்த்தாள். அறையில் யாரும் இல்லை. மெல்ல நழுவி வாசல் பக்கம் போய்விடவேண்டும். ராகேஷ் மேசையிலிருந்து ஒருமுள் கரண்டியை எடுத்து வைத்துக் கொண்டான். அதைக் கன்னத்தில் சொறிந்துகொண்டான். இவனைத் தாண்டித்தான் போகவேண்டும். ஒரே வாசல், சன்னல் ஏர்கண்டிஷனுக்காக அடைக்கப்பட்டிருக்கிறது.

'தந்தியை நானும் படிச்சேன். நீயும் படிச்சிருக்கே, இல்லையா உமா?'

'என்ன தந்தி? அதான் யாருக்கோ வந்ததுன்னு நீங்கதானே சொன்னீங்க?'

‘உமா! பாசாங்கு வேலை போதும். போலீஸ் வந்தாச்சு. கம் க்ளீன், உனக்கும் தெரியும். எனக்கும் தெரியும். உன் முகத்தில் பயம், கிலி எல்லாம் தெரிந்தது. பயப்படாத, உன்னை நான் ஒண்ணும் செய்யமாட்டேன். ஆனா உன்கிட்ட அவங்க வரத்துக்குள்ள ஒரே ஒரு கேள்வி கேட்கணும் உமா. சின்ஸியரா பதில் சொல்லு. நான் மூர்த்தியைக் கொன்னேனா? சொல்லு உமா! நான் மூர்த்தியைக் கொன்னேனா?’ ‘என்ன இது, கேள்வியை இப்படிக் கேட்கிறான்!’

‘சட்டுனு அவங்க வரத்துக்குள்ள சொல்லு உமா!’

‘எனக்கு பதில் சொல்லத் தெரியலை!’

‘என்னைத் தெரியாதா! என்னோட பழகின இல்லை? நான் மூர்த்தியைக் கொல்வேனா?’

‘போலீஸ் அப்படித்தான் நம்பறாங்க.’

‘நீ என்ன நம்பறே? உள்ளுக்குள்ள! ஹார்ட் ஆஃப்ஸ் ஹார்ட்ஸ்!’

‘எனக்கு எல்லாமே புதிரா இருக்கு ராகேஷ்!’

ராகேஷ் எழுந்தான். சர்விங் மேஜையிலிருந்து ஒரு கத்தியையும் எடுத்துக்கொண்டான்.

‘என்ன அரஸ்ட் பண்ண வராங்க இல்லை?’

‘யாரு? எனக்கு ஒண்ணும் தெரியாது.’

‘ப்ளீஸ் உமா, பொய் வேண்டாம்! பாசாங்கு வேண்டாம்! லெட்ஸ் பி ஹானஸ்ட்! நான் உன்கிட்ட ஹானஸ்ட்டா எல்லாத்தையும் சொல்லிட்டேன். இப்ப உன் முறை.’

கதவுக்கு வெளியே கனமான காலடி ஓசை கேட்டது. தட்தட் என்று கதவு குலுக்கப்படும் சப்தமும் கேட்டது.’

‘என்னய்யா? உள்ள சாத்திக்கிட்டானா!’

‘இல்லை, இல்லை, உள்ள வாங்க’ என்றான் ராகேஷ்.

டோர் க்ளோசரின் எதிர்ப்பினால் கதவு மெல்லத்தான் திறந்தது.

இன்ஸ்பெக்டர் ராஜபாண்டியன் உள்ளே ஜாக்கிரதையாக நுழைந்தார். அவர் கையில் துப்பாக்கி இருந்தது. கத்தியைக்

கையில் வைத்திருந்த ராகேஷைப் பார்த்து உடனே உஷாராகி, 'கீழ போடுய்யா. ஆர் ஐ'ல் ஷூட்' என்றார்.

'ஷூட்' என்றான் ராகேஷ், 'என்ன இப்படி அடாவடி? உங்களுக்கு யார் வேணும்?'

'ராகேஷ்! ராகேஷ்! நீதானே ராகேஷ்?'

'ஆமா! உங்க பேரு?'

'பேரு பாழாப்போகட்டும். கையில் இருக்கிறதைக் கீழ போடு.'

'தேர்!' என்று கத்தியை மேசை மேல் வைத்தான்.

ராஜபாண்டியன் சற்று ஆச்சரியத்துடன் அவனை நிதானமாக அணுகினார்.

'பயப்படாதீங்க. நான் ஒண்ணும் பண்ணமாட்டேன். நான் ரொம்ப சாது.'

ராகேஷ் உமாவைப் பார்த்துச் சிரித்தான். அவளுக்கு மலைப்பாக இருந்தது.

'என்ன விஷயம் இன்ஸ்பெக்டர்?'

'நீங்கதானே இந்தக் குறிப்பு அனுப்பிச்சது?' என்று உமாவைப் பார்த்துக் கேட்டார் ராஜபாண்டியன்.

உமா ராகேஷைப் பார்த்துக்கொண்டே தயக்கத்துடன் 'ஆமாம்' என்றாள்.

'என்ன குறிப்பு? நான் பார்க்கலாமா?'

'இவர்தானே ராகேஷ்?'

'ஆமா.'

'வாங்க ராகேஷ், போகலாம்.'

'எங்க?'

'போலீஸ் ஸ்டேஷனுக்கு.'

'அரஸ்ட் பண்றிங்களா?'

'அது மாதவராவ் வந்ததும் தீர்மானிக்கலாம். நீங்க எங்ககூட இப்ப வந்திங்கன்னா சிக்கல் இல்லாம காரியத்தை முடிச்சுரலாம்.'

'எதுக்கு வரணும்?'

'கேள்விகளுக்கு பதில் சொல்றதுக்கு.'

'உமா, நீயும் வாயேன்.'

உமா பயத்துடன் 'நான் வரலை' என்றாள்.

'பயப்படறே இல்லையா? உன் கணவனைக் கொன்னவன் கிட்ட!' என்று கண்ணைச் சிமிட்டிச் சிரித்தான்.

'நீங்க வீட்டுக்குப் போங்கம்மா. துணைக்கு கான்ஸ்டபிளை அனுப்பறேன். மாதவராவ் வந்தப்புறம் சொல்லி அனுப்பறேன். தேவைப்பட்டா வாங்க. என்னய்யா கூட்டம்? இங்க கூத்தா நடக்குது. விலகுங்க, விலகுங்க!'

'மாதவராவ் வந்திருக்கிறாரா?' என்றான் ராகேஷ்.

'ஆமா.'

'அவர்தானே தந்தி அனுப்பிச்சது உமா? பிரில்லியண்ட் மேன்! பிரில்லியண்ட் அண்ட் மெத்தாடிக்கல், கண்டுபிடிச்சுட்டாரே!'

'மிஸ்டர் ராகேஷ், எல்லாம் அப்புறம் பாத்துப் பேசிக்கலாம், எங்ககூட வரீங்களா?'

'தாராளமா, அதைவிட வேற என்ன வேலை எனக்கு? உமா, மறுபடி எப்ப சந்திக்கலாம்? என் கேள்விக்கு பதில் சொல்லாம டபாய்ச்சுட்டே!'

'ஃபார் எ கில்லர், யூ ஆர் அன்யூஷுவலி ஸ்டெடி!' என்றார் ராஜபாண்டியன்.

'என்ன சார் செய்யறது. சினிமாவில வராப்பல அவ கழுத்தில கத்தியை வெச்சுக்கிட்டு கிட்ட வராதன்னு சொல்ல முடியுமா. எனக்கு அதெல்லாம் வராது சார். ஐ'ம் எ ஜென்டில்மேன். இல்லையா உமா!'

'ஓட்டல் ரூம்ல ரத்தத்தை வாரி இறைச்சபோது ஜென்டில்மேன் தான்! வாய்யா, உனக்கு எதிரா ஆணித்தரமா சாட்சியம் இருக்குது.

மாதவராவ் வரப்போறார். ஃப்ளைட்டு கிடைச்சா பிடிச்சு வரேன் னிருக்காரு. நடய்யா' என்று அவன் தோளில் கை வைத்தார்.

'ஈஸி, ஈஸி. நான்தான் சொன்ன இடத்துக்கு வரேனே, கை வைக்க ணுமா? எந்த ஸ்டேஷன்? சர்வர்ங்கள்ளாம் ஆர்வமாப் பார்த்துக் கிட்டு இருக்காங்க. சொல்லுங்களேன்.'

'ராகேஷ் நட்புடன் அவர் பின் சென்றான். வாசல் கதவருகில் திரும்பி, 'உமா! கவலைப்படாத. உனக்காகத் திரும்பி வரப் போறேன். எந்தச் சிறையும் என்னைக் கட்டுப்படுத்த முடியாது. ஐ'ல் பி பேக் உமா! வந்துருவேன்! வந்துருவேன்! என்ன சொல்ற?'

ராகேஷ் போகிற போக்கில் மேனேஜரிடம் 'உங்க பேர் என்ன சார்?' என்று விசாரித்தான். 'காப்பி நல்லாருந்தது ஓட்டலல்ல.'

அவன் போன பாதையில் அப்படியே பிரமித்து நின்றாள்.

'என்னம்மா விவகாரம்? அவன்... அந்தாளு கொலைகாரனா? உங்க புருசனைக் கொன்னுட்டானா? அப்படித்தானே பேசிக்கிறாங்க!'

'தெரியலையே. ஒண்ணுமே தெரியலையே!' என்று உமா நடந்தாள்.

'வேணும்னா வீட்டுக்கு கூட்டிட்டுப் போறதுக்கு யாரையாவது துணையா அனுப்பட்டுங்களா' என்றார் மேனேஜர் பிரசாத். 'நீங்க அனுப்பிச்ச துண்டு கடுதாசியைக் கண்டதும் நான் ப்ராம்ப்ட்டா போலீஸுக்கு டெலிபோன் பண்ணிட்டேன்.'

'வந்தனம்' என்று நடந்தாள்.

'நான் வேணாக்கூட ஒரு ஆளை அனுப்பட்டுமா? கான்ஸ்டபிள் கூட இருக்கார்.'

'வேண்டாம் சார்! இனிமே எனக்குப் பயமில்லை.'

உமா இயந்திர பொம்மை போல நடந்தாள். மாயா! மாயை! இவன்தான் என்று தந்தி வந்தது. இவனுக்கு பயந்து சாமர்த் தியமாகச் செய்தி சொல்லி கடைசியில் இவன் என்னமோ ஒருவித எதிர்ப்பும் இல்லாமல் போலீஸுடன் நடக்கிறானே. என்ன நெஞ்சழுத்தக்காரன்! இவன்மேல் சாட்சியங்கள் போதாதா? மாதவராவின் தந்தி மிகத் தெளிவாக இருந்ததே.

உமாவின் மனதில் ஒரு இனங்காண முடியாத ஏமாற்றம் இருந்தது. அவள் எதையோ எதிர்பார்த்து அது நடக்கவில்லை போல. எதை எதிர்பார்த்தாள்? ராகேஷ் அந்தக் கத்தியை எடுத்து கன்னத்தில் வருடிக்கொள்ளும்வரை எதிர்பார்த்தாள். அவன் திடீர் என்று அவள்மேல் பாய்வான் என்று எதிர்பார்த்தாள். அவன் செய்த காரியம், அதற்குப் பின் அவன் நடந்துகொண்ட விதம் - எங்கேயோ உதைக்கிறது. இவன் எப்படிப்பட்ட கொலைகாரன்? கல்நெஞ்சுக்காரனா? பேச்சைப் பார்த்தால் தெரியவில்லையே!'

'உமா, உனக்காக நான் செய்த காரியங்கள்.'

'என்ன செய்தாய்?'

இருட்டில் நடக்கும்போது ஆனந்த் எதிர்ப்பட்டு 'உமா! உமா உன்னை எங்கெல்லாம் தேடறது. அம்மாவுக்குக் கவலையாப் போய்ட்டுது. எங்க போய்ட்ட?'

'ஆனந்த்! ஆனந்த்! எனக்கு ஒண்ணுமே புரியலை ஆனந்த்!'

'என்ன உமா!'

'சொல்றேன், ராகேஷ் இல்லை? அவனைப் பத்தி பெங்களூர் மாதவராவ்கிட்ட இருந்து ஒரு தந்தி வந்தது. ஆமா, அதை ஏன் அவன் என்கிட்ட இருந்து மறைக்கணும்?'

'என்ன தந்தி? புரிகிற மாதிரி சொல்லேன்.'

'அவன்தான் ஆனந்த்! அழுத்தக்காரன்! போலீஸால ப்ரூவ் பண்ண முடியாதுன்னு நெனைச்சுண்டிருக்கான். அதான் அத்தனை இறுமாப்பா அவங்ககூடப் போறான்.'

'என்ன போலீஸ், என்ன விஷயம் உமா? எனக்குக் குழப்பமா இருக்கு!'

'மூர்த்தியைக் கொலை பண்ணது யாரு தெரியுமா? ராகேஷ்!'

ஆனந்த் இருட்டில் நின்றுவிட்டான்.

'ராகேஷா? யார் சொன்னா?'

'மாதவராவ் கிட்ட இருந்து தந்தி வந்தாச்சு. அதை ராகேஷ் பாத்தான். பாத்து எங்கிட்ட இருந்து மறைச்சி வெச்சுட்டான்.

நான் அவனை ஒரு ரெஸ்டாரண்டுக்குக் கூட்டிட்டுப் போய் சாமர்த்தியமா போலீஸை வரவழைச்சுட்டேன். அவன் என்னடான்னா போலீஸ் வந்தப்புறம்...'

'ஆச்சரியம் உமா! உன்னைக் கத்தியைக் காட்டி பயமுறுத்தினானா?'

'அதுதான் இல்லை! பேசாம அவங்க கூடப் போய்ட்டான். ஒரு எதிர்ப்பும் இல்லை.'

'உதைக்கறதே! ஆனா அவனைப் பாத்தா ஒரு மாதிரித்தான் இருந்தது. ஒருவிதமான மூடி டைப். பேசற பேச்சில ஒரு கன்ஸிஸ்டன்ஸி இல்லை. இந்த மாதிரி ஆசாமிங்கள்ளாம் கல் நெஞ்சுக்காரங்களா இருப்பாங்க. சொல்லவே முடியாது.'

'அலட்சியமா போலீஸ் பின்னால போறான்.'

'தந்தில என்ன எழுதியிருந்தது?'

'ராகேஷ்தான் உன் கணவனைக் கொன்னவன். அவன்கிட்ட ஜாக்கிரதையா இருன்னு மாதவராவ் அடிச்சிருந்தார் தந்தி.'

'அழைச்சுண்டு போயிட்டாங்களோல்லியோ??'

'ஆச்சு.'

'ஆளை விடு! நாளைக்குப் பார்த்துக்கலாம். குழம்பறது! அம்மா கவலைப்பட்டுண்டு இருக்கா.'

'ஆனந்த்! அவனைப் பார்த்தா நீ என்ன நினைக்கிறே?'

'ஒருத்தரையும் முகத்தைப் பார்த்து ஒண்ணும் சொல்ல முடியாது உமா. வா!'

உமா தீவிர சிந்தனையுடன் நடந்தாள். அவள் நினைவில் ராகேஷ் காட்டின போட்டோ பளிச்சிட்டது. அவன் அம்மாவைப்போல் முகசாடையாக இருக்கிறேன் என்று என்பேரில் ஈடுபாடு. என்னை அவன் அம்மாவின் மறுபிறப்பாக எடுத்துக்கொண்டு ஒரு வக்கிர சிந்தனையில், நான் மற்றொருவரின் மனைவியாக இருப்பது அவனுக்கு ஒரு புனிதம் வாய்ந்த விபரீதமாகி, ஒரு ஆக்ரோஷமான கணத்தில் மூர்த்தியைக் கொன்றுவிட்டான்! பொருந்துகிறது! மாதவராவ் எதும் ஆதார சாட்சியம் இல்லாமல்

அந்தத் தந்தியை அடித்திருப்பாரோ! பின் ஏன் அத்தனை அலட்சியமாக போலீஸின் பின் சென்றான்? ஓ! மண்டையைக் குடைகிறது!

மாதவராவ் அரை மணி தாமதமாக பங்களூரிலிருந்து புறப்பட்ட போயிங்கில் கடைசி நிமிஷ இடம் பிடித்து முப்பத்தைந்து நிமிஷத்தில் சென்னை வந்து ப்ளேனுக்கு ஏணிப்படி வைக்கும் நேரத்தில் கூடப் பதறிப்போய் அவசரமாக விமான நிலையத்துக்கு வந்து டாக்ஸி பிடித்து, 'சீக்கிரம் போப்பா' என்று விரட்டினார்.

டாக்ஸியில் கவலைப்பட்டார். 'கடவுளே, அவளை அவன் ஒன்றும் செய்யாதிருக்க வேண்டும். அவனிடம் அவள் மாட்டிக் கொண்டிருக்கிறாள். எதையும் செய்யத் தயங்காதவன். அவளைப் பணயமாக வைத்துத் தப்பித்துப் போய்விட்டால்... சே... அப்படி நினைக்காதே.'

சைதாப்பேட்டை போலீஸ் நிலையத்தில் இறங்கி உள்ளே ஓடி டெலிபோன் தொடர்பு மூலம் இன்ஸ்பெக்டர் ராஜபாண்டியனைப் பிடித்தார்.

'வந்துட்டிங்களா! வெல்கம்.'

'என்ன ஆச்சு சொல்லுங்க!'

'உங்க ராகேஷ் இங்கதான் இருக்கான். லஸ் கார்னரண்டை போலீஸ் ஸ்டேஷனுக்கு வாங்க.'

'குட்! அரஸ்ட் பண்ணிட்டிங்களா?'

'அதுக்குத் தேவையே இல்லை. கட்டின பசு மாதிரி எங்க பின்னாலேயே வந்துட்டான். இங்கதான் சமர்த்தா உக்காந்திருக்கான்.'

'என்னது? ராகேஷா!'

'ஆமாம். ராகேஷ்தான். எதுக்கும் நீங்க வந்து விசாரியுங்க. அரஸ்ட் பண்ணனும்னா சொல்லுங்க. ஃபார்மாலிட்டிஸ் எல்லாம் நிறையவே இருக்கு.'

'ராகேஷ் எதிர்ப்பு எதுவும் காட்டலையா?'

'இல்லை.'

‘ஆள் தப்புன்னு நினைக்கிறேன். நான் தேடறது ஒரு வெறிபுடிச்ச கொலைகாரனை!’

‘பேசாம பெஞ்சில் உக்காந்துகிட்டிருக்கான். வாங்க. எதாவது ஆள் மாறாட்டமா இருக்கலாம். பேர் என்னவோ ராகேஷ்தான் சொன்னான்.’

‘அந்தப் பொண்ணு உமா?’

‘அவங்க வீட்டுக்குப் போயிட்டாங்க.’

‘சரி, நான் உடனே வரேன்.’

டாக்ஸியில் ‘மைலாப்பூர் போப்பா!’ மாதவராவுக்கு நெற்றி சுருங்கியிருந்தது. என்னவோ எங்கேயோ விட்டுப் போயிருக் கிறது. முதலில் அவனைச் சந்திக்கலாம். ஆரம்பப் பாசாங்கு களாக இருக்கலாம். போலீஸை ஆழம் பார்க்கிறான். இதைவிட ஆணித்தரமான சாட்சியங்கள் இருக்கமுடியுமா? ஒரே ஓட்டல், அதே தினம், மாயா, கிரிக்கெட், போட்டோ... மாதவராவின் மனத்தில், சென்ற தினங்களின் அத்தனை சாட்சியங்களும் பிரவகித்தன. இவன்தான், சந்தேகமே இல்லை! ஆழம் பார்க்கிறான். இது ஒரு பழைய உத்தி! பெங்களூருக்கு அழைத்துச் சென்று, கேட்கிற முறையில் கேள்வி கேட்டால் உண்மை வராமல் போகாது. மாதவராவ் ராகேஷை நெருங்கினார்.

28

மாதவராவ் அந்தக் கணத்தை மிகவும் எதிர்பார்த்துக் கொண்டிருந்தார். இத்தனை தினங்கள் இந்த கேஸையே நினைத்து இதையே மூச்சுவிட்டு, இதையே தூக்கத்திலும் உடன் கொண்டுசென்று, கனவு கண்டு, மற்ற பேர் பிரக்ஞையே இல்லாமல் ஒரு மனத்துடன் துரத்தியது, இதோ முடிவடையப் போகிறது. ராகேஷ் அகப்பட்டு விட்டான். அவன் எப்படி இருப்பான். என்ன சொல்லப் போகிறான். நானில்லை என்றுதான் முதலில் சத்தியம் செய்வான். எல்லோரும் அப்படித்தான். மெல்ல மெல்லக் கேள்விகளால் உடைக்க வேண்டும். ஒவ்வொன்றாக அவனுக்கு எதிராக இருக்கும் சாட்சியங்களை விரிக்கவேண்டும்.

மாதவராவ் சிந்தனையில் இருந்தார். அவர் கையில் ராகேஷின் பெரிதுபடுத்தப்பட்ட பார்க் போட்டோ சற்று பஜ் என்று இருந்தாலும், உபயோகப்படும் என்று வைத்திருந்தார். ரிவால்வர் வைத்திருந்தார். திடீர் என்று அவன் தாக்கினாலும் தாக்கலாம். அதிக பலாத்காரம் வேண்டாம். அதிக விளம்பரமும் கூடாது. கமுக்கமாக அவனைக் கோழிக்குஞ்சை அமுக்குவது போல் அமுக்கி பங்களூருக்குக் கொண்டு சென்றுவிட வேண்டும். அங்கே போய்ப் பார்த்துக்கொள்ளலாம். ஆளை உடைத்துவிடலாம். அதற்கான முறைகள் இருக்கின்றன. தொடாமல் மெல்ல மெல்ல...

மயிலாப்பூர் போலீஸ் நிலையத்தில் பல்பு வெளிச்சம் மங்கலாக இருந்தது. அமைதியாகத்தான் இருந்தது. வாசலில் பெஞ்சியில் இருவர் உட்கார்ந்திருக்க, மாதவராவ் உள்ளே நுழைந்ததும் ராஜபாண்டியனைச் சந்தித்தார்.

'வாங்க! நீங்கதானே மாதவராவ். போன்ல நிறையப் பேசியிருக்கோம். நேர்ல சந்திச்சதில்லை.'

'எங்க அவன்?'

'உக்காந்திருக்கான் பாருங்க?'

'ரெஸிஸ்ட் பண்ணலையா?'

'சொன்னனே, கட்டின பசு! ப்ளெஸண்ட் யங் மேன்.'

உள்ளே நீட்டத் துப்பாக்கிகளுக்கு அருகே ராகேஷ் உட்கார்ந்திருந்தான். மாதவராவ் வருவதைப் பார்த்ததும் 'மிஸ்டர் மாதவராவ்' என்றான்.

'எஸ்' என்றார்.

'ஐ'ம் ராகேஷ்.'

மாதவராவ் அவன் முகத்தைப் பார்த்ததுமே இவன்தான் அந்த போட்டோவில் உள்ளவன் என்று உணர்ந்துகொண்டார்.

'கங்க்ராஜுலேஷன்ஸ். மலையைக் கெல்லி எலியைப் பிடிச்சுட்டிங்க. மெட்ராஸ் போலீஸே என் பின்னால வந்துருச்சு. எதுக்குன்னே தெரியலை!'

'தெரிய வரும் மிஸ்டர் ராகேஷ். கவலைப்படாதீங்க!'

'நான் கவலையே படலை. என்னை அரஸ்ட் பண்ணப் போறீங்களா?'

'ஆமா.'

'பெய்லபிளா, நான்-பெய்லபிளா?'

மாதவராவ் அவனைச் சரியாகப் பார்த்தார். புன்னகை எரிச்சலாக இருந்தது. அதி புத்திசாலிபோல, எல்லாம் தெரிந்தவர்களைப் போல ஆரம்பிக்கும் கைதிகளை அவருக்குப் பிடிக்காது.

'மிஸ்டர் ராகேஷ், யூ ஆர் பீயிங் அரஸ்ட்டட் ஃபார் தி மர்டர் ஆஃப் மிஸ்டர் மூர்த்தி.'

'அப்படியா! இப்ப நான் பங்களூருக்கு வரணுமா?'

'ஆமா. அங்கதான் நாளைக்கு மாஜிஸ்ட்ரேட் கோர்ட்டுக்குப் போய் ஒரு ரிமாண்ட் வாங்கிட்டு...'

'விலங்குப் போடப் போறிங்களா?'

'தேவையில்லை. ரொம்ப சமத்தா இருக்கீங்களே.'

'நான் ஒரு ஜென்டில்மேன் மிஸ்டர் மாதவராவ்! நீங்க அனுப்பிச்ச தந்தியைப் பார்த்தேன். எனக்குச் சிரிப்புத்தான் வந்தது. இவ்வளவு அபத்தமான முடிவுக்கு நீங்க வருவிங்கன்னு நான் எதிர் பார்க்கலைதான்.'

'கடைசில சிரிக்கப்போறது யாருன்னு அப்புறம் தெரிய வரும் தம்பி! இப்ப அவர்கூடப் போ' என்றார் ராஜபாண்டியன். 'என்ன சார்!' ராத்திரியே கிளம்பறிங்களா, வண்டி ஏற்பாடு செய்யச் சொல்லட்டுமா?'

'ஆமா பாண்டியன் ராத்திரியே போயிடறோம். இந்தக் கேஸை டிலே பண்ண விரும்பலை.'

'கேஸ் டயரி எல்லாம் கம்ப்ளீட் ஆயிருச்சா? இன்வெஸ்ட்டி கேஷன் எப்படி?'

'கெமிக்கோ லீகல், லாப் எல்லாம் முடிஞ்சுருச்சு, இவன்தான்!'

'ஆள் ரொம்ப கான்ஃபிடன்ட்டா இருக்கான்!'

'ஆரம்பத்தில் அப்படித்தான் இருப்பான். எங்களுக்குத் தெரிஞ்சது இவனுக்குத் தெரியாதில்ல!'

'கங்கராஜு¬லேஷன்ஸ், ரொம்ப டிரிக்கி கேஸ்னு கேள்விப்பட்டேன். அந்தம்மா வீட்டுக்கு கான்ஸ்டபிள்கூட அனுப்பிச்சிருக்கேன். இன்வெஸ்ட்டிகேஷனுக்குத் தேவைப்படுவாங்களா?'

'உடனே இல்லை. இன்னும் கொஞ்ச நாளைக்கப்புறம்.'

'ரொம்ப கிளவரா எனக்குக் குறிப்பு அனுப்பிச்சிருந்தாங்க. அவங்களைப் பார்த்துட்டு, கொஞ்சம் தைரியம் சொல்லிட்டுப் போறதே நல்லது. ஷி மஸ்ட் ஹேவ் பீன் ஷேக்கன் அப்.'

‘சரி! இவனை இங்கயே வெச்சிருங்க. போய்ப் பாத்துட்டு வர்றேன். அதுக்குள்ள பெங்களூர் போறதுக்கு டிரான்ஸ்போர்ட் ஏற்பாடு பண்ணிட்டிங்கன்னா நல்லது.’

‘போய்ட்டு வாங்க. நான் எங்கயும் போகமாட்டேன்’ என்றான் ராகேஷ். பின் மாதவராவ் அவனை முறைத்துப் பார்த்துவிட்டுக் கிளம்பினார். போலீஸ் நிலையத்தின் வாசலைக் கடக்கும்போது ராகேஷ், ‘கேன் ஐ ஸ்மோக்?’ என்று கேட்பது அவருக்குச் சற்றுக் குழப்பத்தை ஏற்படுத்தியது. திட்டமிட்டே நடிக்கிறானா? சற்றும் தயங்காதே. நாளைக்கே டி.ஸி.யைப் பார்த்து விவரம் சொல்லி மாஜிஸ்ட்ரேட் கோர்ட் முன்னிலையில் நிறுத்தவேண்டும். ரிமாண்டுக்கு நீட்டிப்புக்கூடக் கேட்கவேண்டிய அவசிய மில்லை. எல்லா சாட்சியங்களும் தயாராக இருக்கின்றன.

ஜீப் வாசலில் வந்த சப்தம் கேட்டு மாமியார் ‘அய்யய்யோ!’ போலீஸ் மறுபடி வந்தாச்சு. என்னவோ ராக்கூத்து! நிம்மதியாப் படுத்துண்டோம்னு இல்லை! ஏய் பொண்ணே! ஏய் ஆனந்த்!’

உமா திடுக்கிட்டு விழித்தாள். சன்னல் வழியாக எட்டிப் பார்த் தாள். மாதவராவ் போர்ட்டிகோ வெளிச்சத்தில் தன் தொப்பியைச் சரி செய்துகொண்டு நிற்பது தெரிந்தது. உடனே போய்க் கதவைத் திறந்தாள்.

‘ஹலோ! ஒண்ணுமில்லை. பயப்படாதீங்க. உங்களை தாங்க் பண்றதுக்குத்தான் வந்தேன். யூ ஆக்டட் ப்ரேவ்லி. அவனை அரஸ்ட் பண்ணி பங்களூருக்குக் கூட்டிட்டுப் போறேன். இட்ஸ் ஆல் ஓவர் உமா.

‘அவந்தானா சார்?’

‘அவந்தான். எங்கிட்ட ஆணித்தரமா எவிடன்ஸ் இருக்கு.’

‘உதாரணமா?’

‘மூர்த்தியைக் கொன்ற ரத்தக் கத்தி அவன் அறை டிராயரில் கிடைச்சது!’

‘மை காட்!’

‘மேலே சொல்லட்டுமா?’

'நான் இவன்கூட சினேகமாகப் பேசிக்கிட்டிருந்தேன் சார்!'

'என்ன சொன்னான்?'

'என்ன என்னமோ! அவன் அம்மா அப்பாவெல்லாம் பத்திச் சொன்னான். 'கொஞ்சம் குரலைத் தாழ்த்திக்கொண்டு 'எம்மேல் ஒருவிதமான அப்ஸெஸிவான அன்பாம்! என்னையே துரத்திட்டு வந்திருக்கான். என்னைக் கல்யாணம் பண்ணிக்க விரும்பினானாம்.'

'உமா, உங்ககிட்ட பேசின விஷயங்கள், அவன் செய்த காரியத்துக்கு மோட்டிவ் என்னன்னு கண்டுபிடிக்க உபயோகமா இருக்கலாம். இந்த வாரக் கடைசியில நீங்க பங்களூர் வர முடியுமா?'

'வரேன் சார். ஒரு வழியா இந்தக் கெட்ட சொப்பனம் முடிஞ்சி நான் விழிச்சு எழுந்துட்டாப் போதும்.'

'எழுந்தாச்சு... நான் வரட்டுமா...' என்று கிளம்பியவரிடம் உமா 'சார், அவனுக்கு என்ன தண்டனை கிடைக்கும்?' என்றாள்.

'நிச்சயம் தொங்குவான், வரட்டுமா, தைரியமா இருங்க.'

உமா கதவைச் சாத்திக்கொள்ள மாமியார் கதவருகிலேயே ஒட்டு கேட்டுக்கொண்டிருந்தாள். உமா திடுக்கிட்டாள்.

'என்னடி சொல்லிட்டுப் போறான்?'

'கொலைகாரனைப் பிடிச்சுட்டாம்மா.'

'நீ அவனோட பேசினியா?'

'யாரோட?'

'அந்த ராட்சசனோட, என் பிள்ளையைக் கொன்னவனோட?'

'அவன்தான்னு தெரியாதம்மா, எங்கிட்ட ஏதோ கேக்க வந்தான்ம்மா!'

'அதான் சொன்னேன், நீ வந்து துணையில்லாம வெளில போறதும் கண்டவாளோட பேசறதும் நன்னால்ல. பெரியவா சொல்றதைக் கேளு. வீணாப் போய்ட்டவ இந்த மாதிரி நடுராத்திரியில இஷ்டத்துக்குச் சுத்தறது எங்க குடும்பத்துக்குச்

சரிப்பட்டு வராதும்மா. சொல்றேன்னு கோவிச்சுக்காத. மனசுல நான் எதையும் வெச்சுக்கறதில்லை.'

'நான் உங்க குடும்பத்தை விட்டுப் போயிடறேம்மா. அதானே உங்களுக்கு வேணும்!'

'நான் அந்த அர்த்தத்தில சொல்லலை. நீ என்ன இருந்தாலும் என் நாட்டுப் பெண். உன்னைப் பத்தி யாராவது கேவலமாப் பேசினா எனக்கு மனசு தாங்காதம்மா. மூர்த்தியையும் பழிக்கறாப்பல தானே ஆறது!'

'அம்மா, நீங்க என்ன சொல்றிங்க, வீட்டிலயே நான் அடைஞ்சு இருக்கணும், மூர்த்தி படத்துக்கு தினம் தினம் மாலை போட்டுண்டு வெள்ளைப் புடைவை உடுத்திண்டு இருக்கணும்கறிங்க.'

'வெள்ளைப் புடைவை உடுத்தணும்னு யார் சொன்னா? பளிச்சுனு உடம்பெல்லாம் பறக்கறாப்பல வேண்டானுட்டுத் தான் சொல்றேன். தபாரு, எதையும் தப்பர்த்தம் பண்ணிக்கலாம். நீ என் பொண்ணு மாதிரி. என் பொண்ணு தாலியறுத்திருந்தாலும் இதையேதான் சொல்லுவேன்.'

'எங்கம்மா கேட்டாலும் நான் என் இஷ்டப்படித்தான் இருப் பேன்னு சொல்வேன். நான் ஏதும் தப்பு பண்ணலைம்மா!'

'இந்த ஆத்தில இருக்கறதுக்கு...'

'நான் இந்தாத்திலே இனிமே இருக்கப் போறதில்லைம்மா. மூர்த்தி எதுக்காக செத்துப் போனார்னு எனக்கு தெரிஞ்சுக்க வேண்டியதா இருந்தது. இப்பத் தெரிஞ்சு போச்சு. இனிமே எனக்கும் இந்த வீட்டுக்கும் சம்பந்தமில்லை. நான் நாளைக் காலைல எங்காத்துக்குப் போறேன்!'

'பாரும்மா, நானா போன்னு சொல்லலை. தெரிஞ்சுக்கோ!'

'நானே சந்தோஷமாப் போறேம்மா.'

ராகேஷைச் சுற்றிலும் நான்கு போலீஸ் அதிகாரிகள் நின்று கொண்டிருந்தார்கள். அறையில், பகலாக இருந்தாலும் மெலிய வெளிச்சமே இருந்தது. ராகேஷ் நடுமையனாக பிரகாசமான செயற்கை வெளிச்சத்தில் இருந்தான். டி.ஸி. கையைக் கட்டிக்கொண்டு சுவரில் சாய்ந்துகொண்டு கேட்டுக்கொண் டிருக்க மாதவராவ்தான் சற்று படபடப்பாக இருந்தார். ராகேஷ்

புன்னகை மாறாமல் எல்லோரையும் முறை முறையாகப் பார்த்துக்கொண்டு தடையில்லாத, நடுக்கமில்லாத குரலில் பதில் சொல்லிக்கொண்டிருந்தான்.

'மிஸ்டர் ராகேஷ்! மறுபடி ஆரம்பிங்க. காலைல என்ன செஞ்சிங்க அந்த ஓட்டல்ல...'

'எத்தனை தடவை வேணா சொல்றேன், காலைல ஓட்டல்ல ரிஜிஸ்டர் பண்ணிண்டேன். ரூம் நம்பர் சொல்லட்டுமா?'

'தெரியும். ரிஜிஸ்டரைப் பார்த்துட்டோம்.'

'மூர்த்தி இருந்த ரூமுக்கு நேர் எதிர் ப்ளாக்கில் ரூம்.'

'மூர்த்தி தங்கியிருந்த அறைக்கு நீங்க அன்னிக்குக் காலைல போகவே இல்லையா?'

'போனேன்.'

'எத்தனை மணிக்கு?'

'சரியாச் சொல்ல முடியலை. மணி பாக்கலை. சுமார் பதினொண் ணரை இருக்கும்.'

'எதுக்குப் போனீங்க?'

'மூர்த்தியைப் பார்த்துப் பேசறதுக்கு.'

'பேசறதுக்கா?'

'ஏன், பேசறதுன்னா ஆச்சரியமா?'

'என்ன பேசினிங்க?'

'உமா ஒரு ஜெம், ஒரு மாணிக்கக்கல் மாதிரி. அவளை அடைஞ் சதில் நீ பாக்கியம் செஞ்சிருக்கே. அவளை நல்லா வெச்சுக்கன்னு சொன்னே!'

'மூர்த்தியை முன்னால தெரியுமா உங்களுக்கு?'

'தெரியாது.'

'அறிமுகம் ஆகாதவங்ககிட்ட நேராப் போய் அவங்க ஒய்ஃபைப் பத்திப் பேசமுடியுமா ராகேஷ்?'

'அறிமுகப்படுத்திக்கிட்டேன்.'

'என்னன்னு?'

'உமாவோட வெல்விஷர்னு. உமா எனக்கு உறவு மாதிரின்னு... எனக்கு அதை எல்லாம் முழுக்கச் சொல்றதுக்கு நேரமாகும். சொன்னாலும் உங்களுக்குப் புரியாது.'

'புரியலைதான். நீங்க போனபோது மூர்த்தி உயிரோட இருந்தாரா?'

'நிச்சயம்! என்னோட பேசினான். ஓ.எஸ்! தூங்கிக்கிட்டிருந்தான். எழுப்பினேன்.'

'எழுப்பிப் பேசினிங்க. அதுக்கப்புறம் என்ன செஞ்சிங்க?'

'அதுக்கப்புறம் என் ரூமுக்குத் திரும்பி வந்துட்டேன்.'

'எத்தனை நேரம் பேசினீங்க?'

'சுமார் பத்து நிமிஷம் இருக்கும்.'

'நீங்க அறையை விட்டு வெளிய வரும்போது மூர்த்தி உயிரோடத் தான் இருந்தாரா?'

'ஆமா, நிச்சயம்.'

'கண்ணாடி மேல மாயான்னு ஏன் எழுதினிங்க?'

'எந்தக் கண்ணாடி? எந்த மாயா?'

'மூர்த்தி அறையில இருந்த கண்ணாடி.'

'நான் ஒண்ணும் எழுதலை.'

'அப்படியா! மூர்த்தியை ஏன் கொன்னிங்க?'

'மூர்த்தியை நான் கொல்லலை.'

'கொன்னுட்டு கண்ணாடில மாயான்னு எழுதிட்டு...'

'கொல்லலைங்கறேன். திருப்பித் திருப்பி அதையே சொல் றீங்களே.'

டி.ஸி. மாதவராவை சைகை காட்டிவிட்டு, 'மிஸ்டர் ராகேஷ். இந்த விளையாட்டு போதும்னு நினைக்கிறேன். நீங்கதான்

அந்தக் கொலையைச் செய்தீங்கங்கறதுக்கு நிறைய சாட்சியங்கள் எங்ககிட்ட இருக்கு.'

'வெச்சுக்கங்க! நான் கொல்லலை. நான் ஏன் அவனைக் கொல்லறேன். சே!'

சிகரெட் பற்ற வைத்துக்கொண்டான்.

'தினத்துக்கு எத்தனை சிகரெட் பிடிப்பிங்க?'

'எப்பவாவதுதான், ஒண்ணு ரெண்டு!'

'இதுவரைக்கும் அரை மணிக்குள்ள நாலு பத்த வெச்சுட்டிங்க.'

'நீங்க கேக்கறதெல்லாம் என்னை நெர்வஸா ஆக்கியிருக்கு. அதனால!'

'மிஸ்டர் ராகேஷ், நீங்க ஏன் மூர்த்தியைக் கொன்னிங்க?'

'மூர்த்தியை நான் கொல்லலை.'

'பாஷ்யம் சர்க்கிள் பக்கத்தில் அப்பர் பேலஸ் ஆர்ச்சர்டில 124-ம் நம்பர் வீடு நீங்க குடியிருக்கிற வீடுதானே?'

'ஆமா.'

'வீடு இருக்கறப்ப எதுக்கு ஒட்டல்ல வந்து தங்கினிங்க?'

'உமா பக்கத்தில் இருந்து அவளைப் பாக்கறதுக்கு!'

'அந்த வீட்டில, உங்க வீட்டில உங்க அறையில ஒரு டிராயரில் ஒரு பொருளைக் கண்டு எடுத்தோம் ராகேஷ்...'

'சரி.'

டி.ஸி. டிராயரிலிருந்து ஜாக்கிரதையாக பேப்பர் பொட்டலத்தை எடுத்துப் பிரித்ததை ராகேஷ் ஆர்வத்துடன் பார்த்துக் கொண்டிருந்தான். மேஜைமேல் அந்தக் கத்தியையும் ரத்தம் தோய்ந்த துணியையும் வைத்தார். 'இதுக்கு என்ன சொல்றிங்க?'

'என்ன இது?'

'மூர்த்தியைக் கொன்ன கத்தி, அவன் ரத்தம் படிஞ்ச துணி மிஸ்டர் ராகேஷ்! இது எப்படி உங்க வீட்டில உங்க அறையில் உங்க டிராயரில் வந்ததுன்னு சொல்ல முடியுமா?'

29

இப்போது அறையில் புகைப்படலம் மண்டி ஒளி வெள்ளத்தில் சாம்பல் நிற ஷாஃப்ட் அமைத்திருந் தது. டி.ஸி. ராகேஷை மிகுந்த ஆர்வத்துடன் அவன் முகத்தில் கிடைக்கும் ஒவ்வொரு சலனத்தையும் கவனித்துக்கொண்டிருந்தார். ராகேஷ் மேஜைமேல் வைக்கப்பட்ட கரு ரத்த அடையாளங்களை வியப் புடன் பார்த்தான்.

'என் ரூம்ல இருந்ததா?'

'ஆமா.'

'இதை யார் அங்க கொண்டு வெச்சாங்க?'

'அதைத்தான் நான் கேக்கறேன்?'

'எனக்குத் தெரியாது.'

'மிஸ்டர் ராகேஷ். பொய் சொன்னதெல்லாம் போதும்னு தோணுது. கம் க்ளீன்! உங்ககிட்ட இருந்து உண்மை வரவரைக்கும் நாங்க காத்திருக்கப் போறோம்.'

'உண்மை அதுதான். எனக்குத் தெரியவே தெரியாது. யாரோ நான் இல்லாதபோது இதையெல்லாம் அங்க வெச்சிருக்காங்க. இது அங்க எப்படி வந்த துன்னு எனக்குத் தெரியவே தெரியாது.'

‘இந்தக் கத்தி?’

‘நான் இதை முன்னபின்ன பாத்ததில்லை!’

‘மறுபடி ஆரம்பிக்கலாமா? சம்பவம் நடந்த முத நாள் நீங்க சாயங்காலம் எங்க போயிருந்திங்க?’

‘எத்தனை மணிக்கு?’

‘சுமார் அஞ்சு மணிக்கு.’

‘இருங்க, யோசிக்கிறேன். அ... சாயங்காலம் அவங்க பின்னால கபன் பார்க் போயிருந்தேன்.’

‘எதுக்கு?’

‘உமாவைப் பார்த்துக்கிட்டே இருக்கிறதுக்கு.’

‘எதுக்கு உமாவைப் பார்த்துக்கிட்டே இருக்கணும்? அதுவும் கல்யாணம் ஆன ஒரு பெண்...’

‘அதான் சொன்னனே... உங்களுக்கு எப்படிப் புரிய வைப்பேன். மை காட்! நாந்தான் மூர்த்தியைக் கொன்னேங்கிறிங்களா?’

‘தட்ஸ் தி ஐடியா.’

‘அப்ஸர்ட்!’

‘பார்க்குக்கு எதுக்கு அவங்களைத் துரத்திக்கிட்டு போனிங்க?’

‘உமா, உமாவை, உமா... நான் இதை எப்படிச் சொல்வேன். ஷி ரிஸம்பிள்ஸ் மை மதர்!

‘அவளைப் பத்தி எனக்கு... எனக்கு ஒரு வித கவலை இருந்தது. அவ சந்தோஷமா இருக்கணுமேன்னுட்டு எனக்கு ஒருவித ஆர்வம் இருந்தது. அவ சிரிக்கிறாளா சௌக்கியமா இருக்காளான் னுட்டு...’

மாதவராவ் டி.ஸி.யைப் பார்த்து பெருமூச்சு விட்டார்.

‘ராகேஷ், நீங்க சொல்றதை எங்க கோணத்தில் இருந்து பாருங்க. புதுசா கல்யாணம் ஆன பொண்ணை அவ பின்னாலேயே சுத்திக்கிட்டு இருந்தேன்னு சொல்றிங்க. மற்றும் அவ புருஷன்

இறக்கறதுக்கும் பத்து நிமிஷம் முன்னால் அவனைப் போய்ப் பார்த்து உன் பெண்டாட்டி ஒரு மாணிக்கக்கல்லுனு சொல்லிட்டு திரும்பி வந்துட்டேன்னு சொல்றிங்க. அவனைக் கொன்ன ஆயுதமும், ரத்தத் துணியும் எப்படி உங்க வீட்டில உங்க அறையில் வந்ததுன்னா, எனக்குத் தெரியாது. அதை யாரோ கொண்டு வெச்சிருப்பாங்கன்னு சொல்றிங்க! கமான், உங்களுக்கு இன்னொரு சான்ஸ் தரேன். நடந்ததைச் சொல்லுங்க.'

'நடந்தது அதுதான் சார். அதான்!'

'பரவாயில்லை, காத்துக்கிட்டிருக்கோம்.'

'எத்தனை நேரம் காத்திருந்தாலும் அதான் நடந்தது. எனக்கு அந்த சாமான்கள் எல்லாம் என் அறைக்கு எப்படி வந்ததுன்னு தெரியவே தெரியாது. நான் மூர்த்தியைக் கொல்லவே இல்லை.'

'மறுபடியும் அதே பொய்! ராஸ்கல், போலீஸ் என்ன ஏமாளின்னு நினைச்சுக்கிட்டிருக்கியா' என்று அதட்டினார்.

'நடந்தது அதேதான்' என்றான் ராகேஷ்.

மற்றொரு சிகரெட் பற்றவைக்கும் கரம் நடுங்குவதைக் கண்டார் டி.ஸி. அவனைக் கிட்டத்தில் சென்று பார்த்தார். அடிபட்ட பறவைபோல அவன் கண்கள் அவரை... அவரையே பயத்துடன் பார்த்தன. 'எனக்கு வேற எதும் தெரியாது சார்! நான் கொல்லலை!'

'பெரிய ஆளுய்யா நீ. ஆல்ரைட், மாயான்னா என்ன?'

'தெரியாது.'

'மல்லேஸ்வரம் யூத் அஸோசியேஷன்ல கிரிக்கெட் ஆடியிருக்க இல்லை?'

'ஆடியிருக்கேன்.'

'அவங்க ஒரு பனியன் தந்தாங்களா?'

'தந்தாங்க.'

'அதைப் போட்டுக்கிட்டிருந்தியா எப்பவாவது?'

'போட்டுக்கிட்டிருந்தேன். முத நாள் சாயங்காலம் பார்க்குக்குப் போறப்பகூடப் போட்டுக்கிட்டிருந்ததா ஞாபகம்.'

'அப்ப மாயான்னா என்னன்னு தெரியும், இல்லையா.'

'நான் ஒண்ணுமே எழுதலை. பனியன் போட்டிருந்தேன். அவ்வளவுதான்.'

'இதப் பார் ராகேஷ். உனக்கு அரை மணி தரோம். இந்த அறையில் உன்னைத் தனியா விட்டுட்டுப் போறம். அப்பறம் வரோம். அதுக்குள்ள யோசிச்சுப் பாரு. உண்மையை எப்படியும் மறைக்க முடியாது. உண்மையைச் சொல்லிட்டா எல்லாமே சரியாப் போய்டும். எதுக்காக மூர்த்தியைக் கொன்னே? அதைச் சொல்லிடு.'

'நான் கொல்லலை. நான் கொல்லலை. நான் கொல்லலை.' ராகேஷ் மேஜை மேலிருந்த கத்தியை ஒதுக்கி இடம் பண்ணிக் கொண்டு தலைசாய்ந்து அழ ஆரம்பித்தான்.

'மாதவராவ், வெளிய வாங்க' என்றார் டி.ஸி. 'எல்லாரும் வாங்க. கிளியர் திஸ் ப்ளேஸ்.'

அவன் அடித்தொண்டையிலிருந்து விசித்து அழும் குரல் கேட்க எல்லோரும் அறையை விட்டு வெளியே வந்தார்கள்.

'ஸ்டபர்ன்! கொஞ்சம் தட்டணும் சார்.'

'டி.ஸி. சிந்தனையுடன் சற்று நேரம் மௌனமாக இருந்தார்.

'மாதவராவ், அந்தக் கத்தியில பிரிண்ட்ஸ் கிடைச்சுதுன்னிங்களே, அதை இவன் பிரிண்ட்ஸோட ஒப்பிட்டுப் பார்த்திங்களா?'

'இவன் பிரிண்ட்ஸ் இன்னும் எடுக்கலை சார்.'

'இவன் கைவிரல் பிரதி ஒண்ணு எடுத்துருங்க. எடுத்து ஒப்பிட்டுப் பாத்துருங்க. இதுவரைக்கும் இந்த மர்டரையும் இவனையும் கனெக்ட் பண்ணக் கூடியதா டைரக்ட் எவிடன்ஸ் எதுவும் இல்லை. ஹோட்டல்ல வந்திருக்கான்...'

'சார், அந்தக் கத்தி, உடை எல்லாம் எப்படி சார் அவன் ரூம்ல வரமுடியும்?'

'எனக்கு தெரியாதுங்கறான். தெரியும்னு நிரூபிக்கவேண்டியது நம்ம கடமை. அந்த வீட்டு வேலைக்காரனை முதல்ல கூட்டி வரச்சொல்லுங்க! அவங்கிட்ட இன்னும் கேள்வி கேட்கணும். அதுக்கு முன்னாடி பிரிண்ட்ஸ். பிரிஸனர்ஸ் ஆக்ட்படி பிரிண்ட்ஸ்

எடுக்கலாம். கன்ஃபர்ம் ஆயிடுச்சுன்னா அப்பறம் இவனைக் கொஞ்சம் உக்கிரமா ட்ரீட் பண்ணலாம்.'

'சாமர்த்தியமாப் பொய் சொல்றான்.'

'ஆல்ரைட்! அப்படியே வெச்சுப்பம். ஆனா சுத்துப்பட்ட விஷயங்கள் எதிலயும் பொய் சொல்லலை. பாருங்க, தானாகவே முன்வந்து மூர்த்தி ரூமுக்குப் போனதைச் சொல்றான். பார்க்கில் துரத்தினதைச் சொல்றான்.'

'ஆனா முக்கியமான விஷயத்தில் மட்டும் பொய்!'

'அதைத்தான் பாத்துக்கலாம். நீங்க பிரிண்ட்டைப் பாருங்க. முதல்ல பாத்து எனக்கு ராத்திரிக்குள்ள தகவல் சொல்லுங்க. அந்த வீட்டு வாட்ச்மேனை அழைச்சுட்டு வாங்க. அந்தப் பொண்ணு எங்க?'

'உமா சென்னைல இருக்காங்க.'

'அவங்களை உடனே வரச் சொல்லுங்க. மூர்த்தி இறந்ததுக்கு முன்னால அலைஞ்சிருக்கான். அவங்ககிட்ட என்ன எல்லாம் சொன்னான்னு எல்லாத்தையும் கேட்டு வெச்சுக்கலாம். இந்தக் கேஸ்ல மற்ற சஸ்பெக்ட்ஸ் யார் யார்?'

'அவங்களை எல்லாம் எலிமினேட் பண்ணியாச்சு சார்.'

'எல்லாரையும் ஒருமுறை மறுபரிசீலனை பண்ணிடலாம்.'

'ஏன் சார், இவன் இல்லைன்னு நினைக்கிறீங்களா?'

'இவன்தான்! இவன் இல்லை! கேஸ் இப்ப இருக்கற நிலையில சொல்லமுடியலை... சீக்கிரமா ஒரு மீட்டிங் வெச்சுக்கங்க... எல்லாரையும் கூப்பிடுங்க. அதுக்கு முந்தி...'

'அதான் சொன்னிங்களே' என்று சற்று அலுப்புடன் பேசினார் மாதவராவ்.

டி.ஸி. மறுபடி அந்த அறைக்குள் நுழைந்தார். 'மிஸ்டர் ராகேஷ், எதாவது கூல்டிரிங் சாப்பிடறிங்களா?'

'வேண்டாம் சார். உங்ககிட்ட ஒண்ணே ஒண்ணு சொல்லணும் சார். என்னைப் பாருங்க. என் கண்ணைப் பாருங்க. நானா? நானா

இந்தக் காரியத்தைச் செய்தேன். நீங்க அனுபவம் உள்ள போலீஸ் ஆபீஸர். எங்க, என்னைப் பார்த்துச் சொல்லுங்க. நான் இதைச் செய்தேனா? செய்வேனா?'

டி.ஸி. அவன் முகத்தில் பயத்தையும் கிலியையும் கவனித்தார். கண்கள் கெஞ்சின. யோசித்தார், 'ஆல் ரைட் ராகேஷ்! வில் யூ டேக் எ பாலிகிராஃப் டெஸ்ட்?'

'என்ன டெஸ்ட் வேணா எடுத்துக்கறேன் சார்.'

டி.ஸி. இன்னும் அழுத்தத்துடன் 'உங்க ஃபிங்கர் பிரிண்ட்ஸ் எடுத்துக்கணும்னா கொடுப்பிங்களா?'

'எடுத்துக்கங்க சார். எல்லா விரலையும் எடுத்துக்கங்க!'

'தன்னிச்சையாச் சொல்றிங்களா?'

'நான் கொல்லலை சார். எதுக்காக நான் கைரேகை தரதுக்குப் பயப்படணும்?'

'அதையே உங்களுக்கு எதிரா எவிடன்ஸா உபயோகப்படுத்திக் கிட்டம்னா?'

'பரவாயில்லை. நீங்க உண்மையைக் கண்டுபிடிச்சிங்கன்னா சரி.'

'மாதவராவ், பேட் கொண்டாங்க.'

மாதவராவ் சற்று ஆச்சரியத்துடன் ஆபீஸ் அறைக்குச் சென்றார்.

'நீங்க பேசறப்ப உண்மையைச் சொல்லுன்னு சொன்னீங்க. உங்க கிட்ட நான் இன்னும் கொஞ்சம் உண்மை பேசணும். நான் உமாவுக்கு மாயாங்கற பேர்ல ஒரு கடுதாசி எழுதினேன். அப்புறம் அவகிட்ட மாயான்னு அவ புருஷனுக்கு ஒரு மாஜி காதலி இருக்கறதாக் கதை ஒண்ணு சொன்னேன். அதையும் உங்ககிட்டச் சொல்லிட்டேன்.'

'கொஞ்சம் விவரமாச் சொல்லுங்க.'

'உமாவை நான் கல்யாணம் பண்ணிக்க விரும்பினேன். இப்பவும் விரும்பறேன். அவளை முதல்ல பார்த்த கணத்தில இருந்து இந்த ஊமை ஆசையை வெச்சிக்கிட்டிருந்தேன். நான் செய்த காரியம் எல்லாம் உங்களுக்கு விநோதமா இருக்கலாம். அதுக்கெல்லாம்

காரணம், ஐ வாஸ் அப்ஸெஸ்ட் வித் ஹர்! என் நினைவு முழுவதையும் அவ ஆக்கிரமிச்சிட்டிருந்தா. அதான் அவ பின்னாலேயே நான் அலைஞ்சதுக்குக் காரணம். அதான்...'

மாதவராவ் கொண்டுவந்த சாதனங்களை விரித்து 'மிஸ்டர் ராகேஷ், இதுல உங்க பத்து விரல்களையும் அழுத்துங்க' என்றார்.

ராகேஷ் தயக்கம் ஏதும் இல்லாமல் செயல்பட்டான். பேச்சை நிறுத்தவில்லை. 'என் அம்மாவை சின்ன வயசிலேயே இழந்துட்டேன். இதப் பாருங்க போட்டோ, இந்த முகத்துக்கும் உமாவின் முகத்துக்கும் ஒற்றுமை பாருங்க. இதுதான் நான் அவளையே நினைச்சதுக்கு ஆதாரமான காரணம். அதை நீங்க புரிஞ்சுக்கணும். மூர்த்தியை நான் கொல்லலை. அவன் மேல பொறாமைப்பட்டேன். அவன் இறந்துபோன செய்தியைக் கேட்டதும் சந்தோஷப்பட்டேன். கடவுளே பார்த்து எனக்கு இன்னொரு சந்தர்ப்பம் தந்திருக்கார்னு சந்தோஷப்பட்டேன். இதுதான் உண்மை.'

'உண்மையை நாங்க கண்டுபிடிக்கிறோம். கவலைப்படாதிங்க. என்ன எடுத்தாச்சா?'

மாதவராவ் அவன் விரல் ரேகைகள் உலரக் காத்திருந்தார்.

'உமாகிட்ட வேணா கேட்டுப் பாருங்க.'

'கேக்கத்தான் போறோம். மாதவராவ், இவரை கஸ்ட்டடியில் வெச்சுக்கங்க. நாளைக்கு கோர்ட்டில ப்ரொட்யூஸ் பண்றதுக்கு முன்னாடி நான் சொன்னது, அதை வெரிஃபை பண்ணிடுங்க!'

'இன்னும் இரண்டு மணி நேரத்தில் தெரிஞ்சுரும் சார்.'

'நான் காத்திருக்கேன் சார்!'

டி.ஸி. அவனை விநோதமாகப் பார்த்தார். என்ன ஒத்துழைப்பு! இதெல்லாம் பாசாங்கா! வெளியே வந்தார்.

'நாளைக்கு அல்லது நாளன்னைக்கு எல்லாரையும் வரவழைச்சுருங்க. யார் யார் இந்தக் கேஸ்ல சம்பந்தப்பட்டிருக்காங்களோ எல்லாரையும். எத்தனை பேர் இருக்காங்க?'

'சார் அது வந்து...'

‘கேட்டதுக்கு பதில் சொல்லுங்க.’

‘நான் சந்தேகப்பட்டது, மணி, திவ்யா, அந்த ஓட்டல் பையன், ராமகிருஷ்ணன், ஏன், ஒரு ஸ்டேஜில உமாவைக்கூட சந்தேகப் பட்டேன் சார். கடைசில ராகேஷ் ஒருத்தன்தான் எல்லா சாத்தியங் களையும் யோசித்துப் பார்த்தபோது...’

‘எல்லாரையும் கூப்பிடுங்க. எல்லாரையும் மறுபடி விசாரிக்க விரும்பறேன். அதுக்குள்ள நீங்க இந்த ரெண்டு பாக்கி இருக்கிற விவரங்களை மட்டும் கொடுத்துருங்க. சரியா?’

‘சரி சார்’ என்று மாதவராவ் பெருமூச்சு விட்டார்.

‘அலுத்துக்காதிங்க. இதுவரைக்கும் நீங்க கண்டுபிடிச்சது ரிமார்க் கபிள். ஆனா இன்னும் ஊர்ஜிதமா யாருன்னு கண்டுபிடிக்கிற துக்கு விவரங்கள் பத்தலை.’

‘ராகேஷ்தான் சார். நான் நூறு சதவிகிதம் ஊர்ஜிதமாச் சொல்றேன்.’

‘சீக்கிரமே தெரிஞ்சுரும். கவலைப்படாதிங்க!’

டி.ஸி. மாதவராவிடமிருந்து கேஸ் டயரியை வாங்கிக்கொண்டு அதை மெல்லப் புரட்டினார். அவர்கள் யாவரும் சென்று விட்டனர். மாதவராவின் திறமையை வியந்தார். மிக விஸ்தார மாக எழுதியிருந்தார். ஒவ்வொருத்தரையும் கேள்வி மேல் கேள்வியாகக் கேட்டு பதில் பதில் என்று நூற்றுக்கணக்கான பக்கங்களை நிரப்பியிருந்தார். கமிஷனர் அங்கங்கே புரட்டினார்.

மணி: நான் ஆடிட்டுக்கு வந்ததென்னவோ நிஜம். ஆனால் சம்பவம் நடந்தபோது நான் அங்க இல்லவே இல்லை. நீங்க வேணும்னா கேட்டுப் பாருங்கோ, கம்பெனில கேட்டுப் பாருங்கோ.

ஓட்டல் பையன்: அய்யோ, எனக்குச் சாதகமா ஒருத்தரும் இல்லையா? பகவானே பாஸ்கெட் பால் ஆடினா இவ்வளவு சிக்கலா!

திவ்யா: மை காட்! எனக்கு அவன் மேல வந்த ஆத்திரத்துக்கு எனக்குச் சந்தர்ப்பம் கிடைச்சு அவனை அப்படியே நகத்தால் கீறிக் கொல்றதுக்கு முந்தி வேற யாரோ சாவடிச்சுட்டா!

ராமகிருஷ்ணன்: நீங்க வேணா வெரிஃபை பண்ணிடலாம். சாயங்காலம் செய்தியைக் கேட்டதும் உடனே ஆஸ்பத்திரிக்குப் போய்ப் பார்த்தேன். சத்தியமா இந்தக் கொலைக்கும் எங்களுக்கும் எந்தவிதச் சம்பந்தமும் கிடையாது சார்!

எத்தனை கேள்விகள்!

உங்க கிளப்பில டி ஷர்ட் கொடுத்தாங்களா. உங்க கிளப் பெயர் போட்டு?

இந்த ஆளு பதினேழாம் தேதி காலி பண்ணிட்டுப் போயிருக்காரா?

டெலிபோன் மணி அடித்தது.

'சார்! மாதவராவ், லாப்ல இருந்து ரிப்போர்ட் வந்திருக்கு.'

'சொல்லுங்க' என்றார் பதற்றப்படாமல்.

30

'எல்லாரும் வந்தாச்சா' என்றார் டி.ஸி.

'உதயகுமார் வரணும். அப்புறம் ராமகிருஷ்ணன், திவ்யா வரணும்' என்றார் மாதவராவ்.

'ராகேஷ்?'

'அப்பவே கொண்டாந்துட்டோம். வெரி கோஆபரேட்டிவ்! சார், திஸ் இஸ் எ லிட்டில் அன்யூஷுவல்' என்றார் மாதவராவ் தயக்கத்துடன்.

'இந்தக் கேஸே கொஞ்சம் அன்யூஷுவல், இல்லையா, மாதவராவ்? நான் நீங்க கண்டுபிடிச்சது எதிலயும் குற்றம் சொல்லலை.'

'ராகேஷ்தான். ராகேஷ்தான்!'

'அதை இன்னிக் கூட்டத்துக்கு அப்புறம் முடிவெடுப்போம்னு சொல்றேன்! அவ்ளவ்தான்.'

மாதவராவ் 'ச்' என்றார்.

'பார்க்கலாம். நான் என்ன சொல்றேன். அவசரப்படாதிங்கன்னுதான்! உங்க கேஸ் முழுக்கப் படிச்சுட்டேன். இப்ப அவங்க முன்னால எனக்குத் தெரிஞ்சதை சொல்லப்போறேன். தெரியாததைக் கேக்கப்போறேன். என்ன, உதயகுமார் வந்தானா?'

ஜீப்பிலிருந்து 'என்ன சார்! எஜமானரே! கேள்வி எல்லாம் ஆச்சுன்னு நினைச்சுக்கிட்டிருந்தேன். மறுபடியும் என்மேல் சந்தேகமா!' என்று ஓட்டல் பையன் உதயகுமார் இறங்கிவந்து கமிஷனரை பக்தியுடன் பார்த்துக் கேட்டான்.

'நீ செய்யலைன்னா ஏன் பயப்படறே? எத்தனை கேள்வி கேட்டால் என்ன? உள்ள போ!'

அவர்கள் உள்ளே சென்றார்கள். பச்சைத் தட்டியின் மறைப்பில் பெரிய வராந்தா கொண்ட மைசூர் ராஜா காலத்துக் கட்டடத்தில் உயர்ந்த உத்திரங்களுடன் கமிஷனர் ஆபீஸை அடுத்த கான்ஃப் ரன்ஸ் அறை கம்பீரமாக இருந்தது. நடுவே நீண்ட முட்டை வடிவ மேஜை போட்டு நிறைய நாற்காலிகள் இருந்தன. அவற் றில் அவர்கள் உட்கார்ந்திருந்தார்கள். ராகேஷ் ஒரு ஓரத்தில் சிகரெட் புகைத்துக்கொண்டிருந்தான். அவனுக்குப் பக்கத்தில் நான்கு நாற்காலிகள் காலியாக இருந்தன. உமா தன் நகத்தைக் கடித்துக்கொண்டு, தலை குனிந்துகொண்டு வீற்றிருந்தாள். அவளுக்கு அருகே மணியும் ஆனந்தும் உட்கார்ந்திருந்திருக்க, எதிரே காலியாக இருந்த நாற்காலியில் திவ்யாவும் ராமகிருஷ்ண னும் அப்போதுதான் வந்து உட்கார்ந்து கொண்டார்கள்.

'சௌக்கியமா உமா!' என்றாள் திவ்யா. உமா அவளை நிமிர்ந்து பார்த்துத் தலையாட்டினாள்.

மேஜையின் தலைப்பகுதியில் போலீஸ் ஆபீஸர்களுக்காக நாற் காலிகள் போடப்பட்டிருந்தன. உதவி கமிஷனரும், மாதவராவும் மற்றும் இரண்டு அதிகாரிகளும் வந்து உட்கார, உதவி கமிஷனர் மேசையின் மேல் தயாராக வைத்திருந்த ஃபைலைப் புரட்டி சற்று நேரம் மாதவராவுடன் பேசினார். கோடியில் உதயகுமார் பவ்யமாக உட்கார்ந்துகொண்டிருந்தான். ராகேஷ் தன் கையையே பார்த்துக்கொண்டிருந்தான். ஒரு சிகரெட்டிலிருந்து மற்றதைப் பற்ற வைத்துக்கொண்டான். அவன் முகத்தில் மூன்று நாள் தாடி இருந்தது. உமாவை அவன் நிமிர்ந்து பார்க்கவில்லை. உமாதான் அவனை ஒருமுறை சற்றுத் தயக்கத்துடன் பார்த்து விட்டு உடனே தலையைத் தாழ்த்திக் கொண்டாள்.

'செய்யறதையும் செஞ்சுட்டு முழிக்கிறான் பாரு!' என்றான் மணி.

ஆனந்த், 'எல்லாந்தான் கண்டுபிடிச்சாச்சே, எதுக்கு இந்த மீட்டிங்?'

'போலீஸ்கிட்ட எதை எதையோ சொல்லிக் குழப்பிட்டான் போல இருக்கு.'

'இல்லை மணி, ஆணித்தரமா சாட்சியம் இருக்குங்கறா!'

'பார்க்கலாம். கமிஷனர் என்னவோ சொல்றாரே.'

டி.ஸி. தொண்டையைக் கனைத்துக்கொண்டு, 'பூர்வ பீடிகை இல்லாம ஆரம்பிக்கிறேன். வெல்கம்! உங்களுக்கு எல்லாம் இங்க எதுக்கு நீங்க அழைக்கப்பட்டிருக்கிங்கன்னு தெரிஞ்சிருக்கும். மூர்த்தியோட கொலையைப் பற்றியும், அதுக்கு முந்தி நடந்த சம்பவங்களும் உங்களுக்குப் பெரும்பாலும் தெரிஞ்சிருக்கும். இருந்தாலும் போலீஸ் கோணத்திலிருந்து இந்தக் குற்றத்தை நாங்க எப்படிப் பார்த்தோம், என்ன என்ன கண்டுபிடிச்சோம் என்கிறதை உங்க எல்லார்கிட்டயும் சொல்ல வேண்டியது அவசியமாகிறது. நீங்க யாரும் கவலைப்பட வேண்டாம். மூர்த்தியைக் கொன்னது யாருன்னு கண்டுபிடிச்சுட்டோம். அதைக் கண்டுபிடிக்கிறதுக்கு இன்ஸ்பெக்டர் மாதவராவ் செய்த முயற்சிகளை முதல்ல பாராட்டணும். கர்நாடக போலீஸ்ல இருக்கிற திறமையுள்ள போலீஸ் ஆபீஸர்களில் அவர் ஒருத்தர்!'

'நான் இல்லை! நான் இல்லை!' என்றான் ராகேஷ். 'உமா! சொல்லு உமா!'

'ஷட் அப் ராகேஷ்!' என்றார் டி.ஸி.

ராகேஷ் தலையைப் பிடித்துக்கொண்டு மேஜைமேல் முழங் கைகளை ஊன்றிக்கொண்டான்.

'செத்துப்போனது யாரு? வி. கிருஷ்ணமூர்த்தி. வயசு 26. புதுசாக் கல்யாணம் ஆனவர். மார்ச் மாதம் 15-ம் தேதி கல்யாணம் ஆச்சு. அன்னிக்கு ராத்திரி நப்ஷியல்ஸ். மறுநாள் காலைல மனைவியோட பிருந்தாவன் எக்ஸ்பிரஸ்ல புறப்பட்டு, மத்தியானம் பெங்களூர் வந்து, சாயங்காலம் கொஞ்சம் இங்க அங்க சுத்திட்டு, ராத்திரி ஹோட்டல்ல படுத்திருந்துவிட்டு, மறுநாள் மார்ச் 17-ம் தேதி கொஞ்சம் லேட்டா எழுந்து படுக்கைலேயே காப்பி சாப்பிட்டுவிட்டு... உமா பல் தேச்சு குளிச்சுட்டு கணவன் தூங்கறதைப் பாத்துட்டு கீழ புக் ஷாப்பில் புஸ்தகம் பார்க்க வந்தபோது மணி 11-20 இருக்கும். சுமார் 40 நிமிஷம் கழிச்சு

'திரும்பிப் போயிருக்காங்க. அதுக்குள்ள எல்லாம் முடிஞ்சிருச்சு! மூர்த்தி கொல்லப்பட்டுவிட்டார். எப்படி? கழுத்தில வெட்டு, மார்ல ரத்தம், மறுபடி மறுபடி கத்தியால் குத்தப்பட்டு பத்து காயங்கள்! காதில அடி, வாய்ல அடி! வெறும் கொலை இல்லை! ஆத்திரத்தோட செய்த கொலை. மிக வேகமாகச் செய்த கொலை. நிலைக்கண்ணாடியில மாயான்னு எழுதியிருக்கு.

'முதல்ல இந்தக் கொலைல மாதவராவும் மற்றவர்களும் கேட்ட கேள்வி, எத்தனை அடி! மூணு பேரைக் கொல்வதற்கான ஆத்திரம் அந்தச் செயல்ல தெரியுதே! இந்த ஆளை இவ்வளவு தூரம் வெறுக்கறது யாரு?

'இவ்வளவு தூரம் வெறுக்கறாங்களே? மூர்த்தியை வெறுக்கக் கூடியவங்க யாரெல்லாம் இருக்கக்கூடும்னு முதல்ல விசாரிக்க ஆரம்பிச்சோம். அப்புறம் இந்த மாயா! அதுக்கு அர்த்தம் என்ன, யாராவது பழிவாங்கற உத்தேசத்தில் எழுதின எச்சரிக்கையா? அதைப் பத்தியும் யோசித்தோம். முதல்ல ஆத்திரக்காரங்க, மூர்த்தி மேல கோவிச்சுக்கக்கூடியவங்க ரெண்டு அல்லது மூணு பேர்தான் இருக்கலாம். ஒண்ணு மிஸ்டர் மணி. மாமா பெண்ணைக் கல்யாணம் செய்துக்க ஆசைப்பட்டார்.'

'அக்கா பொண்ணு' என்றான் மணி.

'ஸாரி, அக்கா பொண்ணைக் கல்யாணம் பண்ணக் கொடுத்து வைக்காதவர். வேற ஒரு அந்நியனைக் கல்யாணம் செய்துக் கிட்டா சிலபேருக்கு, சென்டிமென்ட்டலா இருக்கறவங்களுக்கு, ஆத்திரம் வரலாம். அது அந்த ஆளைக் கொல்ற அளவுக்கு ஆத்திரமா இருக்கணும்னா மணியோட சைக்காலாஜி, அவருடைய பர்ஸனாலிட்டி என்னன்னு பார்க்கணும். அப்புறம் அலிபை. அஃப்கோர்ஸ்! மணி அவங்க கூடவே பிருந்தாவன்ல வந்திருக்கார். சம்பவம் நடந்த தினத்தில் பெங்களூர்ல அகஸ் மாத்தா இருந்திருக்கார். நார்த்ஸைட் இண்டஸ்ரீஸ்ல ஆடிட்டுக்கு வந்திருக்கார். சம்பவம் நடந்த நடுப்பகல் போது எங்க இருந்திங் கன்னு கேட்டா ஏதோ ஒரு ஓட்டல்ல சாப்ட்டிட்டிருந்தேன்னு சொன்னார். என்ன ஓட்டல்னா பேர் மறந்து போச்சு. அந்த ஓட்டல்ல உக்கார்ந்திருந்ததை யாராவது பார்த்தாங்களா? இல்லை! யார்கிட்டயாவது சொல்லிட்டுப் போனாரா? இல்லை! அவர் ஹோட்டல்லதான் சாப்ட்டுட்டு இருந்தார்ங்கறதை அவரால சரியா ஸ்தாபிக்க முடியலை.'

'ஆனா நான்தான்...'

'குறுக்க பேசாம கேளுங்க மணி! மணி எதுக்காக வந்தார்? நிஜமாகவே கம்பெனில விசாரிச்சோம். ஆடிட்டுக்கு வந்தது என்னவோ நிஜம். ஆனா மணி இந்த டூரைக் கேட்டு வாங்கிக் கிட்டிருக்கார்னு மெட்ராஸ் ஹெட் ஆபீஸ்ல தகவல் தெரிஞ்சுது. ஆல்ரைட். இதில ஒண்ணும் தப்பில்லை. அக்கா பொண்ணு பெங்களூர் போறா. அப்ப டூர் போட்டுக்கிட்டு போறது சகஜம் தான். அதனால நாங்க அனாவசியமா சந்தேகிக்க விரும்பலை. ஆனா மணியை எக்ஸாமின் பண்ணபோது சொன்ன சில கருத்துக் கள் எங்களுக்கு வசீகரமா இருந்தது. 'ஆத்மா எப்போதும் பிறக் கிறது. எப்போதும் இறக்கிறது. சாவுங்கறது ஒரு வஸ்திரத்தை விட்டுட்டுப் போறமாதிரி! அவ்வளவுதான்! யாரும் சாகலை, யாரும் சாக அடிக்கப்படலை!'

டி.ஸி. தயங்கி மணியைப் பார்த்தார்.

'கீதைல பகவான் சொன்ன இந்தக் கருத்து ஒருவிதமானது மிஸ்டர் மணி! ஆனா அதையே கொலைக் குற்றத்தில் சந்தேகத்துக்கு உள்ளான ஆளு சொன்னா அது வேற விதம். ரூத்லஸ்னஸ்ஸைக் காண்பிக்கிறது. இந்தக் கருத்தினால் உங்களை நாங்க சந்தேகப் பார்வையில் இருந்து நீக்காம வெச்சிருந்தோம். உங்களுக்கு ஏமாற்றம் இருக்கு. கொலையை நியாயப்படுத்தக் கூடிய கொள்கையும் பகவானே சொன்னது. அதும் இருக்கு!

'அடுத்த சந்தேகம் எங்களுக்கு ஹோட்டல் பையன் உதயகுமார் மேல விழுந்தது. இந்தப் பையன் ரெண்டு விதத்தில எக்கச்சக்கமா மாட்டிக்கிட்டான். கதவு குமிழில அவன் கைரேகை கிடைச்சது. அப்புறம் மல்லேஸ்வரம் ஸ்போர்ட்ஸ் கிளப்பில் பாஸ்கெட் பால் ஆடினதினால் ஒரு சிக்கல் ஏற்பட்டது. இவனுக்குக் காரணம் என்ன இருக்க முடியும், அவ்வளவு ஆத்திரத்துக்கு? மூர்த்தி ஒரு வேளை இவனை முதநாள் கண்டபடி திட்டியிருக் கலாம். அதனால் அவமானத்தினால் ஆத்திரம் வந்திருக்கலாம். மொமன்ட்டரியா ஒருவித மூர்க்கத்தனம் வந்து ஒரு கணத்தின் வெறியில் கொன்னிருக்கலாம்! சின்னப் பையன்!

'அடுத்தது ஆனந்த், ஆனந்த் உண்மையாகவே மூர்த்தியுடைய பிரதரா? ஆனந்த்துக்கும் உமாவுக்கும் ஏதாவது தொடர்பு, இல்லை, சொத்து, நிலத்தகராறு? ஆனந்த் எப்படிப்பட்ட ஆளு? இஸ் ஹி மென்ட்டலி ஸ்டேபிள்?

'அடுத்தது திவ்யா. திவ்யாவுக்கு மூர்த்தியை வெறுக்கக் காரணம் நிச்சயம் இருக்கு. திவ்யாவைக் கல்யாணம் செய்யறதா பிராமிஸ் பண்ணிட்டு அவங்ககூட கொஞ்சம் சினேகிதமாக்கூட இருந்ததாக் கேள்வி. அதுக்கப்புறம் மூர்த்தி ஜாதகத்தைச் சாக்காச் சொல்லி வேண்டான்னு சொல்லிவிட்டதால ஆத்திரம் வந்திருக்கலாம். மூர்த்தி திவ்யாவை நிராகரிச்சதுக்குக் காரணம் வேறு என்னன்னு கண்டு பிடிச்சோம். அவ கேரக்டர் சரி இல்லைன்னு மூர்த்திக்குத் தகவல் தெரிஞ்சதுபோல இருக்கு. இதனால் திவ்யாவுக்கு ஆத்திரம் வந்திருக்கலாம். திவ்யா மூர்த்தியை நேர வந்து கேட்டிருக்கலாம். கேட்கக்கூடிய ஆள்தான். மூர்த்தியும் ப்ளன்ட்டா, 'இதப் பாரம்மா, நான் இந்த மாதிரி கேள்விப்பட்டேன். அதனால இஷ்டமில்லை' அப்படின்னு சொல்லியிருக்கலாம். அது திவ்யாவுக்கு ஆத்திரத்தை, அதிக ஆத்திரத்தைக் கொடுத்திருக்கலாம்!'

திவ்யா ஓரத்திலிருந்து புன்னகையுடன் 'அவரைக் கொல்ற வரைக்கும் ஆத்திரம்னா சொல்றிங்க? அப்ஸர்ட்!' என்றாள்.

'நோ! ஐ டோண்ட் திங் ஸோ.' டி.ஸி. ஃபைலைப் புரட்டி அதில் காகிதக் காது வைத்திருந்த ஒரு பக்கத்தைப் புரட்டி 'நீங்க மாதவ ராவ்கிட்ட சொன்னதை வாசிக்கட்டுமா!' கண்ணாடியைச் சரி செய்துகொண்டார். 'மை காட்! எனக்கு அவன் மேல வந்த ஆத்திரத்துக்கு எனக்குச் சந்தர்ப்பம் கிடைச்சு அவனை அப்படியே நகத்தால கீறிக் கொல்றதுக்கு முந்தி வேற யாரோ சாகடிச்சுட்டா.'

'அது ஒரு பேச்சுக்கு.'

'திவ்யா! இங்க யாரையும் யாரும் குற்றம் சாட்டலை. போலீஸ் கோணத்தில் நாங்க இந்த கேஸை எப்படி அணுகினோம், என்ன முடிவுக்கு வந்தோம், இதைத்தான் சொல்லிக்கிட்டிருக்கேன். கேட்டுக்கிட்டே வாங்க. சுவாரஸ்யமா இருக்கும்!'

'அடுத்தது பி.ராமகிருஷ்ணன்! திவ்யாவுடைய கஸினா, காதலனா, என்ன உறவுன்னே சொல்ல முடியலை. ராமகிருஷ்ணனும் திவ்யாவும் அதே தினத்தில் பங்களூருக்கு வந்து அதே ஹோட்டல்ல ரூம் நம்பர் 135-ல் தங்கியிருக்காங்க. கொலை நடந்த சமயம் ரெண்டு பேரும் ரூம்ல இருந்ததாச் சொல்றாங்க. ராமகிருஷ்ணன் வாட்டசாட்டமான இளைஞன்.

இவங்க எதுக்காக வந்தாங்க? எதுக்காகப் பொய் சொன்னாங்க? இது எங்களுக்கு ரொம்பப் பிரச்னையா இருந்தது. இவங்க அலிபையும் வீக்தான். மூர்த்தியைக் கொல்றதுக்கு ராமகிருஷ்ணனுக்கு நேர்முகமான காரணம் இல்லைன்னாலும் திவ்யாவுக்காக அந்தக் காரியத்தைச் செய்திருக்கலாமான்னு யோசிச்சுப் பார்த்தோம்.

'அடுத்தது, இந்தக் கதையோட ஹீரோ அல்லது ஹீரோயின், மாயா! மாயாங்கறது யாரு? அல்லது எது? மாயாவா, மயாவா? மாதவராவ் மாயாவைப் பத்தி ஒரு ரிசர்ச்சே பண்ணிட்டார். ஆன்மாக்களை மயக்குபவள், சம்பரன் தேவி, தென் அமெரிக்க நாகரிகம்... எல்லாத்தையும் பார்த்துட்டார். எல்லாம் இல்லைன்னு ஆகி இரண்டில் வந்து முடிஞ்சது மயா.

'மணி-திவ்யாவுடைய சுருக்கம் அல்லது மல்லேஸ்வரம் யூத் அஸோசியேஷன்! முதலாவது அடிபட்டுப் போயி இரண்டாவதுதான் தங்கிருச்சு. இது எதனால? அறையில் இருந்து ஷூ கம்பெனியை ட்ரேஸ் பண்ணி அது இந்த மாயா ஸ்போர்ட்ஸ் கிளப்புக்குப் போயிருக்குன்னு கண்டுபிடிச்சு, அதே சமயம் தற்செயலா எங்களுக்கு ஒரு போட்டோ கிடைச்சு, அந்த போட்டோவில் மூர்த்தி உமா பின்னால பார்த்துக்கிட்டிருந்த ஒரு ஆள் பனியன்ல மாயாங்கறது பாதி தெரிஞ்சு... அந்தத் துப்புக்களை வெச்சுக்கிட்டு திறமையாத் துரத்தினதில கிடைச்சவர் ராகேஷ்.

'யார் இந்த ராகேஷ்னு விசாரிச்சோம். கிரிக்கெட் ஆடினவர். சின்ன வயதில் தாயை இழந்து அப்பா வெளிநாட்டில இருக்க இங்க தனியா இருப்பவர். உமாமேல இவருக்குப் பைத்தியம்னு சொல்லலாம். இன்ட்ரொவர்ட். உமாவைக் கல்யாணத்துக்கு முன்னால இருந்து துரத்தியவர். சம்பவம் நடந்தபோது அதே ஹோட்டல்ல இன்னொரு அறையில் இருந்தவர். அவர் ஷூ பிரதி ரூம்ல இருக்கு. அவர் தலைமயிர் மூர்த்தியுடைய உடலில் இருக்கு. கத்தியும் ரத்தம் தோய்ந்த துணியும் அவர் பங்களூர்ல தங்கியிருந்த வீட்டில் இருக்கு. இதைவிட ஆணித்தரமான சாட்சியம் இருக்க முடியாது. எனவே மூர்த்தியைக் கொன்னது ராகேஷ்தான் என்கிறதுக்கு எங்களுக்கு வலுவான சாட்சியங்கள் இருக்கின்றன. இப்பப் பாருங்க, மற்ற சாத்தியக் கூறுகள் அத்தனையும் விலகிப்போறது. சந்தேகப்பட்டவர்களை ஒவ்வொருத்தரா நாங்க திருப்பிப் பார்த்தா, முதல்ல அடிபட்டுப்

போனது உமா! கொன்னது உமா இல்லை! உமா எதுக்காகக் கொல்லணும்? ஒரு காரணமும் இல்லை! உமாவால அத்தனை மூர்க்கத்தனமான கொலையைச் செய்திருக்க முடியுமா? எதுக்காக முதநாள் அத்தனை சந்தோஷமா இருந்திட்டு மறுநாள் புதிய கணவனைக் கொல்லணும்? அபத்தம்! காரணம் கிடையாது! வலு கிடையாது! நோ உமா இல்லை!

'அடுத்தது பையன். முதல்ல இவன் பேரில் சந்தேகம் இருந்தாலும் ஆத்திரம் வர அளவுக்கு எந்தவிதமான சம்பவமும் நிகழலை. பையனைப் பத்தி விசாரிச்சதில் அவன் மன ஆரோக்கியத்தைப் பத்தியும் எந்த விதமான சந்தேகமும் ஏற்படலை.

'அடுத்து நாங்க பட்டியல்ல இருந்து நீக்கினது ஆனந்தை! சொந்த அண்ணன். இதுக்கு முந்தி உமாவைத் தெரியாதவன். அண்ணன் தம்பிக்குள்ள சொத்துத் தகராறோ, விரோதமோ ஏதும் கிடையாது. எதுக்குத் தன் சொந்த ரத்தக்காரனைக் கொல்ல ணும்? ஆனந்தும் இல்லை!

'அடுத்து எலிமினேட் ஆனது மணி, திவ்யா, ராமகிருஷ்ணன் மூணு பேருமே! இவங்க மூணுபேருக்கும் மூர்த்தியைக் கொல்ல பிரமேயம் இருந்தாலும் ராகேஷ் மேல மிக வலுவான சாட்சியங் கள் கிடைச்சுடவே இவங்க மூணு பேரையும் ஒட்டுமொத்தமாக எலிமினேட் பண்ணிட்டோம். மிச்சம் இருக்கிறது ராகேஷ்!

'ராகேஷைக் கொஞ்சம் க்ளோஸாப் பார்க்கலாம். கொல்லக் காரணம் உமா மேல இருந்த பிரேமை - அப்ஸஷன்! உமா காலேஜ்ல கிரிக்கெட் ஆடிட்டிருந்த போதிலிருந்தே அவங் களையே தொடர்ந்துக்கிட்டு வந்திருக்கார். எப்பவும் சற்று தூரத் தில். ராகேஷ் எப்படிப்பட்டவர்? சின்ன வயசிலேயே தாயை இழந்து, அப்பாவாலயும் சரியா கவனிக்கப்படாம, ஒரு கொழு கொம்பில்லாம வளர்ந்தவர். நிறையப் பணம், தனிமை, சங்கோஜ சுபாவம், யார்கிட்டயும் அதிகப் பழக்கம் இல்லாதவர், மனசுக்குள்ளேயே எல்லாத்தையும் வெச்சுக்கிட்டு வெளிய சொல்ல விருப்பமில்லாம உள் மனத்தில் வாழ்கிறவர். இந்த மாதிரி மனோபாவம் உள்ளவங்க திடீர்னு வெடித்து எழறதை நாங்க அனுபவபூர்வமாப் பாத்திருக்கோம். உமாவுக்கு ராகேஷு டைய தாய்போல முகபாவம் இருந்தது ஒரு புதிய காரணம். உமாவைக் கல்யாணம் செய்ய மனசில் நினைத்து அவளை வேற ஒருத்தன் கொத்திட்டுப் போயி ரூம்ல வெச்சு ராப்பகலா

அனுபவிக்கிறான்னா அதில இந்தமாதிரி மன அவஸ்தை உள்ளவங்களுக்கு அதீத ஆத்திரம் வர நியாயம் இருக்கு! ராகேஷ் காலைல வந்திருக்கார், அவரை கத்தியை வெச்சுக் குத்தி ஒரு வெறி பிடித்த கணத்தினோட ஆத்திரத்திலே சேதப்படுத்திட்டு வெளியே போயிட்டார்.

ராகேஷ்தான் கொலைகாரன்னு நிரூபிக்க எங்களுக்கு ஏகப்பட்ட சாட்சியங்கள் கிடைச்சிருக்கு. ராகேஷ், ராகேஷ், ராகேஷ்தான். எல்லாவற்றையும் சீல் பண்ணிட்டோம். கொன்னுட்டு உமா வையே பின்தொடர்ந்திருக்கார். மாயான்ற பேர்ல கடிதம் எல்லாம் எழுதி கதைகட்டி உமாவைத் தன்னை நேசிக்க வெச்சிருக்கார். முதல்ல இருந்தே கன்சிஸ்டண்ட்டா வரது பாருங்க! உமாவைத் தொடர்ந்து வரது, ஹோட்டல்ல தங்கறது, கொல்லறது, மாயான்னு கண்ணாடில எழுதி ஒரு மாயக் கதையை சிருஷ் டிக்கிறது, அவளை மெட்ராஸுக்குத் தொடர்ந்து போறது, அவ கிட்ட கல்யாணத்தைப் பத்திப் பேசறது, எல்லாமே திட்டமிட்டுத் தான் செய்திருக்கார்னு வெச்சுக்கலாம். கத்தியை எடுத்துட்டுப் போய் துணிகளோட வீட்டில் மறைச்சு வெச்சது... எல்லாம்...

டி.ஸி. தன் நெற்றி வியர்வையைத் துடைத்துக்கொண்டு எல் லோரையும் பார்த்தார். எல்லோரும் ராகேஷின் திசையில் பார்த்துக்கொண்டிருக்க ராகேஷ், 'நோ! நீங்க என்ன வேணா சொல்லுங்க. என்னைத் தூக்கில் போட்டாலும் சரி, நான் அதைச் செய்யலை' என்றான்.

'அப்படித்தான் நாங்களும் நினைக்கிறோம்' என்றார் டி.ஸி.

31

எல்லோரும் இதயத்துடிப்பை ஒத்திப்போட்டுவிட்டு டி.ஸி.யைப் பார்த்துக்கொண்டிருந்தார்கள். உமா நிமிர்ந்தாள். ராகேஷ் சிகரெட்டைத் துறந்தான். மணி நகத்தைக் கடித்தான். பையன் தலையைச் சொறிந்துகொண்டான். திவ்யா ராமகிருஷ்ணனைப் பார்த்தாள். ராமகிருஷ்ணன் மணியைப் பார்த்தான். மாதவராவ் எல்லோரையும் கவனித்துக் கொண் டிருக்க, டி.ஸி தொடர்ந்தார்.

'ராகேஷ் இந்தக் கொலையைச் செய்திருப்பாரான்னு சந்தேகம் வரதுக்கு என்ன காரணம்? உமா, நீங்க அன்னிக்கு எத்தனை மணிக்கு ரூமை விட்டுப் போனிங்க?'

'11:20 இருக்கும் சார்.'

'11:20... திரும்பிப் போனபோது?'

'12:00... அது தெளிவா ஞாபகம் இருக்கு.'

'சரியா நாப்பது நிமிஷத்துல கொலை நடந்திருக்கு. உமா, நீங்க புறப்பட்டபோது மூர்த்தி கதவை உள் பக்கம் சாத்திக்கிட்டாரா?'

உமா யோசித்து, 'உம். போறப்ப கதவைச் சாத்திக்கங் கன்னு சொன்னேன். அவர் அரைத் தூக்கத்தில் 'ம்'னார். இதை ஏற்கெனவே உங்களுக்குச் சொல்லி யிருக்கேன்.'

‘எதுக்கும் இங்க உள்ளவங்க தெளிவாத் தெரிஞ்சுக்கறதுக்காக மறுபடி கேட்டேன். எனவே, கொலை செஞ்வங்க யாராக இருந்தாலும் மூர்த்தியை எழுப்பியிருக்கணும். இல்லையா?’ என்று பொதுவாக எல்லோரையும் நோக்கிக் கேட்டார்.

பையன் மட்டும் தலையை ஆட்டினான்.

‘எப்படிப்பட்ட கொலை! எத்தனை காயங்கள்! மார்ல குத்து, மீண்டும் மீண்டும் கத்திக் குத்து! காதோரத்தில் காயம். பத்துப் பதினைந்து காயங்கள்! ஸாரி, இதை மறுபடி விவரிக்கிறதில எனக்கு ஒரு பர்ப்பஸ் இருக்கு. வெறும் கொலையில்லை! வதம்! சம்ஹாரம். மூர்த்தி எக்ஸாக்ட்டா ஐந்தடி எட்டங்குலம் உயரம். சுமாரான தேகக்கட்டு. அவரை இந்த மாதிரி கொலை பண்ண எந்த மாதிரித் தகுதி வேணும்? சொல்றேன்!

‘கொலை நடந்தது ரூம் நம்பர் 424-ல. அந்தக் காரிடார்ல ரெட்டைப் படை எண்கள் ஒரு பக்கத்திலயும் ஒத்தைப்படைகள் ஒருபுறத்திலயும் இருக்கு. எனவே மூர்த்தி-உமா தங்கியிருந்த அறைக்கு அடுத்த அறை 426. அதற்கு அடுத்த 428. இந்த இரண்டு அறைகளிலும் அந்தச் சமயத்தில் ஆளுங்க தங்கியிருந்தாங்க. 426-ல் ஒருத்தர் மசால் தோசைக்கு ஆர்டர் பண்ணிட்டு காத் திருக்கிறார். 428-ல ஐரானிக்கலா இன்னொரு தேநிலவுத் தம்பதிகள் ரூம்ல இருந்திருக்காங்க. கொலை நடந்த சமயம் ரெண்டு ரூம்லயும் ஆளுங்க இருந்திருக்காங்க. 428-ல இருந்த கணவன்-மனைவி, உமா பாடியைப் பார்த்த உடனே அலறி னதைக் கேட்டிருக்காங்க. ஆனா மூர்த்தி கொல்லப்படற சமயத் தில் எந்தச் சப்தமும் கேக்கலைன்னு அவங்க தீர்மானமாச் சொன் னாங்க!

‘கொலை செய்ய வந்தவன் மூர்த்தியைக் கட்டாயம் எழுப்பி இருக்கணும். கொலை நடந்தபோது மூர்த்தி முழிச்சுக்கிட்டு இருந்திருக்கணும். மூர்த்தியை எழுப்பினது நிச்சயம் ராகேஷ் தான்னு தெரியுது. ஏன்? ராகேஷுடைய ஷூ அடையாளங்கள் அங்க பதிஞ்சிருக்கு. தலைமுடி ஒண்ணு உதிர்ந்து மூர்த்தியோட பாடியில கிடைச்சிருக்கு. அந்தத் தலை மயிரைப் பத்தி ரொம்ப யோசிச்சோம். மூர்த்தி தன்னைக் கொன்னவனோட போராடி யிருக்கார். அவர் கையில் அப்ப அது கிடைச்சிருக்கலாம்னுதான் நினைச்சோம். ஆனா அப்படி நிகழாம ராகேஷ் ரூமுக்குள்ள மூர்த்தியோட பேசறதுக்கு வந்தபோது படுக்கையில் உட்கார்ந்

திருக்கலாம். அப்ப தலையைக் கோதிக் கலைச்சிருக்கலாம். அந்த ஹாபிட் அவருக்கு இருக்கு. அப்ப படுக்கையில் தலைமயிர் உதிர்ந்திருக்கலாம் இல்லையா! தலைமயிரும் காலணியும் ராகேஷ் அந்த அறைக்கு வந்திருந்தார் என்பதைத்தான் நிரூபிக் கிறது. அவர் கொலை செஞ்சார்னு அந்த முடியையும் காலணி யையும் வெச்சுட்டு சொல்ல முடியாது. இன்னும் வலுவான சாட்சியம் வேணும்!

'426-லயும் 428-லயும் இருந்தவங்களுக்கு ஏன் கொலை நடந்த சப்தம் ஏதும் கேக்கலை? ஒரு ஆசாமி நடுப்பகல்ல ஒரு ரூமுக்குள்ளே நுழைஞ்சு அங்க இருக்கிறவனைத் தட்டி எழுப்பி அவனைக் கொடூரமா குத்திக் குத்தி கொல்லறான்னா, அவன் எதிர்க்கவே இல்லையா? சத்தம் போடவே இல்லையா? ஏன் ஒரு சப்தமும் கேட்கலை?

அஞ்சடி எட்டங்குலம் உள்ள மூர்த்தியைப் கட்டிப்பிடிச்சு கண்ட இடத்தில் குத்திக் கொல்றபோது மூர்த்தி முழிச்சுக்கிட்டு இருந் தும் ஏன் சப்தமே போடலை? ஏன்?

மூர்த்தியை ராகேஷ் தனியாக் கொன்னிருக்க முடியாது. இது ஒரு ஆளால சாத்தியமில்லை. வாயையும் பொத்தி பத்து இடத்தில கத்திக் குத்தும் தரணும்னா ஒரு ஆளால சாத்தியமில்லை. ராகேஷ் செய்திருந்தா, ராகேஷோட இன்னும் ஒரு ஆளாவது இருந்திருக் கணும். ஒருத்தர் வாயைப் பொத்தி மஃபிள் பண்ண, மற்றொருத்தர் குத்தறதுக்கு!

'இப்ப மாயாவுக்கு வரலாம் கண்ணாடில மாயான்னு தெளிவா ரத்தத்தில எழுதியிருந்தது எதுக்கு? இந்தக் குற்றம் செய்தவர் எந்த விதத்திலோ மாயாவோடு சம்பந்தப்பட்டிருக்கிறார் என்று போலீஸுக்கு அல்லது பொது ஜனங்களுக்குக் காட்டறதுக்கா? இது போலீஸுக்கு கொடுக்கப்பட்ட போனஸ் பரிசா? கொன்ன வன் இதை வெச்சு என்னைக் கண்டுபிடிங்கடான்னு சவால் விடறதா வெச்சுக்கலாம். இந்த சாத்தியம் எங்களை ரொம்ப வசீகரித்தது. மாயாவைத் தேடினோம். ஆனா திட்டமிட்டுக் கொலை பண்ணுகிறவர்கள் வேணுமின்னுட்டே இந்த மாதிரித் தங்களை காட்டிக் கொடுக்கிற துப்புகளை வெளிப்படையா விட்டுட்டுப் போகமாட்டாங்க.

'இந்தக் கொலை திட்டமிட்டுச் செய்யப்பட்டதாத்தான் தோணிச்சு. ஏன்? ரெண்டு பேர் வந்திருக்காங்க. ஒருத்தன் வாயை

அடைச்சிருக்கான். மற்றொருத்தன் குத்தியிருக்கான். இந்த மாதிரி செய்தவங்க கண்ணாடியில மாயான்னு எல்லோரும் தெரிஞ்சுக்கங்கன்னு சொல்லறதில் என்ன அர்த்தம்? ஒண்ணு, அவங்க மாயான்னு ஒரு இயக்கத்தைச் சேர்ந்தவங்களா இருக்கலாம். அல்லது அவங்க போலீஸை மாயாங்கற பாதையில செலுத்த விரும்பறவங்களா இருக்கலாம். முதல் மாயாவை ரொம்பத் தேடிப் பார்த்தோம். கிடைக்கலை. ரெண்டாவது, எங்களுக்குப் பிடிச்சிருக்கு! இது திட்டமிட்டுச் செய்யறதோட ஒத்துப்போவுது. எப்படி? கொலை செஞ்சிட்டு பழியை 'மாயா'வுடன் சம்மந்தப்பட்டவன் மேல போட்டுட்டு போலீஸ் கண்ணில மண்ணைத் தூவறதுக்கு ஏற்பட்ட புத்திசாலித்தனமான உத்தியா இருக்கலாம்!

'அப்படின்னா ராகேஷ்? மாயான்னு பனியனைப் போட்டுக்கிட்டு முத நாள் பூரா உமா-மூர்த்தி பின்னால அலைஞ்சிருக்கார். எங்களுக்கு போட்டோகூடக் கிடச்சிருக்கு. அந்த மாதிரி பப்ளிக்கா அலைஞ்சுட்டு மறுநாள் வந்து கொன்னுட்டு பலபேர் தன்னை முத நாள் பாத்திருக்கக்கூடிய மாயாங்கற எழுத்துக்களை அவர் கண்ணாடியில வேணுமின்னுட்டே எழுதறான்னா, அதை ஒரு விதமான குருட்டுத் தைரியம் அல்லது மாட்டிக்க லேசான விருப்பம்னு சொல்லலாம். மாட்டிக்க விருப்பம்னா நேரா போலீஸ்கிட்ட வந்து சரண்டர் பண்ணியிருக்கலாமில்லை? எதுக்கு இப்படிச் சுத்தி வளைக்கணும். சரியாப் புரியலை. இப்பதான் நாங்க வேற சாத்தியத்தை எண்ணிப் பார்க்க ஆரம்பிச்சோம். இன்னொரு கோஷ்டி கொலை பண்ணிட்டு ராகேஷ்மேல் நிச்சயம் சந்தேகம் வரும்படியா போலீஸைத் தடம் திருப்புவதற்காகச் செய்த திட்டமோ இது? இப்படி யோசித்துப் பார்த்ததில புதுசா ஒரு தியரி உருவாச்சு.

'ராகேஷ் முத நாள் பார்க்கில் அவங்களைத் துரத்தியிருக்கார். அவர் மாயான்னு பேர் போட்ட பனியனை அணிந்திருந்ததை அவங்க பார்த்திருக்கலாம். அவங்க திட்டப்படி மறுநாள் ரெண்டு பேர் மூர்த்தியைக் கொலை பண்ண ஏற்பாடு செய்திருக்கலாம். ஒருத்தன் பிடிச்சுக்க வேண்டியது, மற்றொருத்தன் குத்த வேண்டியதுன்னு திட்டமா இருந்திருக்கலாம். திட்டத்தை நிறைவேற்ற மறுநாள் ரூமுக்குப் போறப்ப, அங்க ரூம்ல ராகேஷ் மூர்த்தியைச் சந்திச்சுப் பேசறதைப் பார்த்திருக்கலாம். அவன் போறவரைக்கும் எங்கயாவது மறைஞ்சு இருந்துட்டு, ராகேஷ் ரூமைவிட்டுப்

போறதை பார்த்தபோது, 'அட, இவன் நேத்துப் பார்த்த மாயா பனியன்காரன்'னு...

'சார்! நான் ரூமை விட்டு வரப்பக்கூட அந்த பனியனை போட்டுக் கிட்டு இருந்தேன் சார்!' என்றான் ராகேஷ்.

'அப்படியா? வெளிய வரபோது பனியனைப் போட்டிருந் திங்கன்னா அதை அவங்க பாத்திருக்கலாம். பொருந்துது. ராகேஷ் போனப்புறம் ரெண்டு பேரும் உள்ள போறாங்க. மூர்த்தியை ஒருத்தன் அழுத்திப் பிடிச்சுக்கறான். ஒருத்தன் குத்தறான். சத்தமே கேக்கலை. க்விக்கா காரியம் முடிஞ்சுப் போச்சு. போற போக்கிலே கண்ணாடியில மாயான்னு எழுதி வெச்சுட்டுப் போறாங்க.'

'அவங்க யாரு?'

'இதைச் சொல்றதுக்கு முன்னால, இந்த விதத்தில கொலை செய்யணும்னா என்ன எல்லாம் குணாதிசயங்கள் அவங்களுக்கு வேணும்? அதை முதலில் பார்க்கலாம்.

'முத முதலா காரணம். ராகேஷைப் பொருத்தவரை காரணத் துக்குப் பஞ்சம் இல்லை. உமாவை மனசில நினைச்சுக்கிட்டு அலைஞ்சவர். அவமேல ஒருவிதமான பைத்தியம். அவ மணம் புரிஞ்சு மற்றவன்கூட இருக்கிறதைப் பார்த்துத் தாங்க முடியாம கொலை செய்திருக்கலாம். காரணத்தைப் பொருத்தவரை ராகேஷ்தான் முதல் சஸ்பெக்ட்.

'மத்தவங்களுக்கு என்ன காரணம் இருக்க முடியும்? உமா, ஆனந்துக்குக் காரணம் தகுந்தபடி இல்லை.

'ராமகிருஷ்ணனுக்கு நேரடியாகக் காரணம் ஏதும் இல்லை. மிச்சம் இருக்கிற, திவ்யா, மணிக்கு இருக்கு. மணி வருஷக் கணக்காக் காத்திருந்தவர். உள்ளூரக் காதலிச்சு கல்யாணம் பண்ணிக்கலாம்னு எதிர்பார்த்துக்கொண்டிருந்தவர். ஒரு நாள் எவனோ வந்து கொண்டுபோய்ட்டான். பரிசு கிடைச்சவன்மேல வெறுப்பு. அது காரணமா இருக்க வாய்ப்பு இருக்கு. மணி கொலை செய்யக்கூடியவரா? மணி கொஞ்சம் எக்ஸெண்டரிக் குன்னு முன்னமேயே தெரிஞ்சுகிட்டோம். அவருக்கு உலகத்தில யாரும் சாகறதில்லை. சாக அடிக்கப் படறதில்லை. எல்லாமே ஆத்மாதான்! அதுக்கு அழிவில்லை. இந்த மாதிரி கொள்கை

வெச்சிட்டிருக்கிறவர் லேசா ஃபனாட்டிக். இவருக்குக் கொல்ற தில மனச்சாட்சி கலந்த எந்த விதமான தயக்கமும் இருக்காது. எனவே மணி கொன்னிருக்கலாம்.

'அதேபோல திவ்யா. திவ்யாவுக்கு வேறுவிதமான வெறுப்பு. தன்னைத் தேர்ந்தெடுத்து பழகினவன், தன்னைக் கல்யாணம் செய்யறதா வாக்களித்தவன், திடீர்னு ஜாதகத்தைக் காரணம் காட்டி அவளை நிராகரித்துவிட்டதில் மூர்த்திமேல் கட்டுக்கடங் காத வெறுப்பு ஏற்பட்டிருக்கலாம். 'மை காட்! எனக்கு அவன் மேல இருந்த வெறுப்புக்கு அவனை நகத்தாலே கீறிக் கொல்றதுக்கு முன்ன யாரோ முந்திக்கிட்டாங்க'ன்னு திவ்யா சொல்லியிருக்காங்க. நகத்தால் கீறி ஆளைக் கொல்ல முடியாது. அவங்க ஒரு பெண்பிள்ளை. ஆனா இனக்கவர்ச்சி மூலம், மத்தவங்க உதவியை உபயோகப்படுத்திக்கொண்டு, ராம கிருஷ்ணன் மாதிரி, தன் பின்னாலேயே சுத்திக்கிட்டு இருந்த ஆசாமியை உருவேத்த முடியும். செலுத்த முடியும். அந்தாளை உபயோகிக்க முடியும். 'ராம்கி, நீ எனக்காக இந்தக் காரியத்தில் ஒத்தாசை செஞ்சன்னா நான் உனக்கு என்னவெல்லாம் தருவேன் தெரியுமா! மூர்த்தி சாகணும் ராம்கி! அப்பத்தான் எனக்கு நிம்மதி. தூக்கம் எல்லாம்!'

'அதனால... இந்தக் கொலையை மணியும் ராமகிருஷ்ணனும் சேர்ந்து செய்திருக்க முடியும். இப்படி யோசித்தோம்.

'மணிதான் அந்த ஹோட்டல்ல மூர்த்திக்கும் உமாவுக்கும் ரூம் புக் பண்ணினார். மணிதான் ஹனிமூன் சமயத்தில் அகஸ்மாத்தா ஆடிட்டுக்கு வந்தார். அந்த டூர் அவர் ஏற்பாடு பண்ணிக் கொண்டது. திவ்யாவும் ராமகிருஷ்ணனும் அதே ஓட்டல்ல அஞ்சாவது மாடியில ரூம் எடுத்திருக்காங்க. எனவே மூணு பேரும் அஞ்சாவது மாடி அறையில கூடிப்பேசி இந்தக் குற்றத் தைத் திட்டமிட்டிருக்காங்க. மறுநாள் ராகேஷ் அந்த அறையை விட்டுப்போனதும் உள்ள வந்திருக்காங்க. இரண்டு கத்திகளை உபயோகப்படுத்தியிருக்காங்க. வந்து ஒருத்தர் பிடிச்சுக்கிட்டு இருக்க மற்றொருவர் குத்தியிருக்கார்! கத்தியால குத்தினது யாரு? மணியா, ராமகிருஷ்ணனா?'

இப்போது மணி படபடப்பாக எழுந்து, 'எல்லாம் பொய்! எல்லாம் பொய்!' என்று மேசையைக் குத்தினான்.

'உக்காருங்க மணி, சொச்சத்தையும் கேளுங்க!'

ராமகிருஷ்ணன், 'இது எதையும் உங்களால ப்ரூவ் பண்ணவே முடியாது' என்று கத்தினான்.

'இருங்க இருங்க! சொல்றேன். எல்லாம் சரிதான். அந்தக் கத்தி, அது எப்படி ராகேஷ் வீட்டில் அவர் அறையில் கிடைச்சுது? இதைத்தானே கேக்க வரிங்க?'

'ஆமா, அதான் பாயிண்ட்! நீங்க அதை ப்ரூவ் பண்ணவே முடியாது!'

'அந்தக் கத்தி விவகாரம்தான் இவங்களோட ரொம்ப புத்திசாலித் தனமான மூவ்! சந்தேகம் நிச்சயம் ராகேஷ்மேல பட்டு எங்களைப் பூராவும் குழப்பிவிடறதுக்கு ஒரு மாஸ்டர் ஸ்ட்ரோக்! உங்க மூணு பேர்ல யார் அந்த ஐடியாவைக் கொடுத்திருந்தாலும் ஹாட்ஸ் ஆஃப்! மிஸ்டர் ராமகிருஷ்ணன், ரொம்பத் திறமையா ராகேஷைப் பத்தி விசாரிச்சுக்கிட்டு அவர் வீட்டைக் கண்டு பிடிச்சு எப்படி அந்தக் கத்தியை அந்த வீட்டு அறையில் நட்டுட் டிங்கன்னு கண்டுபிடிக்கத்தான் போறோம்! அந்த வீட்டு வேலைக் காரனையும் இன்னும் சில சுத்துப்பட்டவங்களையும் விசாரிச்சுக் கிட்டு இருக்கோம். கொஞ்சம் கொஞ்சமா பிக்சர் கிளியராகிக் கிட்டு இருக்கு...'

'மைகாட்! திஸ் இஸ் ரிடிக்குலஸ். இதை நீங்க நிரூபிக்கவே முடியாது!'

'முடியும் ராமகிருஷ்ணன், நிரூபிக்கத்தான் போறோம். நான் இன்னும் ஒரு முக்கியமான தகவலுக்கு வரலை. அதுக்கு முந்தி இந்த கேஸ்ல ஏற்பட்ட மற்றொரு குழப்பத்தைப் பாத்துரலாம். அது ராகேஷ் அறையில் கிடைச்ச சிகரெட் பாக்கெட்டு. அதில் 'மாயா, மெட்ராஸ்-4'ன்னு எழுதி பீரோவுக்குப் பின்னால கிடைச்சது. மை காட்! அதனால் என்ன சிக்கல் தெரியுமா! காலணி, ம்ாயா, பனியன், தலைமுடி, அப்புறம் அறையில் மறுபடி மாயா, எல்லாம் சேர்ந்து ராகேஷ்தான்னு நிச்சயம் அப்படியே ஆணி அடிச்சிருச்சு. ராகேஷ்! அந்த சிகரெட் பாக்கெட்டில் நீங்க எப்ப மாயான்னு எழுதினிங்க?'

'கொலை நடந்த அன்று இரவு சார்! உமாவைப் பத்தி நினைச்சுக்கிட்டு இருந்தேன். சிகரெட் பிடிச்சுக்கிட்டு இருந்தேன். மாயான்னு அறைக் கண்ணாடியிலே ஒரு வார்த்தை எழுதி யிருந்ததைப் பத்திக் கேள்விப்பட்டிருந்தேன். உமா இருக்கிறது மைலாப்பூர், மெட்ராஸ் 4-ல். மாயாவுக்கும் மெட்ராஸ் 4-க்கும்

எதாவது கனெக்ஷன் இருக்குமோன்னு ஐடியா யோசிச்சுக்கிட்டு இருக்கிறபோது சிகரெட் பெட்டியில டூடுல் மாதிரி கிறுக்கிக்கிட்டு இருந்திருக்கேன் போல இருக்கு. அப்புறம் மற்றொரு தன்னிச்சை யான செயலாகத்தான் அந்தப் பெட்டியை பீரோவுக்குப் பின்புறம் எறிஞ்சேன்.'

'அதனால எத்தனை குழப்பம் பாத்திங்களா! மிஸ்டர் ராம கிருஷ்ணன், மிஸ்டர் மணி, ரொம்பச் சாதுர்யமா விசாரிச்சு கத்தியை ராகேஷ் வீட்டு அறைக்குள் அடக்கம் பண்ணிட்டிங்க. ஒரு முக்கியமான விஷயத்தைத் தப்பவிட்டுட்டிங்க. அந்தக் கத்தியை முழுசா ஃபிங்கர் பிரிண்ட் இல்லாம துடைக்க மறந்து போயிட்டிங்க. கத்தியில் ஒரு அருமையான பிரதி கிடைச்சது எங்களுக்கு. அந்த விரல் ரேகைப் பிரதி உங்களுடையது ராம கிருஷ்ணன்! அங்கதான் எங்க கேஸ், திங்க்கிங், எல்லாமே தடம் புரண்டுது! இத்தனை நாள் ராகேஷ் ராகேஷ்னு நினைச்சுக்கிட்டு இருந்தோம். இப்ப இது என்ன திருப்பம். மாதவராவ் ரொம்ப ஆடிப்போய்ட்டார். முதல் முறை ரிப்போர்ட் வந்தபோது கத்தியில் இருக்கிற விரல்ரேகை ராகேஷுடன் ஒத்துப் போகலைன்னுதான் வந்தது. அப்பகூட மாதவராவ் ராகேஷ் மேல சந்தேகத்தை எடுக்கலை. ஆனா நேத்துத்தான் அந்த விரல் ரேகைகளை சம்பந்தப்பட்டவங்க எல்லாரோட விரல் ரேகை களுடன் ஒப்பிட்டுப் பார்க்கச் சொன்னேன். ராமகிருஷ்ணன், முதல் கத்தியை நல்லாத் துடைச்சிருந்திங்க. இரண்டாவது கத்தியில் கொஞ்சம் கவனக் குறைவா இருந்திட்டிங்க! இந்த ஒரு குறை தவிர இட் வாஸ் எ பர்ஃபக்ட் மர்டர்!'

ராமகிருஷ்ணன் எழுந்தான். மாதவராவ் அவனருகில் வந்து அவனைப் பிடித்தார்.

'நான் செய்யலை, நான் செய்யலை. இவதான் செய்யச் சொன்னா' என்றான் ராம்கி.

'அய்யோ! பொய்! பொய்! எனக்கும் இதுக்கும் சம்பந்தமே கிடையாது. யாரை வேணா விசாரிச்சுப் பாருங்க' என்றாள் திவ்யா.

'ராமகிருஷ்ணன்தான் குத்தினான்' என்றான் மணி.

'இல்லை, இல்லை, நான் சும்மா புடிச்சுட்டு, வாயைப் பொத்திக்கிட்டு இருந்தேன். மணிதான் குத்தினான். எனக்கும்

மூர்த்திக்கும் சம்பந்தமே கிடையாது. திவ்யாதான் ஒத்தாசை செய்னு சொன்னா.'

'நான் ஒண்ணுமே சொல்லலை.'

'ஏய் கிராதகி! நீதானே என்னை ஆசை காட்டி, உடம்பைக் காட்டி, ஹெல்ப் பண்ணா சொர்க்கத்தையே காட்டறேன்னு டீஸ் பண்ணினே!'

'பொய்! அபாண்டம்!'

'தேவடியா! பொய்யா சொல்ற!'

'நான் வாசல்ல இருந்து பாத்துண்டிருந்தேன். ராம்கிதான் கொன்னான். அவன்தான் பிளான் போட்டுக் கொடுத்தான்.'

'பாருங்க சார், ரெண்டு பேரும் என்னை உபயோகப்படுத்திக் கிட்டு இப்ப எல்லாப் பழியையும் என்மேல போடறாங்க!'

'நீதான்.'

'நீதாண்டி.'

'இல்லை. நீங்க ரெண்டு பேரும்தான்!'

'நீதான்.'

'நானில்லை. நீ...நீ..நீ...!'

'ஷ்ஷ்ஷட் அப்' என்று வெடித்தார் டி.ஸி.

'மிஸ்டர் மணி, மிஸ்டர் ராமகிருஷ்ணன், மிஸ் திவ்யா, உங்க மூணு பேரையும் மூர்த்தியை சதி செய்து திட்டமிட்டு முன்னேற் பாடு பண்ணிக் கொன்னதுக்காக அரஸ்ட் பண்றேன்! மாதவராவ், கங்கராஜு லேஷன்ஸ், யூ டிட் அன் எக்ஸலண்ட் ஜாப்!'

'கடைசில கொஞ்சம் தடுமாறிட்டேன் சார்!'

'அய்யோ, நானில்லையே. நானில்லையே' என்று திவ்யாவின் கூக்குரல் கேட்க, 'போடி உன்னாலதான் நான் கெட்டேன்!'

ராகேஷ் பிரமித்து எல்லோரையும் பார்த்துக்கொண்டிருந்தான். அவன் கண்களில் மெல்லக் கண்ணீர் வடிந்தது, 'உமா, ப்ளீஸ் இங்க வாங்களேன்' என்றான்.

உமா அவனருகே சென்றாள்.

'உமா, நான்தான் கொன்னேன்னு எப்பவாவது நம்பினிங்களா?'

'ஆமாம் ராகேஷ். நானும் எல்லோரையும் போலத்தான்!'

'எப்படி உமா! உனக்கு நான் அந்த மாதிரி அதிர்ச்சி தருவேன்னு எப்படி நம்பின உமா. நான் உன் ஒருத்தி மேலதான் நம்பிக்கை வெச்சிருந்தேன். 'நீ என்னை புரிஞ்சுப்ப, பாக்கி எத்தனை பேர் சந்தேகப்பட்டாலும் நீ என்மேல சந்தேகப்படமாட்டே'ன்னு நம்பிக்கை வெச்சிட்டிருந்தேன்... இப்ப அதுகூட இழந்துட்டேன்.'

'ராகேஷ், ஸாரி! உங்களைக் கொஞ்சம் தொந்தரவு பண்ணிட்டோம்' என்றார் டி.ஸி.

'பரவாயில்லை சார். இத்தனை குழப்பத்துக்கு இடையில் உண்மைங்கறது எங்கயோ புகுந்து தப்பிச்சு வெளிய வந்துருச்சு! கங்கராஜுலேஷன்ஸ். அப்ப நான் போகலாமா?'

'எஸ், யூ ஆர் ஃப்ரீ!'

'வரேன் சார், வரேன் உமா!' என்று ராகேஷ் கலங்கிய கண்களுடன் அந்த அறையைவிட்டு வெளியே நடந்தான்.

உமா திகைத்து நின்றாள். தீர்மானித்தாள். அவன் போன திக்கில் ஓடினாள்.

ராகேஷ் உயரமான தூண்கள் நிறைந்த காரிடாரில் தன் கைக் குட்டையை எடுத்து முகத்தைத் துடைத்துக்கொண்டு நடந்தான்.

'ராகேஷ்! ராகேஷ்! நில்லுங்க!'

'என்ன' என்றான் அங்கிருந்து திரும்பி.

'எனக்கு நீங்க ஒண்ணு வாங்கித் தரணும்' என்றாள்.

'என்ன?' என்றான்.

'குங்குமம்' என்றாள்.

www.ingramcontent.com/pod-product-compliance
Lightning Source LLC
LaVergne TN
LVHW102036051026
849518LV00014B/1721
9788184935578